சிவப்புக் கழுத்துடன் ஒரு பச்சைப் பறவை

சிவப்புக் கழுத்துடன் ஒரு பச்சைப் பறவை
அம்பை (பி. 1944)

அம்பை என்ற புனைப்பெயரில் எழுதும் சி.எஸ். லக்ஷ்மி. வரலாற்றாசிரியர்; புது தில்லி ஜவஹர்லால் நேரு பல்கலைக்கழகத்தில் முனைவர் பட்டம் பெற்றவர். நாற்பது ஆண்டுகளாகப் பெண்கள் வரலாறு, வாழ்க்கை பற்றிய ஆய்வில் ஈடுபட்டிருப்பவர். பெண் எழுத்தாளர்கள், பெண் இசைக் கலைஞர்கள், பெண் நடனக் கலைஞர்கள் குறித்து இவர் மேற்கொண்ட ஆய்வுகள் *The Face Behind the Mask, The Singer and the Song, Mirrors and Gestures* என்னும் புத்தகங்களாக வெளிவந்துள்ளன.

சிறுகதைத் தொகுதிகள் 'சிறகுகள் முறியும்' (1976), 'வீட்டின் மூலையில் ஒரு சமையலறை' (1988), 'காட்டில் ஒரு மான்' (2000), 'வற்றும் ஏரியின் மீன்கள்' (2007), 'ஒரு கறுப்புச் சிலந்தியுடன் ஓர் இரவு' (2013), 'அந்தேரி மேம்பாலத்தில் ஒரு சந்திப்பு' (2014), 'ஸாரஸ் பறவை ஒன்றின் மரணம்' (2019), 'இரு பைகளில் ஒரு வாழ்க்கை' (2024). இவரின் கதைகள் ஆங்கிலத்தில் *A Purple Sea, In a Forest, A Deer, Fish in a Dwindling Lake, A Night With a Black Spider, A Meeting On the Andheri Over Bridge* என ஐந்து தொகுதிகளாக மொழிபெயர்க்கப்பட்டிருக்கின்றன.

ஆங்கிலத்தில் மொழிபெயர்க்கப்பட்ட இரோம் ஷர்மிலாவின் *Fragrance of Peace* கவிதைத் தொகுப்பைத் தமிழில் 'அமைதியின் நறுமணம்' (2010) என்ற தலைப்பிலும் ஸான்ட்ரா கால்னியடேவின் *With Dance Shoes in Siberian Snows* என்ற லாட்விய நினைவுக் குறிப்புகளை 'ஸைபீரியப் பனியில் நடனக் காலனியுடன்...' (2019) என்ற தலைப்பிலும் மொழிபெயர்த்திருக்கிறார். விளக்கு அமைப்பின் புதுமைப்பித்தன் விருது (2005), டொரான்டோ பல்கலைக்கழக தமிழ் இலக்கியத் தோட்டத்தின் வாழ்நாள் இலக்கிய விருது (2008), தமிழக அரசின் கலைஞர் மு. கருணாநிதி பொற்கிழி (2011), சென்னைப் பல்கலைக்கழகத்தின் இலக்கியத்தில் உன்னதத்திற்கான விருது (2011), 'சிவப்புக் கழுத்துடன் ஒரு பச்சைப் பறவை' நூலுக்காக சாகித்திய அகாதெமி விருது (2021) முதலானவற்றைப் பெற்றிருக்கிறார்.

SPARROW (Sound & Picture Archives for Research on Women) என்னும் பெண்கள் ஆவணக் காப்பகத்தை மும்பையில் 1988இல் நிறுவி அதன் இயக்குநராகச் செயல்பட்டுவருகிறார்.

அம்பை

சிவப்புக் கழுத்துடன் ஒரு பச்சைப் பறவை

காலச்சுவடு பதிப்பகம்

அன்பார்ந்த வாசகருக்கு,

வணக்கம்.

காலச்சுவடு நூலை வாங்கியமைக்கு நன்றி.

நூலின் உள்ளடக்கம், உருவாக்கம், அட்டைப்படம் இன்ன பிற அம்சங்கள் பற்றிய உங்கள் கருத்துகளையும் ஆலோசனைகளையும் காலச்சுவடு வரவேற்கிறது. தகவல், எழுத்து, வாக்கியப் பிழைகள் தென்பட்டால் அவசியம் தெரிவித்து உதவுங்கள். நூல் தயாரிப்பில் கடும் குறைபாடு இருப்பின் மாற்றுப் பிரதி உங்களுக்குக் கிடைக்கக் காலச்சுவடு ஏற்பாடு செய்யும்.

மின்னஞ்சல்: publisher@kalachuvadu.com

காலச்சுவடு நாகர்கோவில் அலுவலகத்திற்குக் கடிதம் அனுப்பலாம்.

தங்கள்
எஸ்.ஆர். சுந்தரம் (கண்ணன்)
பதிப்பாளர் – நிர்வாக இயக்குநர்

சிவப்புக் கழுத்துடன் ஒரு பச்சைப் பறவை ❖ சிறுகதைகள் ❖ ஆசிரியர்: அம்பை ❖ © சி.எஸ். லக்ஷ்மி ❖ முதல் பதிப்பு: ஜனவரி 2019, திருத்தப்பட்ட பதினேழாம் பதிப்பு: ஜூலை 2023, இருபதாம் பதிப்பு: ஏப்ரல் 2025 ❖ வெளியீடு: காலச்சுவடு பப்ளிகேஷன்ஸ் (பி) லிட்., 669 கே.பி. சாலை, நாகர்கோவில் 629001

civappuk kazuttuTan oru paccaip paRavai ❖ Short Stories ❖ Author: Ambai ❖ ©C.S. Lakshmi ❖ Language: Tamil ❖ First Edition: January 2019, Revised Seventeenth Edition: July 2023, 20th Edition: April 2025 ❖ Size: Demy 1 x 8 ❖ Paper:18.6 kg maplitho ❖ Pages:168

Published by Kalachuvadu Publications Pvt. Ltd., 669, K.P. Road, Nagercoil 629001, India ❖ Phone:91-4652-278525 ❖ e-mail: publications @kalachuvadu.com ❖ Printed at Mani Offset, Chennai 600077

ISBN: 978-93-88631-14-3

04/2025/S.No. 882, kcp 5707, 18.6 (20) urss

பொருளடக்கம்

முன்னுரை: கதைகளும் நானும்	9
தொண்டை புடைத்த காகம் ஒன்று	13
சாம்பல் மேல் எழும் நகரம்	20
பயணம் 21	30
வீழ்தல்	37
சிவப்புக் கழுத்துடன் ஒரு பச்சைப் பறவை	43
வில் முறியாத சுயம்வரங்கள்	76
பொய்கை	93
1984	100
குதிரைக்காரி	115
சிங்கத்தின் வால்	121
இரண்டு வெற்று நாற்காலிகள்	148
பயணம் 22	158
பயணம் 23	164

முன்னுரை

கதைகளும் நானும்

மேகங்கள் பொங்கி எழுந்து எழுதச் சொன்னதாயும் காலையில் சன்னலைத் திறந்ததும் பறவைகளாய்க் கதைகள் வந்ததாயும் சில எழுத்தாளர்கள் கூறியிருக்கிறார்கள். அவர்கள் ஆண் எழுத்தாளர்கள் என்பது வேறு விஷயம். இப்படிப்பட்ட அற்புதங்கள் எதுவும் எனக்கு நேராவிட்டாலும் உள்ளிருந்து புற உலகைப் பார்ப்பதற்கான சன்னல் எனும் திறப்பு தொடர்ந்து என் வாழ்க்கையின் முக்கிய அங்கமாக இருந்துவருகிறது. பெங்களூரில் அலங்கார மர வளையங்களுடன் பச்சை மரக் கதவுகளுடனிருந்த கம்பி சன்னல், அதனூடே நான் பார்த்த மழை, ரோஜாவும் மல்லிகையும் பூத்த தோட்டம், பலா மரங்கள், தெருக் காட்சிகள், அணில்கள், பறவைகள், பிறகு சென்னையில் கிறித்துவக் கல்லூரியில் படித்தபோது கிண்டி விடுதி அறையின் நீள் கம்பிச் சன்னல், அதன் வெளியே அவ்வப்போது வருகைதரும் மான், தில்லி விடுதியில் எப்போதும் திறந்திருந்த சன்னல், பிறகு ஒரு பெரிய வீட்டின் பின்கட்டில் வேலைக்காரர் களுக்கான வீட்டில் வாடகைக்கு இருந்தபோது சிறுசிறு சதுரத் துவாரங்களாக இருந்த முகலாய அரண்மனைகளின் வலைச் சன்னல்கள் என்று நான் நினைத்துக்கொண்ட சன்னல், இப்போது மும்பாயில் எதிரே நீளும் கடலைக் காட்டும் சன்னல், பெரிய கட்டடங்களின் மடக்கு இலைச் சன்னல்கள், பழைய வீடுகளின் மடங்கும் மரச்சட்டச் சன்னல்கள் என்று பல சன்னல்கள் மூலம் உலகைப் பார்த்திருக்கிறேன்; பார்க்கிறேன்.

தவிர, பயணம் போகும்போது பேருந்துச் சன்னல்கள், ரயில் சன்னல்கள், விமானச் சன்னல்கள் மூலம் விரியும் உலகம், வானம். சிறு கோவில்களிலும் பெருங் கோவில்களிலும் பல வடிவியல் வடிவங்களிலிருந்த, வெளியே இருந்து வெய்யிலை அதே வடிவங்களில் கீழே விழ வைக்கும் சன்னல்கள், (அவை கணிதச் சமன்பாடுகளின் உருவகங்கள் என்று பிறகு தெரிந்தது) தேவாலயங்களின் வண்ணம் தோய்ந்த கண்ணாடிச் சன்னல்கள் இப்படிச் சன்னல்கள் மூலம் சிறு துண்டுகளாகவும் பெருங் காட்சி களாகவும் விரிந்திருக்கிறது உலகம் எனக்குப் பல வகைகளில் பல நேரங்களில். அந்த உலகம் வடிவியல் வடிவங்களில் தரையில் விழுந்த வெய்யிலைப்போல் மனத்தில் விழுந்தபடி இருக்கிறது. அதிலிருந்து பிறப்பது கதைகளா இல்லை பல ரூபங்களில் நானேதானா என்ற குழப்பம் இருக்கிறது. அந்தக் குழப்பம் நீடிக்கும்வரை, அதனுடன் தொடர்ந்த போராட்டம் இருக்கும்வரை கதைகள் இருக்கும் என்று தோன்றுகிறது.

உலகத்தின் எந்த ஊருக்குப் போனாலும் அங்குள்ள ஒரு புத்தகக் கடைக்குப் போய் அந்த ஊரை நினவுபடுத்தும்படி ஒரு நோட்டுப் புத்தகமும் இரண்டு பென்சில்களும் வாங்கி விடுவது வழக்கம். மோனேயின் அல்லிகள் பூத்த குளத்தின் ஓவியத்தை அட்டையாகக்கொண்ட நோட்டுப் புத்தகத்திலிருந்து பல வண்ணங்களிலும் வடிவங்களிலும் சிறிய பெரிய நோட்டுப் புத்தகங்கள். தவிர நண்பர்கள் பரிசளிக்கும் அழகான நோட்டுப்புத்தகங்களும் பென்சில்களும். இன்னும் கதை களைப் பென்சிலால்தான் எழுதுகிறேன் இந்த நோட்டுப் புத்தகங்களில் ஒரு பலகையை மடியில் வைத்துக்கொண்டு. இன்னும் ஏகப்பட்ட நோட்டுப் புத்தகங்கள் இருக்கின்றன கதை எழுதி நிரப்ப; பென்சில்கள் இருக்கின்றன எழுதிஎழுதி சீவித் தீர்க்க. உருவாகுவது கதையா நானா என்ற மேலே கூறிய தத்துவ ரீதியான குழப்பத்துடன் என் அலமாரியை அடைத்துக் கொண்டிருக்கும் இந்த எண்ணற்ற நோட்டுப் புத்தகங்களும் பல வண்ணப் பென்சில்களும் நான் தொடர்ந்து கதை எழுதுவதைத் தீர்மானிக்கின்றன.

என் கதைகளைத் தொடர்ந்து பதிப்பிக்கும் காலச்சுவடு கண்ணன் நான் எழுதிக்கொண்டே இருப்பேன் என்று கூறுவதை உறுதிமொழியாக எடுத்துக்கொள்கிறாரா இல்லை அச்சுறுத்தலாக எடுத்துக்கொள்கிறாரா என்று தெரியவில்லை. அது குறித்துக் கமுக்கமாக இருந்துவிடுகிறார். இருந்தாலும் விடாது என் கதை களைப் பதிப்பிக்கும் அவருக்கு நன்றி. இந்தப் பதிப்புக்காக என்னுடன் பொறுமையாக வேலை செய்த கலாவுக்கும் காலச்சுவடு அலுவலகத்தில் பணியாற்றும் அனைவருக்கும்

என் நன்றி. எனக்கு அந்த அலுவலகம் இன்னொரு வீடுதான். இந்தப் புத்தகம் வெளிவரும்போது இருக்கும் ஒரே குறை நான் படிகளைத் திருத்திய பிறகு அதை இன்னொரு முறை எனக்காகப் பார்த்துவிடும் எம்.எஸ். என்று நாங்கள் அழைக்கும் எம். சிவசுப்ரமணியன் இல்லாததுதான். ஈடுகட்டமுடியாத குறை அது. சு.ராவுக்குப்பின் அதே பிரியத்துடனும் குறும்புடனும் நகைச்சுவை உணர்ச்சியுடனும் என் கதைகளைப் படித்தும் விமர்சித்தும் என்னுடன் நட்பு பூண்டவர் அவர்.

நான் கதை எழுதுவதைப் பெருந்தன்மையுடன் சகித்துக் கொள்ளும் கட்டத்தில் இருக்கிறார்கள் என் வளர்ப்புக் குழந்தைகள் கிந்து, கோலு, ஸோனு மூவரும். எவ்வளவுதான் கதை எழுதமுடியும் ஒருத்தி என்று மனத்திற்குள் நினைத்து வியந்துகொண்டாலும் எழுதும்போது தொடர்ந்து இஞ்சித் தேநீரையும் ஏலக்காய்த் தேநீரையும் லவங்கப்பட்டைத் தேநீரையும் சலிக்காமல் செய்து தருபவன் என்னுடன் நாற்பத்திரண்டு ஆண்டுகளைக் கழித்திருக்கும், நான் சண்டையும் போட்டுச் சமாதானமும் செய்துகொள்ளும் விஷ்ணு. சந்நியாசமே வாங்கிக்கொண்டு போய்விடலாமா என்று நினைக்கும் அளவுக்கு வீட்டில் களேபரங்கள் இருந்தாலும் இவர்கள் நடுவில் அமர்ந்துதான் கதை எழுத முடிகிறது. அதற்கு என் நன்றி. அவளுக்கே உரிய பொறுமையுடன் என் வீட்டை நிர்வகித்து, எழுதவும் மற்றச் செயல்பாடுகளில் ஈடுபடவும் எனக்கு நேரத்தையும் மட்டற்ற அன்பையும் அளிக்கும் என் வளர்ப்புக் குழந்தைகளின் அன்னை துலிக்கும் என் நன்றி. எது என்ன ஆனாலும் சன்னலுக்கு வெளியே எப்போதும் அலை வீசியபடி, தூக்கம் தொலைத்த இரவுகளில் என்னைத் தன் அலையோசையால் சாந்தப்படுத்தி எழுதுவதைச் சாத்தியப் படுத்தும் கடலுக்கும் என் நன்றி.

மும்பாய் **அம்பை**
20.11.2018

தொண்டை புடைத்த காகம் ஒன்று

அடுப்பில் தோசைக்கல்லைப் போட்ட வுடனேயே வந்துவிடும் அது. முதல் தோசை ஊற்ற ஆரம்பிக்கும்போது கரையத் துவங்கும். கா கா என்றில்லை. க்ர்ர்க் என்று கொஞ்ச நேரம். க்ஹக் என்று சிறிது நேரம். சில சமயம் க்ளளக் என்று கொப்பளிப்பதுபோல. கங்ங் கங்ங் என்று மிழற்றும் சில சமயம். க...ல்...லூ... என்று ஒரு நாள் அதன் குரல் ஒலித்ததும் தூக்கிவாரிப்போட்டது அவளுக்கு. அப்படித்தான் அப்பா அவளைக் கூப்பிடுவார். வழக்கமாகத் தோசை விள்ளல்களைப் போட்டு அதைத் துரத்திக்கொண்டிருந்த அவள் அன்று அதைக் கூர்ந்து கவனித்தாள். ஒரு காகத்துக்கும் இன்னொரு காகத்துக்கும் என்ன வித்தியாசம் இருக்கப்போகிறது என்றுதான் நினைத்துக்கொண்டிருந்தாள் ஆரம்பத்தில். இப்போது உற்றுப் பார்த்தபோது இதற்கென்ற அடையாளங்கள் இருப்பதுபோல் தோன்றியது. கழுத்தின் மேற்புறத்திலும் ஒரு புறச் சிறகிலும் வெளிர் சாம்பல் இழையொன்று ஓடியது. தொண்டை மிகவும் பெரிதாகப் புடைத்திருந்தது. எதையாவது சாப்பிடக் கொடுத்தால் மற்ற காகங்களைப்போல் அல்லாமல் அண்ணாந்து பார்த்தபடி விழுங்கியது. தொண்டையில் இறங்கும் போது தலையைக் குலுக்கிக்கொண்டது. ஆசுவாசப் படுத்திக்கொள்வதுபோல் ஒரு நிமிடம் ஓய்வெடுத்துக் கொண்டு பிறகுதான் மற்றொரு வாய் சாப்பிடக் குனிந்தது. மீண்டும் அண்ணாந்து பார்த்தல், விழுங்குதல், தலைகுலுக்குதல்.

மழைக்காலங்களில் இவள் சமையலறைச் சன்னல் மேல்தான் இருப்பு. சற்று அலகுகளைத் திறந்தபடி தூக்கம். கரகரவென்றிருக்கும் உப்பு பிஸ்கோத்து போடாமல் க்ளூகோஸ் பிஸ்கோத்தைப் போட்டால் உடனே நிமிர்ந்து பார்த்து தலையைத் திருப்பிக்கொள்ளும். அன்று வடித்த சோற்றைத்தான் தொடும். முதல் நாள் இரவு ஹோட்டலிலிருந்து வரவழைத்த புலவு அல்லது பிரியாணி போட்டால் பார்த்துவிட்டுப் பறந்துவிடும் கக்க்க்ர் என்று மறுப்புத் தெரிவித்தபடி. குளிர்பதனப்பெட்டியிலிருந்து எடுத்துப்போட்ட எதையும் உண்ணாது. உருளைக்கிழங்கு, சேப்பங்கிழங்கு ரோஸ்ட் மிகப் பிடிக்கும். வடை, அப்பளம் என்றால் எண்ணெய் காயும்போதே வந்துவிடும். வறுவல் என்றால் உயிர். இன்னும் கேட்கும். பதிலுக்குத் தன் வாயிலுள்ள எலும்பு எதையாவது சன்னல் படிக்கட்டில் வைத்துவிட்டுப் போய்விடும். உணவு விஷயத்தில் பெரும் நாசூக்கு பார்க்கும் காகம். மொட்டை மாடியில் அகன்ற பூத்தொட்டியில் விடும் தண்ணீரில் சிறகுகளை அடித்து அடித்துக் குளிக்கும் காகம்.

சரியாக விவித் பாரதியில் சங்கீத் சரிதா நிகழ்ச்சி ஒலிபரப்பும் போது வரும். சமையலறை சன்னல் அருகேதான் கைபேசி இருக்கும். ஹிந்துஸ்தானி ராகங்களையும் கர்நாடக சங்கீத ராகங்களையும் ஒப்பிட்டுப் பேசும் நிகழ்ச்சி ஒலிபரப்பாகும் நாட்களில் சன்னலுக்கு வெகு அருகே அமரும். மகாராஷ்டிரத்தில் குடியேறிய தென்னிந்தியக் காகமா என்று நினைத்துக்கொள்வாள்.

சட்டென்று ஒரு நாள் கத்திக் கீறலாய் அந்த எண்ணம் மனத்தில் ஓடியது. அது காகம்தானா?

❍ ❍ ❍

“சாப்பாடு, சாப்பாடு . . .” என்று அப்பாவின் வீரிடல். அவர் அறையினுள் நுழைந்தபோது நர்ஸ் அவரைச் சமாதானப்படுத்திக் கொண்டிருந்தாள். “இப்பதானே சாப்பிட்டீங்கய்யா. சோறு, ரசம், அப்பளம் எல்லாம் தந்தனே?” இவளைப் பார்த்ததும் அப்பா கத்தினார். “சாப்பாடு . . .” அருகில் அமர்ந்துகொண்டு, “அப்பா, மறந்துட்டீங்களா? இன்னிக்கு மிளகு ரசம், கொத்தவரங்காய் பொரியல் தேங்காய் போட்டு உங்களுக்குப் பிடிச்ச மாதிரி. அரிசி அப்பளம் . . .”

“வாட் அபௌட் பருப்புத் துவையல்?” என்றார்.

“அதுவும்தான். இப்பத்தானே சாப்பிட்டீங்க?”

“கை மணக்கலியே?’ என்றார்

“ஸ்பூன்ல சாப்பிட்டீங்கப்பா.”

"சாப்பிடல..." என்றார் உரக்க.

"மறந்திட்டீங்கப்பா."

"யூ ஆர் சீட்டிங் மீ" என்றார். "ஒரு கிழவன சாப்பாடு போடாம கொல்றீங்க."

அவர் கையை எடுத்துக் கண்களின் மேல் வைத்துக் கொண்டாள். கண்கள் நிறைந்தன.

கையை இழுத்துக்கொண்டார்.

எழுந்துபோய் கொஞ்சம் சோற்றில் துவையல் போட்டுப் பிசைந்து எடுத்துவந்தாள். ஒரு கவளம் ஊட்டினாள்.

"ஞாபகம் வந்துது. நான் சாப்பிட்டுட்டேன்" என்றார்.

"சரி, நான் காலேஜ் போகவா?"

"சரி. பி.ஏ. ஒழுங்கா படிச்சுப் பாசாகணும்."

"அப்பா பி.ஏ. பண்ணிட்டு, எம்.ஏ. பண்ணிட்டு, பி.எச்.டி. பண்ணிட்டு நான் புரொபசரா இருக்கேன்பா."

ஆச்சரியப்பட்டார்.

"சாகுந்தலத்துல இயற்கைக் காட்சிகள் கேள்விக்குப் பதில் சரியா எழுதலேன்னுட்டுச் சொன்னியே?"

"ஆமாம். அதுல மார்க் போச்சு."

"நான் எவ்வளவு கஷ்டப்பட்டுப் படிச்சேன்னுட்டு உனக்குத் தெரியாது" என்றார். பிறகு அந்த வழக்கமான கதை.

சிறு பெண்ணாக இருக்கும்போது இரவு விளக்கை அணைத்தபின் அவளருகில் படுத்தபடி அவளைத் தட்டித் தூங்கவைத்தபடி பாட்டி கதை சொல்வார் அப்பா. பாட்டி வடை சுட காகம் வடையுடன் பறந்து நரியிடம் ஏமாந்த கதை இல்லை. இது அவர் அம்மாவின் கதை.

ஆசிரியராக இருந்த தாத்தா இறந்தபோது அப்பாவுக்குப் பதினாலு வயதுதான். மேலே மூன்று அண்ணன்கள். இரண்டு அக்காக்கள். ஒரு தம்பி. அக்காமார்கள் அவரவர் சம்சார வாழ்க்கையில். அண்ணன்மார் இன்னும் கல்லூரியில் படித்தபடி. அப்போதுதான் அப்பாவின் அம்மா பால் வியாபாரம், அப்பளம் விசேஷ கால பட்சணங்கள் என்று பிழைப்பை ஆரம்பித்தாள். எண்ணெய் வாசம் வீட்டில் புகுந்தது அப்படித்தான்.

ரேடியோவைப் பக்கத்தில் பாடவிட்டபடி, விரித்த வேட்டியில் முறுக்கு சுற்றுவாள். தட்டை தட்டுவாள். வடகம் பிழிவாள்.

இல்லாவிட்டால் அப்பளம் இடுவாள். பிள்ளைகள் ஐவரும் உருண்டை உருட்டி வட்டு இட்டுப்போடுவார்கள். மஹராஜபுரம் விஸ்வநாதய்யர் பாட்டு என்றால் மயங்குவாள் கொஞ்சம். கூடவே முனகுவாள்.

கதை கேட்டபடி கண்கள் தூக்கத்தில் மூடிக்கொள்ளும்போது எண்ணெய் வாசம் அடிப்பதுபோல் இருக்கும். வாயில் பாட்டியின் கைமுறுக்கு கரைவதுபோல் இருக்கும். உள்ளுக்குள்ளே எப்போதோ யாரோ விதையூன்றி வைத்துவிட்டுப் போனதுபோல் நீலாம்பரி முளைத்துவரும்.

அம்மா சுவரில் பழுப்பேறிய புகைப்படமாய் சுருள் முடியும் அகலக்கரை புடவையுமாய்.

"பிரசிடன்ஸியில மாதமாடிக்ஸ் ஆனர்ஸ். காலுக்கு ஒரு செருப்பு கிடையாது. அப்ப அம்மா இட்லிக் கடை போட்டாச்சு. வாசல்ல திண்ணையில. காலையில இட்லியும் மொளகாய்ப் பொடியும். கையில் நாலு தோசையும் வெங்காயத் துவையலோட...

அப்பாவின் கதை நீளும்.

"அப்பா, நான் கிளம்பட்டா?"

"எங்க?"

"காலேஜுக்கு."

"சரி. ஒழுங்காப் படி. பாசாயிடணும்."

"சரிப்பா."

❍ ❍ ❍

மெல்ல மெல்லக் கரிய மேகம் கவிவதுபோல்தான் அந்த மறதி வந்தது.

திடீரென்று ஒரு நாள், "மணி பத்து ஆச்சு. இன்னும் உங்கம்மா வரலியே? காய்கறி வாங்கிட்டு வர இவ்வளவு நேரமா? என்றார்.

அவர் எதிரேயே சுவரில் தொங்கிக்கொண்டிருந்தாள் அவள்.

ஓர் இடத்தில் வைத்த சாமானை மறக்கத் தொடங்கினார். சாவி, கத்திரி, கண்ணாடி, புத்தகம், செருப்பு... பிறகு பல் தேய்த்தது மறந்தது. காப்பி குடித்தது. தலையில் எண்ணெய் தடவிக்கொண்டது. சாப்பிட்டது.

வேறு காலத்தில் சஞ்சரித்தார். பல் போன பின் முறுக்கைப் பொடித்துச் சாப்பிட்டத் தன் அம்மாவை நினைவு கூர்ந்தார். கத்தரிக்காய் எண்ணெய்ப் பொரியல் செய்யும்போது அடுப்பைத் தணிக்கக் கூடாது. அடுப்பைப் பெரிதாக எரிய விட வேண்டும்.

கை விடாமல் கிளற வேண்டும் என்று சமையல் குறிப்புச் சொன்னார். அரசாங்கக் கணக்கு வழக்கில் கண்டுபிடித்த ஊழலைச் சொன்னார். இந்தியாவில் வங்கிகள் அமைந்த சரித்திரத்தைச் சொன்னார் புள்ளி விவரங்களுடன். அன்றையச் செய்தித்தாளைப் படித்தபடி நூறு ஆண்டுகளுக்கு முந்தையச் சரித்திரம் பேசினார். டாக்டர் முத்துலட்சுமியை ஒரு நடை போய் பார்த்துவிட்டு வந்துவிடும்படி கூறினார். சரோஜினி நாயுடு பனிரெண்டு வயதில் சென்னைப் பல்கலைக் கழகத்தின் மெட்ரிகுலேஷன் பரீட்சையில் முதல் மாணவியாகத் தேறியதைக் கூறினார். கோஹர்ஜான் சென்னை வந்தது பற்றிப் பேசினார். நேரு பற்றியும் காந்தி பற்றியும் பெரியார் பற்றியும் அபிப்பிராயங்களைக் கூறினார். சளைக்காமல் நிறுத்தாமல் பேசினார்.

அவளுக்குத் தெரிந்து அப்பா சாப்பாட்டுப் பிரியர். வீட்டில் முறுக்கும் தேங்குழலும் முத்துசுரமும் ஓமப்பொடியும் இருந்தபடி இருக்க வேண்டும். மாலை தேநீருடன் தட்டு நிறையப் பட்சணங்கள் வேண்டும். பண்டிகைகளில் அப்பம், சீடை, அதிரசம், வடை, நேந்திரங்காய் வறுவல் என்று இலை நிறைய வேண்டும். வீட்டில் சமையலுக்கு இருந்த அம்மாள் செய்து சலித்துவிட்டாள். கூடவே பாட்டும் வேண்டும்.

சாப்பாடும் பாட்டும் மனத்தில் நிரம்பியிருந்தன சில நாட்களில். எம்.டி. ராமநாதன் கச்சேரி போக வேண்டும் என்றார். எம்.எல். வசந்தகுமாரி ஏன் இப்போதெல்லாம் பாடுவதில்லை என்று கேட்டார்.

ஒரு மாலை காணாமல் போனார். கடற்கரை, புத்தகக் கடை, பேருந்து நிறுத்தங்கள் என்று எங்கெங்கோ தேடியபின் கபாலி கோவில் வாசலில் இருந்தார் "வேலையுண்டோ என்று கூவி வீதியில் வந்தான் – சுந்தரன்" என்று உரக்கப் பாடியபடி. அவர் முன் சில பழங்களும் சில்லறையும் கிடந்தன.

பிறகுதான் கவனித்துக்கொள்ள நர்ஸ் ஏற்பாடு செய்தது. நர்ஸை சில சமயம் அம்மா என்று நினைப்பார். சில சமயம் அவளை இவள் பெயர் சொல்லி "கல்லூ ... கல்யாணீ" என்று கூப்பிடுவார். பளீரென்று சில கணங்கள் மட்டும் மனத்தில் ஒளிரும். அப்போது ஏதாவது ஒரு தாளை எடுத்து எதையாவது எழுதிவைப்பார். எழுதியபின் மறந்தும் போவார்.

O O O

முதலில் வாழைப்பழத்தை விழுங்க முடியாமல் துப்பினார். இருமியபடியே சாப்பிட்டார். பிறகு தெரிந்தது தொண்டையில் புற்று நோய் என்று. சிகிச்சையைத் தாங்க உடம்பில் சக்தி இல்லை. வீட்டிலேயே கிடந்தார். எங்கு போனாலும் அவர் பற்றிய

சிந்தனைதான். எங்கிருந்தாலும் நர்ஸ் கூப்பிட்டவுடன் ஓட்டம். தலையை மேலே தூக்கி வைத்து, கொஞ்சம் கொஞ்சமாக வாயில் ஊட்டினால் அது மிக மெள்ள ஏதோ ஒரு வழியாக உள்ளே போயிற்று. தாளிக்கும்போதும், தோசை ஊற்றும்போதும் சமையலறைக் கதவை மூடிக்கொண்டு செய்யவேண்டிவந்தது. அப்படியும் ஈனஸ்வரத்தில் திக்கியபடி, "என்ன சமையல்?" என்பார். ரசம் வைத்த ஈயச் சட்டியை மூக்கருகில் கொண்டு வைக்கச் சொல்வார். மூச்சை இழுத்து வாசனையை உள்ளே இழுப்பார்.

ஒரு விடிகாலையில் காப்பியை வாயில் மெள்ள மெள்ள ஊற்றிகொண்டிருந்தபோது ஒரு நிமிடம் கை வேகமாக இயங்கிவிட, அவள் கையைப் பிடித்து அழுத்தினார். அவளைப் பார்த்தார். காப்பி உள்ளே இறங்கவில்லை.

❍ ❍ ❍

இரண்டு காதல்கள் ஏற்பட்டிருந்தன அப்போது. பெரும் அலைகளாக வந்து இழுத்துக்கொண்டு போனவை. அவள் அமிழ்ந்துபோனாள் கொஞ்சமும் மூச்சுத் திணறல் இல்லாமல். "உன் வாழ்க்கையில் அங்கிங்கெனாதபடி எங்குமே உங்கப்பாதான் இருக்கிறார்" என்று அவர்கள் குற்றம் சொன்னதும் கரை ஒதுங்கவும் கற்றுக்கொண்டாள். ஆனால் அலைகள் ஈர்த்தபடி இருந்தன. அப்பாவின் சாமான்களை ஒழித்தபோது கிடைத்தது அந்தக் குறிப்பு. மனம் தெளிந்த சில கணங்களில் அவர் எழுதிப்போட்ட பல குறிப்புகளில் எஞ்சிய குறிப்பு:

"பாதை நீளமென்று தெரிகிறது. வழி தெரியவில்லை. இருட்டு. பாதைகளை மறைக்கும் அடர் காடு. போகுமிடம் மறந்துவிட்டது. எங்கோ தூரத்தில் அது. அதன் பெயர் தெரிந்தால் ஆசுவாசம் பிறக்கும். ஆனால் அதற்குப் பெயர் உண்டா? அப்படிப் பெயர் தெரிந்துவிட்டால் வழி புரிந்துவிடுமா?"

மும்பாயில் ஒரு கல்லூரியின் தலைவராக வந்தாள். அந்தக் காதல் கடலின் சிற்றலைகள் மனத்தில் வந்து மோதின சில சமயம்.

அந்தச் சமயத்தில்தான் வந்தது காகம். பிரிந்துபோன பல இழைகளை இழுத்துவந்த காகம். காலத்தால் கடந்ததைச் சிறு நெருப்புப் பொறிகளாய் மனத்தில் ஊதிய காகம். தினமும் வந்து எதையாவது நினைவுபடுத்திவிட்டுப் போயிற்று. ஏதேதோ நினைவுப்பாதைகளில் அவளை வழிசெலுத்துவதுபோல் இடைவிடாமல் கரைந்தது. ஒரு நாள் கோபம் வந்தது முதல் தடவையாக. துரத்தப்படுவதுபோல் உணர்ந்தாள். புகையாய் மனத்தில் அவள் அம்மா விசாலம், பேசி பேசி அரற்றி அரற்றி தொண்டை அடைத்துப்போன அப்பா, செருப்பில்லாத அவர் கால், இலக்குப் புரியாத பாதை பற்றிய குறிப்பு, பேரலைக்

காதல் கணங்கள், கோவில் வாசலில் அப்பா முன் கிடந்த பழங்களும் சில்லறையும், அவர் மூக்கின் முன் நீண்ட ரசச் சொம்பு, அண்ணாந்தபடி அவர் சாப்பிட முயன்றது, விரித்த வேட்டியில் பாட்டி சுற்றிய முறுக்கு, பாட்டி காலத்திலிருந்து தொடர்ந்த இசையின் ஓசைத் தொடர், அப்பா வாயிலிருந்து ஒழுகிய காப்பி என்று எல்லாம் கயிறாக முறுக்கிக்கொண்டு அவளை விளாசுவதுபோல அந்தக் காகத்தின் கரைதலில் உணர்ந்தாள்.

"போய்த் தொலை. உன் தொல்லை தாங்கல" என்று கத்தினாள். சன்னலை அறைந்து சாத்தினாள்.

பிறகு அது வரவில்லை.

❍ ❍ ❍

பேருந்தில் ஒரு நாள் போனபோது சிவப்பு விளக்கு எரிந்ததும் வண்டி நின்றது. எல்லோரும் இடதுபுற நடைபாதையை சன்னல் வழியாக எட்டிப் பார்த்தனர். இவளும் பார்த்தபோது ஒரு காகம் விழுந்து கிடந்தது சிறகுகளைத் தரையில் பரத்திவைத்தபடி. கழுத்தின் மேற்புறத்திலும் ஒரு சிறகிலும் மங்கிய சாம்பல் இழை. தொண்டை புடைத்திருந்தது. அலகுகள் விரிய திணறியபடி இருந்தது. குடிசைச் சிறுவர்கள் இருவர் பார்த்தபடி இருந்தனர். "பாணீ த்யா, பாணீ த்யா" (தண்ணி குடு, தண்ணி குடு) என்று கத்தினார்கள் வண்டியில் இருந்தவர்கள். "பாணீ நாஹி ஆஹே" (தண்ணி இல்ல) என்றனர் சிறுவர்கள். சிவப்பு விளக்கைத் தவிர்த்து விட்டு இடது பக்க வீதியில் திரும்ப நினைத்த மோட்டார் பைக் ஒன்று நடைபாதையில் ஏறியது. பைக்கின் ஓட்டுனரும் பின்னால் இருந்தவரும் வேகமாகச் செல்லும் பரபரப்பில் இருந்தனர். பைக்கை ஓட்டியவர், பின்னால் இருப்பவர் "சீக்கிரம் சீக்கிரம்" என்று அவசரப்படுத்த, வண்டியை ஓடித்து, கீழே கிடந்த காகத்தின் மேல் ஏற்றியபடி விரைந்தார். பேருந்திலிருந்த சிலர் "ஹா" என்று அலறினார்கள். காகம் இறந்திருக்கவில்லை. அதன் கண்களிலிருந்து நீர்போல் எதுவோ வடிந்தது. காகம் அழுமா என்ன? வண்டியிலிருந்த ஒருவர் தண்ணி பாட்டிலை நீட்டியபோது காகத்தின் தலை மெல்லச் சரிந்து சிறகுகளில் புதைந்துகொண்டது.

திடீரென்று வீரிட்டுக் கரைந்தபடி பறந்து வந்தது ஒரு காக்கைக் கூட்டம்.

***தி இந்து* தீபாவளி மலர் 2015**

❍ ❍ ❍

சாம்பல் மேல் எழும் நகரம்

கல்லூரியிலிருந்து திரும்பும்போது கீழ்த்தளத்தின் வீட்டின் முன் கூட்டம் கூடியிருந்தது. "எனக்கு அப்பவே தெரியும் இது நடக்கும்னுட்டு" என்ற உரத்த விமர்சனங்களும் ஆமோதிக்கும் குரல்களும் சற்றுத் தள்ளி நின்று தணிந்த குரலில் பேசிக்கொண்டிருந்தவர்களின் உரையாடலிலிருந்து தெறித்த சொற்களும் கேட்டன. இவளைப் பார்த்ததும் மேல் மாடிகளுக்குப் போகும் படிகளை விட்டு ஒதுங்கி இவள் கேள்வியை எதிர்பார்த்து நின்றனர்.

"என்ன விஷயம்?" என்றாள் மெல்ல.

எழுபது வயது ப்ரமோத் சோன்கர் முன்னால் வந்து கூறினார்.

"மேடம், ஊர்மிளாதாயி தற்கொலை பண்ணிக் கிட்டாங்க."

தூக்கிவாரிப்போட்டது. காலையில்தான் கீழே இறங்கும்போது வீட்டு வாசலில் நின்றுகொண்டிருந்த ஊர்மிளாவிடம் பேசியிருந்தாள். காய்கறி, ரொட்டி, பழம் ஏதாவது மாலை வரும்போது வாங்கிவர வேண்டுமா என்று கேட்டிருந்தாள். அப்படி அவரிடம் தினமும் கேட்பது வழக்கம். அவருக்கு வயது 75. தவிர 95 வயது மாமியாரைக் காப்பாற்றும் பொறுப்பு வேறு. மாமியார் அதிகம் நடமாட முடியாமல் படுக்கையில் இருந்தார். ஊர்மிளாவின் கணவர் இறந்தபிறகு கடந்த இருபது வருடங்களாக மாமியார் அவர் பொறுப்பு. ஒரே மகன் அமெரிக்காவில்.

மாமியாருடன் அவர் செய்யும் உரத்த உரையாடலுடன்தான் பலருக்கு அந்தக் குடியிருப்பில் பொழுது விடியும்.

"கிழவி, இருக்கியா போயிட்டியா? நீயா போவே? என் உயிரை வாங்கிட்டுதானே போவே?"

ஒரு முனகல் பதிலாக வரும்.

"சாய்தானே? இதோ சுட சுட. நில்லு, பாத்ரூம் கூட்டிட்டுப் போறேன் ..."

"சரி, சாய் குடி. குடிக்கறபோது நீ போய்ச் சேர்ந்தால்தான் எனக்கு விடியும்."

ஊர்மிளாவின் மாமியாருக்கு உடல்நலம் குன்றிப்போன கடந்த பதினைந்து ஆண்டுகளாக இதுதான் அந்த வீட்டின் உதயகானம். ஊர்மிளா டீச்சராக இருந்தபோது மாமியார்தான் எல்லாவற்றையும் கவனித்துக்கொண்டார் வயது காலத்தில் ஒன்றும் முடியவில்லை என்று முணுமுணுத்தபடி. ஊர்மிளா சிரித்துக்கொண்டே மாமியாருக்குப் பதில் சொல்வாள்: "ராவ்தே ஆயி. கஷாலா தக்ரார் கர்தாய்?" (இருக்கட்டும் ஆயி. எதற்கு இப்ப தகராறு?) பணிவோய்வு கிடைப்பதற்கு முன் கணவன் இறக்க, மகனும் வெளிநாடு போய்விட, ஊர்மிளாவுக்குக் கசந்து போயிற்று வாழ்க்கை. கிழவி அத்தனை வசவுகளுக்கும் பொறுமையாக இருப்பார். யாராவது வந்தால், "பாவம், அவளும்தான் என்ன செய்வாள்? நான் பாரமாயிட்டேன். கவனிச்சுக்க ஆளைப்போடுன்னு பேரன் சொல்லிட்டே இருக்கான். கேட்க மாட்டாள். "நீ வெளில போ; உன் இஷ்டப்படி இரு'ன்னா அதுவும் கேட்கிறது இல்ல. அவளுக்கும் பி.பி., சக்கரைன்னுட்டு ஏகப்பட்டது இருக்கு" என்று ஊர்மிளாவுக்குப் பரிந்து பேசுவார்.

பத்துப் பதினைந்து நாட்களுக்கு முன் கிழவி குளியலறையில் வழுக்கி விழுந்துவிட்டார். இடுப்பெலும்பு விரிசல் கண்டு ஆஸ்பத்திரிக்குக் கொண்டுபோகவேண்டிவந்தது. வீடு, ஆஸ்பத்திரி என்று ஓட்டம். காலையில்தான் வெகு நாட்களுக்குப் பின் வாசலில் ஊர்மிளாவைப் பார்த்தாள். ஏதாவது வாங்கிவர வேண்டுமா மாலையில் என்று கேட்டுவிட்டு கிழவியின் உடல்நிலை பற்றிக் கேட்டபோது, "கிழ உடம்பு. பார்க்கலாம்" என்றார். கட்டடத்தில் இருந்த யாரும் கிழவி உயிருடன் திரும்பி வருவாள் என்று நினைக்கவில்லை.

ப்ரமோத் சோன்கர் கூறினார், காலையில் பனிரெண்டு மணியளவுக்கு ஆஸ்பத்திரியிலிருந்து கூப்பிட்டார்களாம்.

கிழவி உயிர்தப்பிவிட்டார். வீட்டுக்குக் கூட்டிப்போகலாம். தினம் உடற்பயிற்சி செய்வித்துக் கவனித்துக்கொள்ள வேண்டும். நல்ல ஆரோக்கியமான உணவு தர வேண்டும். சக்கர நாற்காலியில் பூங்காவில் உலாத்தக் கூட்டிப்போக வேண்டும். ஆஸ்பத்திரியிலிருந்து கூப்பிட்டபோது சோன்கர் கூட இருந்தார். கைபேசியை மேசை மேல் வைத்துவிட்டு இவரைப் பார்த்துச் சிரித்தார் ஊர்மிளா. கண்களில் கண்ணீர். கிழவியை மாலைவாக்கில் அழைத்துவர உதவுவதாகக் கூறிவிட்டு இவர் வந்துவிட்டார்.

மூன்று மணிக்குக் கூச்சல் கேட்டு, முதல் மாடியிலிருந்து இவரும் இவர் மனைவியும் வந்தால் முன்வாசலில் நெருப்பில் எரிந்துகொண்டிருந்தார். பக்கத்தில் மண்ணெண்ணெய் டப்பா. வீட்டுக்குள் செய்தால் வீடு பாழாகிவிடும் என்று வெளியே வந்து இதைச் செய்திருக்கிறார். வீட்டின் கதவு திறந்திருந்தது. உள்ளே நாலு வரி எழுதிய தாள் ஒன்று மகனின் முகவரி மற்றும் கைபேசி எண்களுடன்.

“களைத்துவிட்டேன். உடலில் வலுவில்லை கிழவியைப் பேண. நான் இருக்கும்வரை அவளை முதியோர் இல்லத்துக்கும் அனுப்ப முடியாது. மன்னிக்கவேண்டும்.”

பிரேதப்பரிசோதனைக்கு உடல் போயிருந்தது. மகனுக்குத் தகவல் தெரிவித்தாயிற்று.

மாடியேறி வந்தபோது ஊர்மிளாவின் தவிப்பு அவளுக்குப் புரிந்தது. அந்தக் கட்டடம் பழங்கட்டடம். அதை இடித்துவிட்டு ஆகாயத்தை உரசும் பல்மாடிக்கட்டடம் ஒன்றை எழுப்ப கட்டுமானத் தொழிலில் இருந்த பெரும் பண முதலாளிகளில் ஒருவர் முன்வந்திருந்தார். தற்போது இருப்பவர்கள் ஒரேயடியாக விற்றுவிட்டுப் போகலாம் அல்லது புதுக்கட்டடம் எழும்பும்வரை வேறு இடத்திற்குக் குடிபோகலாம். வாடகையைக் கட்டுமானத் தொழில் வியாபாரி தருவார். கூடுதலாக இன்னும் ஓர் அறையுள்ள வீடு கிடைக்கும் கட்டி முடித்த பிறகு. கட்டடத்தில் இருந்த எல்லோருக்குமே அறுபது எழுபது வயது இருக்கும். எப்போது கட்டி, எப்போது குடிவருவது? சாமானை எல்லாம் எடுத்துக் கொண்டு எங்கே வாடகையில் இருக்க முடியும்? 95 வயது இடுப்புடைந்த மாமியாருடன் ஊர்மிளா எங்கு குடிபோக முடியும் போவதானால்? அவள் மனத்தில் வேறு ஒரு நினைவும் வந்திருக்கலாம்.

இருபது ஆண்டுகளுக்கு முன் மின்சார வண்டி ஓடும் இருப்புப்பாதைக்கு இரு பக்கங்களிலும் நெருக்கமாகக்

கட்டப்பட்ட பழங்கால ஒற்றை அறைச் 'சால்' எனப்படும் கட்டடங்களில் இரண்டு க்ராண்ட் ரோட் ரயில் நிலையத்தின் அருகே ரயில் ஓடும் அதிர்வைத் தாங்காமல் திடீரென்று இடிந்துவிழுந்தன. அதில் ஒரு கட்டடத்தில் இருந்த ஊர்மிளாவின் அக்காவும் அண்ணாவும் தப்பிப் பிழைத்தனர். ஆனால் தரைமட்டமாகிவிட்ட கட்டடத்திலிருந்து எதையும் மீட்க முடியவில்லை. எல்லோரும் வாடகையில் குடிவந்தவர்கள். நான்கு தலைமுறையாகத் தொடர்ந்த வாடகை. ஆரம்ப கால வீட்டுச் சொந்தக்காரர் சிறு தொகை முன்பணமாகவும் மாத வாடகை பதினைந்து ரூபாயாகவும் தொடங்கிவைத்த வாடகை வீடுகள். சொந்தக்காரரின் கொள்ளுப்பேரன் வரை அதே வாடகை. வாடகைக்காரர்களை வெளியேற்ற முடியாது. மராமத்துச் செய்யப்படாத வெள்ளையடிக்கப்படாத கட்டடங்கள். அக்கம்பக்கம் நவீன மோஸ்தர் கட்டடங்கள். இதற்கென்றே உள்ள குண்டர்களிடம் சொல்லி எரித்து விடலாமா என்று சொந்தக்காரரின் கொள்ளுப்பேரன் யோசித்துக் கொண்டிருந்தபோது ஒரு பெரு மழை நாளில் மின்சார வண்டி கடந்தவுடன் சீட்டுக்கட்டுகளைப்போல சரிந்து விழுந்தன இரு கட்டடங்களும். சிலர் மரித்தனர். வாடகை கொடுத்து இருந்தவர்களுக்கு உதவித்தொகை தருவது அவசியமில்லை. வெகுவாக முயன்றபின் மாற்று வீடுகள் பின்னர் தருவதாக உறுதியளித்து கோரேகாவ் கிழக்குப் பகுதியில் உள்ளே தள்ளியிருந்த இடத்தில் செங்கல் சுவரும் ஆஸ்பெஸ்டாஸ் கூரையுமாய் வீடுகள் தரப்பட்டன. மாற்று வீடு தரப்படாமல் பதினைந்து ஆண்டுகளுக்கு முன் ஊர்மிளாவின் அண்ணனும் அக்காவும் இறந்துபோயினர்.

ஊர்மிளாவின் முடிவுக்கு இதுவும் ஒரு காரணமாக இருந்திருக்கலாம்.

இவளுக்கும் கட்டடத்தில் உள்ள மற்றவர்களைப்போல் முடிவெடுக்க வேண்டியிருந்தது. பணிவோய்வு பெற இவளுக்கும் கணவனுக்கும் ஐந்து ஆண்டுகள் இருந்தன. மூன்று பெரிய படுக்கையறைகள் கொண்ட வீடு. கடந்த ஆண்டு வரை ஒரு படுக்கையறையில் அதிகம் நடமாட முடியாத மாமியாரும் மன வளர்ச்சி குன்றிய அறுபது வயது நாத்தனாரும் இருந்தார்கள். தன் தாயாரை அந்தக் குழந்தைப் பெண் அவ்வளவு கருத்துடன் பார்த்துக்கொண்டாள். ஆனால் எந்த மன இறுக்கமும் இல்லை. இவள் கணவன் குமாரப்பா இவளுக்கு அதிகம் வேலை இல்லாமல் பார்த்துக்கொண்டான். காலையில் எழுந்து, வாய் கழுவ அம்மாவுக்கு உதவி, காப்பி போட்டு, அம்மா அருகில் அமர்ந்து பேசியபடி குடிப்பான். கன்னடத்தில் பேசிக்

கொள்வார்கள் இருவரும். அம்மாவுக்குப் பாட்டு பிடிக்கும். எம். எல். வசந்தகுமாரியின் தேவர் நாமாக்களைப் போடுவான் தினமும். "பாரோ கிருஷ்ணைய்யா"தான் ஒவ்வொரு தினமும் முதல் பாட்டு. பிறகு சிறு பெண்ணாக இருக்கும் அக்காவை எழுப்புவான். அவள் பல் தேய்த்துவிட்டு வந்ததும் அவளுக்கும் காப்பி, "சன்னாகே நித்தே மாடிதியா மரி?" (நன்றாகத் தூங்கினாயா குழந்தே?) என்று கேட்டபடி. பிறகுதான் இவளை எழுப்புவான். ஆனாலும் வீட்டைப் பார்த்துக்கொள்ள ஆள் வேண்டியிருந்தது. அப்படி வந்தவள்தான் கம்லி. அவர்கள் இருந்த கட்டடமும் அதையொட்டிய பல கட்டடங்களும் 1978இல் கட்டப்பட்டவை. அந்தப் பகுதியில் இருந்த ஒரு பெரிய குடிசைப் பகுதி முற்றிலும் எரிந்துபோனது ஓர் இரவில். மரங்கள் அடர்ந்த இடம் அது. நடுவில் இருந்த ஒரு பெரிய வெற்றிடத்தில் எழும்பியிருந்தன குடிசைகள். சதுப்பு நிலப் பகுதி. அதில் மண்ணை நிரப்பிக் கட்டியிருந்தனர் குடிசைகளை ஐம்பதுகளின் இறுதியில் வந்த குடியேறிகள். கம்லி அங்கேதான் ஒரு வீட்டில் பிறந்தாள். அங்கேயே இருந்த மானேக்கைத் திருமணம் செய்துகொண்டாள். அவர்களை அங்கேயிருந்து விலக்க முயற்சிகள் தொடங்கின எழுபதுகளில். அதே பகுதியில் மாற்றிடம் தந்தால் போவதாகக் கூறினார்கள் அவர்கள். அங்கு வரப்போவது நடுத்தட்டு மக்களுக்கான கட்டடங்கள். அதில் இவர்கள் எப்படித் தங்க முடியும் என்று கூறினார்கள். இவர்கள் வாதிட, அவர்கள் மறுக்க என்று போய், ஓர் இரவில் எல்லாக் குடிசைகளும் நெருப்புக்கு இரையாகின. முதியோர், பெண்கள், குழந்தைகள் என்று ஐம்பது நூறு பேர் மரணம். செய்தித்தாள்களில் இரண்டு நாட்கள் பரபரப்பு. அதன்பின் ஒவ்வொரு குடும்பத்துக்கும் நஷ்டஈட்டுத் தொகை. ஒரே மாதத்தில் கட்டட வேலைகள் தொடங்கின. கம்லியும் கணவனும் ஐந்து மைல் தொலைவில் புதிதாக உருவாகிக்கொண்டிருந்த ஒற்றை அறை இருப்பிடங்களில் ஒற்றை அறை வீடு ஒன்றை வாங்கிக் குடியேறினர். இந்தக் கட்டடங்கள் உருவானதும் கம்லி இங்கு வீட்டு வேலைக்கு வந்தாள். கணவனுக்கும் வேலை உருவாயிற்று. அத்தனைக் குடும்பங்களின் துணிகளுக்கும் இஸ்திரி போடும் வேலை.

சில சமயம் முன்னறைச் சன்னல் வழியாக வெளியே இருக்கும் மரங்களைப் பார்ப்பாள். "என்ன கம்லி?" என்றால், "என் வீடு இங்கதான் தீதி இருந்துது. இதே மரம்தான் என் வீட்டு வாசல் முன்னால இருந்துது" என்பாள்.

மனவளர்ச்சி குன்றிய தன் பெண்ணைப் பார்த்து, "என்னை வயது காலத்துல கவனிச்சுக்கத்தான் உன்னைப் பெத்திருக்கேனா?" என்று அங்கலாய்ப்பார் மாமியார். அந்தப் பெண்ணும் சிரிக்கும்.

"ஆமாம்" என்று சொல்லும். அம்மாவைக் கட்டிக்கொள்ளும். ஒரு நாள் காலையில் தம்பி தந்த காப்பியைக் குடித்தபடியிருந்தபோது புரையேறியது ஒரு முறை. பிறகு எழுந்துவந்து அம்மாவை அணைத்துக்கொண்டது. உயிர் பிரிந்தது. அடுத்த நான்காம் நாள் அம்மாவையும் கூட்டிக்கொண்டது.

இப்போது இந்தக் கட்டடங்களை இடித்துவிட்டு அடுக்குமாடிக் கட்டடங்கள் எழுப்பும் பிரச்சனை.

அவள் கல்லூரி தாதர் அருகில் இருந்தது. அந்த ஆண்டுதான் கல்லூரி முதல்வராக பதவி உயர்வு கிடைத்திருந்தது. குமாரின் கம்பனி கோட்டைப் பகுதியில் இருந்தது. சரக்குக் கப்பல் கம்பனி. அவனுக்கும் பதவி உயர்ந்திருந்தது. இவர்கள் வீட்டுக்குக் கூடுதலாகவே தொகை கிடைக்கும் என்றார்கள். சேமிப்பிலிருந்தும் வங்கிக் கடன் வாங்கியும் வரும் பணத்தை அந்தத் தொகையுடன் சேர்த்து லோயர் பரேலில் புதிதாகக் கட்டப்படும் அடுக்குமாடிக் கட்டடங்களில் ஒரு வீட்டை வாங்க முடியும். இருவரும் அலுவலகம் செல்லச் சௌகரியமாக இருக்கும். அந்தப் பக்கத்தில் இருந்த மனை மற்றும் வீடு விற்கும் தரகர் ஒருவர் வந்து அங்கு வரப்போகும் கட்டடங்களைப் பற்றிச் சொன்னார்.

"எல்லாம் 24, 25 மாடிக் கட்டடங்கள் தீதி. மொசைக் தரை வீடுகள். நவீன மோஸ்தர் சமையலறை. பாத்ரூம் எல்லாம் அஞ்சு நட்சத்திர ஹோட்டல்ல இருப்பது மாதிரி இருக்கும். ரொம்பப் பெரிய அங்காடி வரப்போகிறது. அதுவே பத்து மாடி அங்காடியாம். நியூயார்க், லண்டன்ல இருப்பதுபோல இருக்கும் உங்களுக்கு. எல்லாம் பாழாய்ப்போய்க் கிடக்கும் மில் காம்பவுண்டுலதான் கட்டப்போறாங்க. அந்தப் பகுதியே இப்போ மாறிப்போயிடும் பாருங்க. கிரன்காவ் இப்போ பாங்காக் ஆயிடும்."

கிரன்காவ். ஆலைக் கிராமம். அப்படித்தான் அந்தப் பகுதியைச் சொல்வார்கள். நூற்றுக்கும் மேற்பட்டப் பருத்தி ஆலைகள் இருந்த பகுதி. இரண்டரை லட்சம் தொழிலாளர்கள் இருந்த இடம். கிட்டத்தட்ட அறுபது ஏக்கர் பரந்திருக்கும் பகுதி.

குமாரும் அவளும் போய்ப் பார்த்துவிட்டு வந்தார்கள். நகரத்தின் மையப் பகுதி. இந்தப் பக்கம் துல்சிபைப் தெரு. அந்தப் பக்கம் ஜே ஜே தாவுபாலம். நகரத்தின் பல பகுதிகளை இணைக்கும் கண்ணிகள். அவர்கள் பார்த்த வீடு இருபத்திரண்டாம் மாடியில் இருந்தது. முன்னறைப் பால்கனியிலிருந்து பழைய ஆலையின் நீண்டு எழுந்த புகைபோக்கி தெரிந்தது.

கட்டடத்தில் இருந்த பலர் வேறு வேறு இடங்களில் வீடு பார்த்திருந்தனர். ஒவ்வொருவராய்ப் போக ஆரம்பித்தனர். ஊர்மிளாவின் மகன் தன் பாட்டியை முதியோர் இல்லத்தில் இருக்க ஏற்பாடு செய்து இந்த வீட்டை விற்றான். இல்லத்துக்குப் போன பத்தாம் நாள் கிழவி போய்விட்டார் “ஊர்மிளாவைக் கூப்பிடு” என்று முனகியபடி. டைனாஸோர் மாதிரி அசைந்தபடி புல்டோசர் வீட்டை இடிக்க வந்தது ஒரு நாள். இவர்கள் சாமான்களை லாரியில் போட்டு வண்டியில் அமர்ந்ததும் புல்டோசர் முன்னேறி கட்டடத்தை முட்டியது வெறியுடன்.

இருபத்திரண்டாம் மாடி வீடு காற்றும் வெளிச்சமுமாய் இருந்தது. பால்கனியில் நின்றபடி ஆலையின் புகைபோக்கியைப் பல கோணங்களில் படம் பிடித்தாள் முதல் தினமே. அதைப் பின்னணியாக வைத்தும் சில படங்கள். அவ்வளவு தூரம் வேலை செய்யக் கம்லியால் வர முடியவில்லை. சௌகிதார் கம்முவைக் கூட்டிக்கொண்டுவந்தான்.

வீட்டுச் சாவியை அவளிடம் தரலாம். மிகவும் நம்பத் தகுந்தவள் என்றான் சௌகிதார். அந்தக் கட்டடத்தில் ஐந்து வீடுகளில் வேலை செய்தாள். வீட்டு வேலை பற்றிய விவரம் கூறியதும் ஒப்புக்கொண்டாள். காலையில் சீக்கிரமாக வந்து காலைச் சிற்றுண்டி செய்து மதிய உணவையும் சமைத்துவிட வேண்டும். பிறகு மதியம் வந்து வீட்டைச் சுத்தம் செய்து, துணிகளைத் துவைத்துவிடலாம். துணி துவைக்கும் இயந்திரம் உண்டு. மாலையில் இரவு உணவைச் சமைக்க வேண்டும். சப்பாத்தி செய்ய வேண்டும். அவளுக்கும் காலையும் மாலையும் சாப்பாடு உண்டு. வாரம் ஒரு முறை இவளுடன் மார்க்கெட் வரவேண்டும் காய்கறி—மளிகை சாமான்கள் வாங்க.

கேட்டுக்கொண்டாள் கம்மு. தன் சம்பளத்தையும் கூறினாள். மும்பாய் வழக்கப்படி பாத்திரம் கழுவுதல், துணி துவைத்தல் (இயந்திரத்தில் துணி துவைக்கக் கூடுதல் சம்பளம்) வீட்டைக்கூட்டி மெழுகுதல் என்ற மூன்று வேலைகளுக்கென்று இருக்கும் சம்பளத்தைக் கூறிவிட்டு, சமைப்பதற்கு அதிகச் சம்பளம் கேட்டாள். ஆண்டுக்கு ஒரு முறை சம்பள உயர்வு. வாரத்துக்கு ஒரு முறை ஓய்வு. பண்டிகை நாட்களில் விடுமுறை. வீட்டு வேலை செய்யும் பெண்களுக்கான சங்கம் ஒன்று அமைக்கப்பட்டிருந்தது. அது நிர்ணயித்த விதிகளின்படிதான் சம்பளம். கூட சில நிபந்தனைகளை வீட்டு வேலை செய்பவர்கள் விதித்தார்கள். குளிர்பதனப்பெட்டியில் வைத்தச் சாப்பாட்டைத் தரக் கூடாது. இரண்டு வேளை சாய் தர வேண்டும். காலை உணவும் மதியச் சாப்பாடும் தர வேண்டும். தீபாவளிக்கு ஒரு

மாதச் சம்பளம் போனஸும் புடவையும். ஆண்டுக்கொருமுறை சம்பளத்துடன் கூடிய பத்துப் பதினைந்து நாட்கள் லீவு அவரவர் கிராமங்களுக்குப் போக. அந்தச் சமயம் முடிந்தால் "பத்லி" எனப்படும் மாற்று ஆளை வைத்துவிட்டுப் போவார்கள்.

தினம் வரத் தொடங்கினாள் கம்மு. மும்பாயில் வீட்டு வேலை செய்பவர்கள் போல பரபர வேலை. அவள் பங்கு உணவை மட்டும் ஒரு டப்பாவில் எடுத்துப் போனாள். மூன்றடுக்கு டப்பா. பலர் வீட்டு உணவை எடுத்துச் செல்வாள் போலும்.

"வீட்டுக்கு எடுத்திட்டுப் போறியா கம்மு?" என்று அவளிடம் கேட்டாள் ஒரு நாள்.

"ஆமாம். என் பாபாவுக்கு."

"வீட்டிலியா இருக்காரு?"

"ஆமாம்."

"வேலை கிடையாதா?"

"வேலை போயிடுச்சு."

"என்ன வேலை செய்திட்டிருந்தாரு?"

"மில்லுலதான். பதினாறு வயசுல இருந்து வேலை பண்ணினாரு. ஆயி சாப்பாட்டுக்கடை வெச்சிருந்தாங்க. மில்லுல வேலை செய்யற அத்தனை பேருக்கும் ஆயி சமைக்கிற சாப்பாடு பிடிக்கும். இந்தக் கோடியிலதான் எங்களுக்கெல்லாம் வீடு. 1982இல் அந்தப் பெரிய ஸ்ட்ரைக் தத்தா சாமந்த் தலைமையில நடந்துதே அப்ப எனக்கு 12 வயசு. நஷ்டத்துல மில் ஓட முடியாதுன்னுட்டாங்க. பாலியெஸ்டர் முன்னால பருத்தி தோத்துடுச்சி. அப்ப போன வேலைதான் பாபாவுக்கு. தினம் வீட்டு வாசல்ல மோடா போட்டு உட்கார்ந்து எல்லா புகைபோக்கியையும் பாத்துட்டிருப்பாரு. குடிப்பாரு."

"ஆயி?"

"ஆயி இன்னும் சின்னதா ஒரு சாப்பாட்டுக் கடை வெச்சிருக்காங்க. வயசாயிடுச்சில்ல? வடா-பாவ் மட்டும் பண்ணுவாங்க. கொஞ்சம் பேர் வருவாங்க இப்பவும். அப்பல்லாம் காலையில இரண்டரை மணிக்கே ஆயி எழுப்பிடுவாங்க என்னை. மளமளன்னுட்டு வேலை செய்யணும். ராத்திரி ஷிப்டு முடிக்கிறவங்களும் காலை ஷிப்டு போறவங்களும் வர ஆரம்பிச்சுடுவாங்க. ரொம்ப வேலைதான் மௌஸி. ஸண்டாஸ் வசதியெல்லாம் நல்லாவே இருக்காது. சாக்கடையிலயும்

குப்பையிலயும்தான் விளையாடுவோம். ஆனா நிறைய பண்டிகையும் கொண்டாட்டமும் இருக்கும். கணேஷ் சதுர்த்தி, கோகுலாஷ்டமி, மொஹர்ரம் வந்தா அவ்வளவுதான். அதுவும் கண்பதிபப்பான்னா பெரிய கொண்டாட்டமா இருக்கும். பாட்டு, தமாஷா டான்ஸ், குழந்தைகளுக்குப் பாட்டுப் போட்டி இப்படி நடந்துட்டே இருக்கும். லைஸீம் பண்ணுவோம் மௌஸி. அவ்வளவு அழகா இருக்கும். பாபா டோல்கி வாசிப்பாரு நாங்க லைசீம் ஆடுறபோது. மொஹர்ரத்தின்போது பெரிய ஊர்வலம் போகும். நாராயண் ஸுர்வே மில்லுலதான் வேலை செய்தாரு மௌஸி. அவர் பாட்டெல்லாம் நாங்க பாடுவோம்...”

பேசிக்கொண்டே போனாள் ஒரு கனவுலகத்தை விவரிப்பதுபோல.

லட்சக்கணக்கான ஜனங்கள் நடமாடிக்கொண்டிருந்த ஓர் இடமாக அதைக் கற்பனைசெய்து பார்த்தபோது உயிர்ப்பான இடமாக அது தோன்றியது. தமாஷா நடனங்களும், பாட்டும், கவிதைகளும் பேச்சுமாய் ஒரு கலாசார வெளியாய்த் தோன்றியது. இங்கு எங்கோ உட்கார்ந்தபடிதான் நாராயண் ஸுர்வே தன் கவிதைகளை எழுதியிருப்பார். “சண்டை போடக் கூடாது” என்று தினம் தன் குழந்தைகளிடம் கூறிவிட்டு மில்வேலைக்குப் போன ஆயி ஒரு நாள் வெறும் உடலாய்த் திரும்பிய கவிதை, கசாப்புக்கடை வைத்திருந்த தாவூத் சாச்சா, காசிபாய் தாக்கப்பட்டதும் அவளைக் காப்பாற்றச் சண்டைபோட்டுத் தன் கால்களை இழந்த கவிதை, இந்தப் பகுதியின் வாழ்க்கையைக் கூறும் மும்பைசா லாவணி கவிதை எல்லாம் இங்கேதான், இந்த கிரன்காவில்தான் எழுதப்பட்டவை. தொழிற்சங்கம் உடைபட்டதும், அந்தப் பிளவிலிருந்து குண்டர்களும் தாதாக்களும் வெளிக்கிளம்பி வந்ததும், மிகப் பெரிய கடாவ் ஆலை தாவூதிடம் விலை பேசப்பட்டதும், அதைத் தொடர்ந்து சுனில் கடாவ்வின் கொலையும் என வேர்வையும் ரத்தமும் துப்பாக்கியும் ராம்புரி கத்தியுமாக மாறியதும் இந்த இடம்தான்.

ஐந்து நட்சத்திர அங்காடியும், ஓவியக் கூடங்களும், ஹோட்டல்களும், வானம் தொடும் கட்டடங்களும் எழும்பியுள்ள இந்த இடம் கட்டுமானத் தொழிலதிபர்களின் வெற்றி. பணமுதலைகளின் வெற்றி. முன்னேறத் துடிக்கும் நடுத்தர மனிதர்கள் ஈசல்களாய்ப் பெருகுவது இங்குதான். இவளும் அந்த ஈசல்களில் ஒருத்திதான்.

கம்மு பேசுவதை நிறுத்திவிட்டுப் பாத்திரம் கழுவ முற்பட்டிருந்தாள் எதையோ முணுமுணுத்தபடி. உற்றுக் கேட்டபோது, அது மும்பைசா லாவணியின் வரிகள். “நெருப்பைத் தின்று

சாம்பலைக் கழிபவர்கள் நாங்கள்" என்று கிரன்காவ்வாசிகள் கூறும் கவிதை. இது தேவர்களின் சிற்பி விஸ்வகர்மா எழுப்பிய நகரம் அல்ல. நெருப்பிலிருந்து தப்பித்த அசுரர்களின் சிற்பி மயன் எழுப்பியது.

நகரங்கள் எழ வனங்களும் வனம்சார் வாழ்க்கையும் எரிக்கப்படுவதுதான் புராணக் கதை. கண்டவப் பிரஸ்தம் நெருப்பில் அழிந்த பிறகுதான் எழும்பியது இந்திரப் பிரஸ்தம். நாகர்களின் வீடாகவும் எண்ணற்றப் பறவைகள் மிருகங்கள் இவற்றின் குடியிருப்பாகவும் இருந்த அதுதான் தீக்கிரையாக்கப்பட்டது. வயல் வெளிகள், பழத்தோப்புகள், பூந்தோட்டங்கள், நகரம் இவை வனங்களை அழித்தால்தான் உருவாகும். அதுதான் தர்மருக்குக் கிருஷ்ணர் தந்த பதில்.

நெய் சாப்பிட்டுக் கொழுத்திருந்த அக்னி தன் உடல் கரைந்து பொலிவு பெற வனத்தை அழிப்பதுதான் வழி என்று நினைத்துத் தன் நெருப்பு நாவுகளால் தின்ற வனம்தான் கண்டவப் பிரஸ்தம். எல்லாம், எல்லாம் அழிந்தன. மான்கள், சிங்கங்கள், பாம்புகள், குரங்குகள், ஆமைகள், புறாக்கள், கிளிகள், தேனீக்கள், சாரிசாரியாகப் போன எறும்புகள், மரங்கள், புதர்கள், கொடிகள், மூலிகைச் செடிகள், புல் பூண்டு எதுவும் எஞ்சவில்லை.

இந்திரப் பிரஸ்தம் எழும்பியது. ஓவியம், இசை மற்றும் நடனம் கற்ற கலைஞர்களும் கைவினைக் கலைஞர்களும் வியாபாரிகளும், தொழிலாளிகளும் வந்து குழுமினர்.

கம்மு மும்பைசா லாவணியை முணுமுணுத்தபடிதான் இருந்தாள். சமையலறைக் கதவினூடே வரவேற்பறையின் பால்கனி தெரிந்தது. தூரத்தே ஆலையின் புகைபோக்கி தெரிந்தது.

இந்திரப் பிரஸ்த நெருப்பிலிருந்து ஒரு தட்சகன் தப்பித்து வந்தான் பழி தீர்க்க. இது நவயுகம். பல தட்சகர்கள் வரலாம். தட்சகர்களை நினைவூட்டும் நிகழ்வுகள் நேரலாம். இடிந்து, இருண்டு கிடக்கும் ஆலைகள் பெரும் குற்றவெளிகளாகலாம். அங்கே வன்புணர்வுகளும், கொலைகளும், போதை மருந்து கடத்தல்களும், வக்கிர வெறியாட்டங்களும் நடைபெறலாம்.

பாத்திரம் கழுவும் வேலையை முடித்துவிட்டாள் கம்மு. தன் வலுவான கைகளால் சப்பாத்தி மாவை அடித்து அடித்துப் பிசைய ஆரம்பித்தாள்.

கபாடபுரம், இதழ் 2, 2.1.2016

O O O

பயணம் 21

விடியலுக்குச் சற்று முன்தான் விமானம் இறங்கத் தொடங்கியது. வெளியே வந்தபோது இதமான மென் குளிர். சாம்பல் வானில் இன்னும் நட்சத்திரங்கள் மீதமிருந்தன.

ஸாத் பங்களாவின் முனை திரும்பும்போதே கடல் காற்று அடிக்கத் துவங்கியது அங்கு வசிப்பவர்கள் உணரவே முடியாத வலை நாற்றத்துடன். தெரு நாய்கள் வண்டியைப் பார்த்து முனகலாகக் குரைத்தன. பெரிய குடியிருப்பின் மூலையில் காமும்மா விடாது பற்றிக்கொண்டிருந்த, ஓடுகள் வேய்ந்த பழம் வீட்டில் விளக்கு எரிந்தது. இவள் வருகிறாள் என்று எதிர்பார்த்துக்கொண்டிருப்பாள். முன்னறையின் சன்னலின் மெல்லிய திரைச்சீலையின் பின் சக்கர நாற்காலியில் அமர்ந்தபடி நிழலாகத் தெரிந்தாள்.

குடியிருப்பின் காவல்காரனின் தூக்கத்தைக் கெடுக்காமல் வண்டியை நுழைகதவருகேயே நிறுத்திவிட்டு, கடகடவென்று சத்தம் போடும் சக்கரங்கள் உள்ள பெட்டியை இழுத்துக்கொண்டு போகாமல் தூக்கிக்கொண்டுபோனாள். இவள் அழைப்பு மணியை அழுத்தும் முன்பே கதவு திறந்து, காமும்மாவுடன் இருக்கும் மந்தா கையிலிருந்த பெட்டியை வாங்கிக்கொண்டு உள்ளே போனாள்.

சன்னல் பக்கத்திலிருந்து சக்கர நாற்காலியை வேகமாகத் தள்ளியபடி வந்த காமும்மாவை ஓடிப்போய் அணைத்துக் கொண்டாள். காமும்மா விம்முவதுபோல் பட்டது. சக்கர நாற்காலியை மெல்ல மீண்டும் சன்னல் பக்கம் தள்ளியபடி,

"ஏய், அழறியா?" என்றாள்.

"இல்ல. நீ வருவேன்னுட்டு எதிர்பார்க்கல..." குரல் கமறியது.

"பின்ன? ஃபோன்ல 'மனசே சரியில்லே'ன்னுட்டுப் பத்து தடவை எம்பத்தைஞ்சு வயசு அம்மா சொன்னா வராம இருக்க முடியுமா? என்னதான் ஆச்சுது உனக்கு?" கன்ன எலும்பு மேடிட்டிருந்த முகத்தைப் பார்த்து நெற்றியில் முத்தமிட்டாள். அணைத்துக்கொண்டாள் மீண்டும்.

அவள் அணைப்பில் தன்னை மேலும் புகுத்திக்கொண்ட காமும்மாவின் உடல் மெல்லக் குலுங்கியது.

மந்தா பக்கத்திலிருந்த முக்காலியில் இரு கோப்பைகளில் இஞ்சி மணம் வீசும் தேநீரைக் கொண்டுவந்து வைத்தாள். காமும்மாவின் முதுகைத் தடவி, மெல்ல நிமிர்த்தி, தேநீர்க் கோப்பையைக் கையில் தந்தாள்.

கோப்பையைக் கையில் எடுத்துக்கொண்டு அறையில் கண்ணை ஓட்டினாள். எதுவும் மாறவில்லை. அறையின் மூலையில் அறைக்குக் களையூட்டியபடி பட்டுத் துணி சுற்றிய ராசப்பாவின் மிருதங்கம் இருந்தது. அதன் மேல் காமும்மாவின் சலங்கைப் பெட்டி இருந்தது 'உன்னால்தான் நான்' என்றபடி.

காமும்மாவை விட ஐந்து வயது இளையவர். அவர் முன்னால் போய்விடுவார் என்று யார் எதிர்பார்த்திருக்க முடியும்? புகையிலை தவிர ஒரு கெட்ட வழக்கம் கிடையாது. "நாதிர்தீம் தன தீரனா" என்ற சங்கராபரணத் தில்லானாவை காமும்மா ஆடி முடித்தபின் மிருதங்கத்தில் வெற்றி ஒலிபோல் ஓங்கி ஒரு தட்டுத் தட்டிய பிறகுதான் பின்னால் சாய்ந்தார்.

"ராசப்பாவை நினைச்சுக்கிட்டியா?" என்றாள் காமும்மா விடம். வாத நோயால் மெலிந்து விறைத்துப்போன கையில் இருந்த கோப்பையைச் சன்னல் படியில் வைத்துவிட்டு, இவளைப் பார்த்து மெல்லச் சிரித்தபடி, "வீடு முழுசும் அதுதானே இருக்கு?" என்றாள் காமும்மா. காமும்மாவுக்கு ராசப்பா அது. அவருக்கு காமும்மா அது. ஒருவரையொருவர் அஃறிணையாக்கி ஒரு காதல்.

மெல்ல சக்கர நாற்காலியைத் தள்ளிக்கொண்டு போய் காமும்மாவைச் சோபாவில் உட்காரவைத்து, கீழே அவள்

சிவப்புக் கழுத்துடன் ஒரு பச்சைப் பறவை

காலடியில் அமர்ந்து, அவள் மடியில் தலையைச் சாய்த்துக் கொண்டாள். அவள் தலையில் காமும்மாவின் கை படிந்தது. "சொல்லு காமும்மா, என்னதான் விஷயம்?" என்று தலையை உயர்த்தி அவளைப் பார்த்தவாறே கேட்டாள் அந்தக் கேள்வி ஒரு பயணத்துக்கு வித்திடும் என்பதை அறியாமல்.

O O O

காமும்மாவை வாத நோய் முடக்கிப் போட்டு பல ஆண்டுகள் ஆனபின்னும் அவள் பொதுவெளியிலிருந்து விலகியிருக்கவில்லை. ராசப்பாவின் மறைவுக்குப் பின் அவள் ஆடாவிட்டாலும் அவள் மாணவிகளும் மாணவர்களும் பலர் பிரபலமாகியிருந்தனர். எண்பது வயதுக் கொண்டாட்டமும் நடந்தது. அப்போதே கலா ரசிகர்களும் விமர்சகர்களும் அவள் வாழ்க்கைக் குறிப்புடன் அஞ்சலிக் கட்டுரைகள் தயார் செய்துவிட்டனர். இதுவரை, "அவங்க இடதுசாரிதான். ஆனால் அந்தக்கால காந்தியவாதி" என்று முணுமுணுத்துக்கொண்டிருந்த இடதுசாரிக் கட்சிகள் கூட அவள் நவீன சமூகத்தின் பிரச்சினைகளை மையமாக்கிச் செய்த நாட்டிய நாடகங்களை மனத்தில்கொண்டு, ஒரு கூட்டம் கூட்டி விருது வழங்கிவிட்டன. அவர்கள் தந்த ஊக்கத்தில்தான் அவள் ரஷ்யா மற்றும் பல கிழக்கு ஐரோப்பிய நாடுகளுக்குப் போனாள் என்று சொல்ல மறக்கவில்லை. இந்திரா காந்தி அவசரகாலப் பிரகடனம் செய்தபோது எதிர்த்த கலைஞர் என்று புகழ்ந்தன. ஒரு நள்ளிரவில் அவள் கதவு தட்டப்பட்டு அவள் கைது செய்யப்பட்டதை நாடகத்தன்மையுடன் கூறின. வலதுசாரிக் கட்சிகள் அவள் பாரதமாதாவுக்கு உகந்த புத்திரியா இல்லையா என்று தீர்மானிக்க முடியாமல் தவித்தன. காமும்மா முறையே தஞ்சாவூரில் நடனம் பயின்றிருந்தாலும் கோவில் கூடத்தின் சிறு சதுரமான ஆடலரங்கை உடைத்து அதை விஸ்தாரமான மேடையாக்கியவள். ஐம்பதுகளில் பளீர்க் கறுப்பில் அரக்கு வண்ணக் கோபுரக் கரையிட்டக் கைத்தறிப் புடவையும் அரக்கில் கறுப்புக் கோடுகள் போட்ட ரவிக்கையுமாக அவள் அகன்ற மேடையின் ஒரு புறத்திலிருந்து இன்னொரு புறம் கைகளை விரித்து ஆடியபடி போனபோது பழமை தோய்ந்த பல உள்ளங்கள் அதிர்ந்தன. அவள் கட்டியிருந்த புடவை நாபியின் கீழே இருந்தது மேலும் அதிர்ச்சியை ஊட்டியது. அவள் குரு நாகப்பா பிள்ளை மாத்திரம் முகத்தில் பூரிப்புடன் நட்டுவாங்கம் செய்தார். அவர் மகனான ராசப்பாவின் மிருதங்கம் வேறு "முறி, எல்லாவற்றையும் முறி" என்று ஓங்கி ஓங்கித் தட்டியபடி. எவ்வளவுதான் தணிக்கை செய்து அவள் வாழ்க்கைக் குறிப்பை எழுதினாலும் அதில் பூமியின் ஏகப்பட்ட அடிமட்ட பூகம்பக் கோடுகள். அவற்றைத் தவிர்ப்பது கடினம். மேடையில் ஆடக் கூடாது என்று தடுத்த உயர்மட்டக்

குடும்பத்துக் கணவனை விட்டுவிட்டு வயிற்றில் மூன்று மாதக் குழந்தையுடன் வெளியேறியவள். தன்னிச்சைப்படி ஆடியவள். அகிலத்தையே மிருதங்கத்தில் காட்டிய, அவளை விட ஐந்து வயது இளைய ராசப்பாவுடன் திருமணம் செய்துகொள்ளாமல் வாழ்க்கையை வாழ்ந்தவள். மும்பாயில் குடிபுகுந்து அதன் கலையுலகின் மாற்று முயற்சிகளில் பங்கேற்றவள். அக்கமகாதேவி பற்றிய ஆவணப் படத்தின் ஒரு கட்டத்தில் அவளைப் போலவே, நீண்ட கூந்தலால் மட்டுமே தன் உடலின் முன்பாகத்தை மறைத்துச் சில கணங்கள் தோன்றியவள். காந்தியின் வாழ்க்கையை நாட்டிய நாடகமாகச் செய்தாலும், கதர் கட்டினாலும் மது அருந்துபவள். புரந்தரதாசரின் தேவர்நாமாக்களிலும் பசவண்ணா மற்றும் அக்கமகாதேவியின் வசனங்களிலும் மனத்தைப் பறிகொடுத்தாலும் கடவுள் பக்தியில்லாதவள். தியாகராஜர் கீர்த்தனைகளில் உருகினாலும் ராம பக்தி எனும் வெறி இல்லாதவள். ராசப்பா சிலசமயம் "உற்றாரை யான் வேண்டேன், ஊர் வேண்டேன் பேர் வேண்டேன், கற்றாரை யான் வேண்டேன், கற்பனவும் இனி அமையுங் குற்றாலத்தமர்ந்துறையுங் கூத்தா! உன் குரை கழற்கே கற்றாவின் மனம் போலக் கசிந்துருக வேண்டுவெனே!" என்று உரத்துச் சொல்லி மனம் கசிந்தபோது அதில் மனம் கசிந்தவள். தகப்பன் பெயரை விடுத்துத் தன் தாயின் பெயரைத் தன் பெயருடன் இணைத்துக்கொள்ளப்போகும் மகளுக்கு அனன்யா, அபூர்வமானவள், என்று பெயரிட்டவள். ராசப்பாவுடன் அவள் உறவு என்ன என்பதை வெளிப்படையாக மகளுக்குக் கூறியவள்.

இவ்வளவும் செய்தவள், மடியில் உள்ள அனன்யாவின் தலையை வருடியபடி "மனசே சரியில்லை" என்கிறாள். இவளால் நம்ப முடியவில்லை.

தன் வாழ்க்கைக் குறிப்புகள், புகைப்படங்கள், நடன நிகழ்ச்சிகளின் நிகழ்ச்சி நிரல்கள், நடனக் குறிப்புகள், ராசப்பாவுக்கு எழுதிய கடிதங்கள் எல்லாவற்றையும் கோப்புகளில் சீராக வைத்து அடுக்கியிருந்தாள் ஏதோ புறப்பாடு ஒன்றிற்கு ஆயத்தம் செய்வதுபோல்.

"அனன்யா, ஞாபகம் இருக்குதா? பத்து பதினைஞ்சு வருஷம் முன்னால அந்த அரசாங்க நிறுவனம் கேட்டுதுன்னுட்டு ஒரு நூறு பக்கம் என் வாழ்க்கைச் சரிதம் எழுதி, அவங்க புஸ்தகமா போட்டாங்களே?"

"அதுக்கு என்ன இப்போ?"

"ஒரு பிரதி கூட இல்லடி என்கிட்ட. எத்தனையோ லெட்டர் போட்டுட்டேன். பதிலே இல்ல. அது என்னவோ விக்காத

பழைய புஸ்தகங்கள எரிச்சுடுவாங்களாமே? பானு சொன்னா. நீ ஒரு நடை போய் விசாரிக்கிறியா? எரிக்கவா எழுதினேன்?"

"உளறாத காமும்மா. யார் எதைச் சொன்னாலும் நம்பிடுவே நீ."

"இல்ல, நீ டெல்லி போய் விசாரி. மனசே சரியில்ல."

❍ ❍ ❍

அந்தக் கிடங்கு அரசாங்க நிறுவனத்தின் கட்டடத்துக்குச் சற்றுத் தள்ளி இருந்தது. நிறுவன இயக்குனர் தந்த வரவேற்பு அவ்வளவு உவகை கூடியதாக இருக்கவில்லை. "காந்தியவாதி என்று சொல்லிக்கொண்டு தாராளமாக வைன் குடிக்கும் அந்த நாட்டியக்காரியா?" என்று கேட்டார் சுத்த ஹிந்தியில். நடனக் கலைஞருக்கு அவர் உபயோகித்த ஹிந்திச் சொல் வசைமொழியாக உபயோகிக்கும் சொல்லாக இருந்தது. அதுதான் காமும்மாவின் நீண்ட நடன வாழ்க்கையைக் குறித்த அவர் கணிப்பா என்று நினைத்துக்கொண்டாள். விற்பனைக் கணக்குப் பார்த்துக் கூற அதிகாரி ஒருவரை அவர் கூப்பிட்டபோது, பிரதிகள் தேவை என்று அவள் மெல்லக் கூற, அலுவலகச் சிப்பந்தி ஒருவரை பழைய வெளியீடுகளை வைக்கும் கிடங்குக்கு அவளுடன் அனுப்பினார். பழைய பூட்டொன்றைத் திறந்ததும் ஒரு நீண்ட தாழ்வாரம்போல் இருந்தது கிடங்கு. சன்னல்களில்லை. காலதர்கள் மூடியிருந்தன. இருட்குகை ஒன்றில் நுழைவதுபோல் இருந்தது. மங்கிய விளக்கொன்றைப் போட்டார் சிப்பந்தி. புகைபோல் பரவியிருந்த தூசு மூக்கில் ஏறியது.

"எந்த வருஷம் போட்டதும்மா?" என்றார்.

பத்துப்பதினைந்து வருடங்களுக்கு முன் என்றதும் பத்தடி உள்ளே போய் குவிக்கப்பட்டிருந்த புத்தகங்களில் தேட ஆரம்பித்தார். பிரசுரம் காணாத கைப்பிரதிகளும் இருந்தன போலும். அவை வண்ணம் மங்கிய அரசுக் கோப்புகளில் ஒரு பக்கம் கிடந்தன செத்த பல்லிகள்போல்.

கிடங்கின் கோடியில் இருந்த புத்தகங்கள் பற்றிக் கேட்டாள்.

"இதோ பாருங்கம்மா. மேல இருக்கறவங்க மனசுப்படி புஸ்தகம் கேட்டு வாங்கிப் போடுவாங்க. ஒருத்தர் போய் இன்னொருத்தர் வந்தா, அவர் போட்ட புஸ்தகம் இவருக்குப் பிடிக்காது. கிடங்குக்கு வந்துடும். அந்தக் கடைசி மூலையில இருக்கறது ரொம்பப் பழைய புஸ்தகங்களா இருக்கும் இல்ல கைப்பிரதிகளா இருக்கும். நானே பாத்தது கிடையாது. நான் இங்க வந்து பதினஞ்சு வருஷம் ஆயிட்டது."

கிடங்கின் மூலையில் தூசி படிந்து, சுவரின் மேல் சாய்த்து வைத்திருந்த, கறையான் அரிக்காமல் இருக்கத் தெளித்திருந்த மருந்தின் நெடியையும் மீறிச் சில தைரியமான கறையான்கள் அரிக்கத் தொடங்கியிருந்த புத்தகங்களைப் பார்த்தாள். அது கிடங்கு அல்ல, ஒரு சரித்திரப் புதையல் என்று தோன்றியது. ஒரு காலகட்டத்தில் அரசாங்கம் வெளியிட்டபின் இன்னொரு காலகட்டத்தில் அதே அரசாங்கமோ இன்னொரு அரசாங்கமோ மறைக்க நினைத்த எத்தனைச் சரித்திரங்கள் அங்கிருக்கும் என்று நினைத்தாள்.

இடிக்கப்பட்ட வழிபாட்டு ஸ்தலங்கள் பற்றிய உண்மைகள், இடிபாடுகளுடனிருக்கும் சிதிலமடைந்த கோவில்களின் சரித்திரம், இனப்படுகொலைகளின் குருதி பூசிய அனுபவங்கள், முரண்படும் அரசியல்களில் அழியும் இனங்கள் என்று எத்தனையெத்தனை இங்கு பிரசுரம் காணா கோப்புகளிலும் பிரசுரித்து முடக்கப்பட்ட புத்தகங்களிலும் சிதறிக் கிடக்கின்றனவோ? யார் தேச பக்தர் யார் தேச பக்தர் இல்லை, யார் நாட்டுக்கு உழைத்தவர் யார் நாட்டைக் கூறு போட்டவர் என்ற விவாதங்களில் சிக்கிக்கொண்ட எத்தனை நபர்களின் குரல்கள் இங்கு மொழியாகாமலும் மொழியாகியும் ஒலிக்காமலும் கிடக்கின்றனவோ? பெயரில்லாமல் போய்விட்டப் பல தேவதாசிக் கலைஞர்களின் சரித்திரம், இசை வேளாளக் குடும்பச் சரித்திரங்கள் அங்கே புதையுண்டிருக்கலாம். சுவரில் வரைந்து பின் காகிதத்தில் தீட்டிய மதுபனி, வார்லி, ஸ்ந்தால் ஓவியர்கள் இங்கே கறையான்களை எதிர்நோக்கிக் கிடக்கலாம். பல ஆதிவாசிச் சரித்திரங்கள் மக்கிப் போயிருக்கலாம். நதிகளுக்காக, மனித உயிர்களுக்காக, விலங்குகளுக்காகச் செய்யப்பட்ட பல போராட்டங்கள் பல அதிகாரக் கைகளில் சிக்கி இங்கு தூசியைப் பூசிக்கொண்டு மடியக் காத்திருக்கலாம்.

அத்தனையையும் விழுங்கிய மலைப் பாம்பாய் நீண்டு கிடந்தது கிடங்கு.

“கிடங்குல இடம் இல்லாம போனா என்ன செய்வாங்க?”

“யாருக்குத் தெரியும்? குப்பையில போடுவாங்களோ எரிப்பாங்களோ, எனக்குத் தெரியாது. இன்னும் பத்து வருஷத்துல நான் ரிடையர் ஆயிடுவேன்” என்று கூறியபடி சிப்பந்தி காமும்மா வின் புத்தகத்தின் இருபது பிரதிகளைக் கண்டெடுத்து அவளிடம் தந்தார்.

காமும்மாவின் புத்தகத்தைப் பார்த்தாள். “கற்றாவின் மனம்” என்ற பொருள்படப் புத்தகத்துக்குப் பெயரிட்டிருந்தாள் ஆங்கிலத்தில். அந்தக் கூத்தனை நினைத்துக் கற்றாவின்

மனம்போலக் கசிந்துருகிய ராசப்பாவின் குரல் கேட்டிருக்கும் அந்த மனத்துக்கு. சிவனின் ஆடிய பாதங்களை புதிய கற்பனைகளில் வடிக்க விழைந்த மனம் அது. அரசியல் குறியீடாகிப்போன கிடங்கொன்றின் தூசியிலும் குப்பையிலும் கறையான்களையோ நெருப்பையோ எதிர்கொள்ளக் காத்திருக்கும் மனம்.

சிப்பந்தி கிடங்கைப் பூட்டினார். வதைபடும் மிருகம் ஒன்றின் ஈனக் குரல்போல ஓசையிட்டு, துருப்பிடித்தப் பூட்டு இறுகப் பூட்டிக்கொண்டது.

தி இந்து, *சித்திரை மலர்*, 2017

o o o

வீழ்தல்

இரவு நேரம். பனிரெண்டாம் மாடியின் பால்கனியில் நின்றுகொண்டிருந்தாள். சிம்லாவின் மலைகள் சூழ்ந்த ஹோட்டலை அவள் கவனமாகத் தான் தேர்ந்தெடுத்திருந்தாள் தற்கொலைக்கு ஏற்ற இடமாய். ஐம்பது வருடங்களுக்கு முன் சத்யாவுடன் வந்து இருந்த ஹோட்டல். அப்போது பத்தே அறைகள் கொண்டதாய் இருந்தது. அதன்பின் சென்ற வருடம் ஐம்பது ஆண்டுகள் சேர்ந்து வாழ்ந்ததைக் கொண்டாட மீண்டும் வந்தபோது பதினைந்து மாடிக் கட்டடமாய் இருந்தது. சுற்றிலும் அதே மலைகள் இல்லை. சிதைந்திருந்தன.

மீண்டும் அதே பால்கனி. கரிய வானம். கொத்துக் கொத்தாய்த் தாரகைகள். பிடித்துக்கொண்டு தொங்கலாம்போல் பிறை நிலவு. வெகு கீழே, ஆழத்தில் வெல்வெட் பொட்டுக்களாய்த் தெரிந்தன கரும்பாறைகள்.

மனத்தில் பெஹாக் ராகம் மிதந்து வந்தது. சத்யாவுக்குப் பிடித்த ராகம். புரந்தரதாசரின் "நானேக்கே படவனு நானேக்கே பரதேசி" பாடலின் ராகம். "நான் ஏன் ஏழை, நான் ஏன் பரதேசி, பெரும் நிதியாய் ஹரி நீ என்னிடம் இருக்கும் வரை" என்று தொடங்கும்.

எழுபதுகளின் இடைப்பட்ட ஆண்டுகள். இந்திரா காந்தி அவசரகாலப் பிரகடனம் செய்தபின் வந்த ஆண்டு. அவனுக்கு அரசு வேலை. பல வகை மனச்சோர்வு. அலுவலகக் கான்டீனில் ஒரு நாள் நுழைந்தபோது திடீரென்று வெறும் கோப்பைகளின்

சத்தம் மட்டுமே கேட்டதாகச் சொன்னான். சமையலறையிலிருந்து ஒரு நெடுமூச்சு கேட்டதாம். கடும் உழைப்பு, தொலை நோக்கு, உறுதியான நோக்கம், கட்டுப்பாடு என்ற அவசரகாலத் தாரக மந்திரங்கள் எழுதிய பலகையின் கீழ் நின்றபடி கான்டீன் உரிமையாளர் விட்ட மூச்சு. சற்று முன்புதான் அங்கு வேலை செய்த இரு தொழிற்சங்க உறுப்பினர்களை ஏதோ விசாரணைக்குக் கூட்டிப்போயிருந்தார்கள். முன்பு போனவர்கள் திரும்பியிருக்க வில்லை. வேலையை விட்டான். குறிப்பிட்டக் காரணம் எதுவும் இருக்கவில்லை. மூச்சு விட முடியாதபடி நெஞ்சை அடைப்பதாகக் கூறினான். அவள் மடியில் முகம் புதைத்து அழுதான். “டெல்லியை விட்டுட்டுப் போயிடலாம்” என்பதே புலம்பலாக இருந்தது. அதற்கு முன்தினம்தான் சன்னல் அருகே இரண்டே அடி இருந்த இடத்தில் மல்லிகைப் பதியனிட்ட பூத்தொட்டி ஒன்றை வைத்திருந்தாள். அதைப் பார்த்தபடி அவன் தலையைத் தடவினாள்.

“எங்க போகலாம்?” என்றாள்.

“பம்பாய்” என்று அவள் தொடையில் அவன் உதடுகள் அசைந்தன.

“நீ போய் வேலை தேடிட்டு, வீடு பார்த்துட்டு என்னைக் கூப்பிடுறியா?”

“நீயும் வா என்னோட. தனியா போக மாட்டேன்.”

“என் வேலையையும் விட்டுட்டா செலவுக்கு என்ன செய்யறதாம்?”

“தனியா என்னால போக முடியாது, கமலா.”

அவன் செவி மடல்களைத் தடவித் தந்தாள். அடுத்த வாரம் கிளம்பியபோது அடுக்கு மல்லிகை ஒன்றே ஒன்று மலர்ந்திருந்தது. பூத்தொட்டியைத் தோழி ஒருத்தியிடம் தந்தாள்.

பம்பாயில் இண்டும் இடுக்கும் பலர் வீட்டு வரவேற்பறையுமாக வாசம் செய்துவிட்டு ஒற்றை அறை ஒன்று. பாலில்லாத் தேநீரை இரு கோப்பைகளில் நிறைத்து அவள் முன் வைத்துத் தானும் அமர்ந்துகொண்டான் ஒரு நாள். ஒரு தட்டில் உலர்ந்த ரொட்டி. பத்து நாட்களாக அதுதான் உணவு. கூடவே பெஹாக்கும். “நான் ஏன் ஏழை, நான் ஏன் பரதேசி” பாடல். ‘பெரும் நிதியாக நீ என்னிடம் இருக்கும் வரை’ என்ற அர்த்தத்தில் “ஸ்ரீநிதி ஹரி எனகே நீனிருவ தனக” என்ற இரண்டாம் வரியில் அவளே தன் ஹரி என்பதுபோல் அவள் கண்களுள் பார்வையைத் துளைத்தபடி கன்னத்தைத் தடவினான்.

கன்னத்தைத் தடவிக்கொண்டாள்.

❍ ❍ ❍

முதல் முறை சிம்லா வந்தபோது வாழ்க்கையில் கால்களை ஊன்றி நின்ற காலம். ஆதி பிறந்திருக்கவில்லை. அப்போதும் வானம் அன்று வரைந்த ஓவியமாய் பட்டுக் கரு நீலத்தில். அரை மதி. ஐம்பதாண்டுகளுக்குப் பிறகு சென்ற ஆண்டு வந்தபோது மாறாத அதே ஓவியமாய் வானம். நிலவு மட்டும் அப்போது பால் பொங்கலாய்.

இன்று. இப்போது. சத்யா இல்லாமல். ஒற்றை நூலாய்ப் பிறை.

மூச்சுத் திணறியபோது சொன்னான்.

“கமலா, பைத்தியக்காரன்னுட்டு நினைச்சுக்காத. என்னை அணைச்சுக்கிறியா? பயமா இருக்கு சாக.”

உடலெல்லாம் ரப்பர் குழாய்கள். ஏதேதோ இயந்திரங்களுடன் இணைத்தபடி. பக்கத்திலேயே ஆதி இருந்தான். முகம் உறைந்திருந்தது.

குழாய்கள் எல்லாம் தொங்கியபடி இருக்க அவனைக் கையில் ஏந்திக்கொண்டாள். “ஸ்ரீநிதி...” என்று முணுமுணுத்தான். “ஸ்ரீநிதி ஹரீ எனகே நீனிருவ தனக” என்று முனகினாள் அவன் செவியில். தொண்டை அடைத்தது. பெஹாக்கில் அவன் கரைந்து போனான்.

❍ ❍ ❍

அப்படி ஆகியிருக்க வேண்டியதில்லை. இரவு அவன் கழிப்பறை செல்ல எழுந்தபோது விழுந்திருந்தான். தலையில் அடி. காலையில்தான் பார்த்தாள். இருவரும் போட்டிபோட்டுக்கொண்டு நடைப் பயிற்சி, மூச்சுப் பயிற்சி என்று ஆரோக்கியமாக இருந்தனர். கீழே அவன் தலையின் அடியே தேனடையாய் உறைந்திருந்தது ரத்தம். அண்டை வீட்டுப் பையன் உதவியோடு ஆஸ்பத்திரி போனபின் ஆதிக்குத் தகவல் தெரிவித்தாள். வந்தான் அமெரிக்காவிலிருந்து.

சிகிச்சை பயனளித்தபடி இருந்தது. மூளையில் ரத்தக்கட்டி. உயிர் காக்கும் கருவிகள் பொருத்தப்பட்டிருந்தன. தொண்டையில் துளை போட்டு குழாய் போட்டால் தொற்று ஏற்படாமல் தவிர்க்கலாம் என்றார் டாக்டர். உடல்நிலை சீரானதும் துளைக் குழாயை எடுத்துவிடலாம் என்றார். அவர்கள் முடிவு செய்ய வேண்டும் என்றார்.

“முழுவதும் சரியாகிவிடுவாரா?” என்று அவரிடம் கேட்டான் ஆதி ஆங்கிலத்தில்.

"எவ்வளவு வயது?" என்று கேட்டார் டாக்டர்.

"எழுபத்தஞ்சு."

"ஹூம். காலாவதியாகும் நேரம்தானே? யோசிச்சுச் சொல்லுங்கள்" என்றார்.

அதற்கான செலவுகளையும் பட்டியலிட்டார்.

காலாவதியாகும் நேரமா? சத்யா காலாவதி தேதி ஒட்டிய பண்டமா என்ன?

டாக்டர் போனதும் ஆதியிடம், "வேற ஆஸ்பத்திருக்குப் போகலாம்" என்றாள்.

அவளைச் சற்றுத் தள்ளி அழைத்துப்போய், "அம்மா, டாக்டர்லாம் அப்படித்தான் பேசுவாங்க. விடுங்க." என்றான்.

"இவர்தான் அந்தத் தொண்டைத் துளையைப் போடுவாராமா?"

"இல்ல. இன்னொருத்தர். யோசிக்கலாம்மா."

"செலவைப் பத்தி யோசிக்காதே. சத்யாவுக்கு இன்ஷ்யூரன்ஸ் இருக்கு. என் நகையும் இருக்கு."

"பார்க்கலாம்."

அவள் கீழே கான்டீன் போய் டீ குடித்துவிட்டு வருவதற்குள் முடிவெடுத்திருந்தான் தொண்டையில் துளை போடவேண்டாம் என்று.

"அது எப்படி நீ முடிவெடுக்கலாம்?" என்றாள்.

"அம்மா, உயிர நீடிக்கறதுல என்ன பிரயோசனம்? நான் எத்தனை தடவைதான் வர முடியும் அமெரிக்காலேந்து? வந்தோம், வேலையை முடிச்சோம். போனோம்னுட்டு இருக்கணும் இல்ல?"

"வேலையை முடிக்கறதா? டேய், யார் வேலையை யார்டா முடிக்கறது?"

"உங்கம்மா கொஞ்சம் இமோஷனல் போல. வெளியே கூட்டிட்டுப் போயிடுங்க" என்றாள் நர்ஸ்.

திரும்பி சத்யாவைப் பார்த்தாள்.

குழறியபடி, "கமலா, இஞ்சி டீ வேணும்" என்றான்.

பெரிய டீ மாஸ்டர் அவன். காலையில் எழுந்ததும் டீக்கெண்டியைப் பால் குக்கரின் ஆவியில் சூடாக்கிவிட்டு, பீங்கான் குவளைகளையும் அப்படியே சூடாக்குவான்.

இஞ்சியைத் தோல் சீவிக் கழுவி, மசாலா பொடிக்க வைத்திருக்கும் சிறு குழவியால் நசுக்கி, தண்ணீரில் போடுவான். கொதித்தபின், அஸ்ஸாம் டீத்தூளைப் போடுவான். படுக்கையிலிருந்து எழாமல் பார்த்துக்கொண்டிருப்பாள். இரண்டு கொதி வந்ததும் மூடிவிட்டு, டீக்கெண்டியில் ஊற்றிவிட்டு தொப்பி போட்டு மூடுவான். அது தயாராக இரண்டு நிமிடங்கள் ஆகும்.

இளம் மஞ்சளில் நீலத் தீட்டுகள் உள்ள குவளைதான் அவளுடையது. அதில் ஊற்றி, சிறிது பால் விட்டுக் கலக்கி, ஒரு சிறு எவர்சில்வர் வட்டிலில் வைத்து அவள் பக்கத்தில் வைத்து "குட் மார்னிங்" என்பான்.

நிதமும் நடக்கும் காலைச் சடங்கு.

படுக்கைலிருந்து தலையைத் தூக்கி, மீண்டும், "கமலா, இஞ்சி டீ வேணும்" என்றான் சத்யா குழறியபடி.

சொன்னாற்போல் தொற்று வந்தது. சத்யா முடிந்துபோனான். ஆதி திரும்பிப் போனான். ஒரே மாதத்தில் வீட்டை விற்றாள். அனைத்துப் பொருட்களையும் வினியோகித்தாள். அவள் புத்தகங்களையும் ஒழித்தபோது கையில் அகப்பட்டது அது. அவள் அப்பாவின் பெயர் போட்ட ஸ்வேதாஸ்வதார உபநிஷத். எப்போதோ பதினைந்து வயதில் அப்பா அதிலிருந்து சில சுலோகங்களைச் சொல்லித் தந்திருந்தார். "எப்போது நாம் பிறக்கிறோம்? ஏன் வாழ்கிறோம்? எங்கு முடிவில் அமைதியுறு கிறோம்?" என்ற கேள்வியுடன் ஆரம்பிக்கும் முதல் சுலோகம். ஜீவாம கேன, ஏன் வாழ்கிறோம்?

சிம்லாவுக்குப் பயணமானாள். மனத்தில் ஓடியபடி இருந்தது. சத்யா தனியாக இருக்கப் பயப்படுவான். அவளுக்கும் எழுபத்திரண்டாகிவிட்டது. காலாவதியாகும் நேரம்தான்.

❍ ❍ ❍

வீழ்தல் அவள் வாழ்க்கையின் அதிமுக்கியமான சொல்லாகத் தோன்றியது. அது அடிக்கடி அவள் மனத்தில் வந்துபோகும் சொல். திருச்சதகத்தில் "வாழ்கின்றாய் வாழாத நெஞ்சமே" செய்யுளில் "பலகாலும் வீழ்கின்றாய் அவலக் கடலாய வெள்ளத்தே" என்று வரும். வீழ்ந்து வீழ்ந்து எழுபவள் அவள். இந்த முறை வீழ்தல் மட்டும் நிச்சயமான ஒன்று.

உணர்ச்சிகள்தாம் எவ்வளவு வேகமாகத் தலையில் ஏறிக் கிறங்கடிக்கின்றன! சத்யாவுடன் வாழ்க்கை கிறங்கடிக்கும் ஒன்றுதான். உச்சத்துக்குப் போனபின் இறங்க வழியில்லை. வீழ்தல்தான் சாத்தியம். பற்றிக்கொள்ள எதுவுமின்றி தலைகுப்புற

வீழ்தல். வலி கூடிய வீழ்தல். அனைத்தையும் சிதறிப் போக வைக்கும் வீழ்தல்.

பால்கனியில் நின்றபடி பிறை நிலவை மீண்டும் பார்த்தபோது ஏன் வாழ்கிறோம், ஜீவாம கேன, என்ற வரி நெஞ்சைக் குத்தியது. "ஜீவாம கேன, ஜீவாம கேன" என்று வாய்விட்டுச் சொல்லிக் கொண்டாள். ஏன் வாழ்கிறோம் என்று சொல்லும்போது உள்ள அடிவயிற்று வலி சமஸ்கிருதத்தில் சொல்லும்போது மூளையில் எங்கோ வலித்தது. சத்யாவின் மூளையில் இருந்த ரத்தக்கட்டிபோல.

இருளாய்க் கிடந்த பள்ளத்தாக்கைப் பார்த்தாள். ரத்தினக் கம்பளமாய் விரிந்து தெரிந்தன பாறைகள். தன்னைப் பார்த்துக் கொண்டாள். எழுபத்திரண்டு வயது. காலாவதியாகிவிட்ட உடல் ஆதியைப் பொறுத்தவரை. வாழும் காலத்தை யார் அளவிடுவது?

அறைக்குள் பார்த்தாள். எல்லாம் சீராக இருந்தது. படுக்கை விரிப்புகள் ஒழுங்காக இருந்தன. எல்லாம் அதனதன் இடத்தில். எந்த விதச் சீர்குலைவும் இல்லை. படுக்கை மேல் கடிதம் இருந்தது யாரும் இதற்குக் காரணம் இல்லையென்று.

பால்கனியின் தடுப்புக் கம்பிகளில் வலதுகாலை வைத்த போது நினைத்துக்கொண்டாள். புதிய உடைகளையும் உள்ளாடைகளையும் அணிந்துகொண்டிருந்தாள். ரத்தின நீலத்தில், கால்களைக் கட்டாமல் சுதந்திரமாக இருக்கவிடும் சௌகரியமான ஸல்வார் கமீஸ். அவள் சடலம் பற்றிய போலீஸ் குறிப்புகள் எந்த வகையிலும் ஆதியை அவமானத்துக்குள்ளாக்காது. எல்லாவித கௌரவத்துடனும் நல்ல ஆடைகளுடன் அவள் இறந்திருக்கிறாள் என்பது அவனுக்கு ஆறுதலாக இருக்கும். தாடை, பற்கள், தோள்பட்டை, கைகால், தொடை எல்லாம் முறிந்து பொடிந்துபோகலாம். ஆனால் முதுகெலும்பு முறியக் கூடாது. அப்போதுதான் ஆதிக்குத் தெரியும் அவள் முதுகெலும்பின் பலம். பெண்களைப் பொறுத்தவரை அது காலாவதியாகாத ஒன்று என்று.

மனத்தில் பெஹாக் ஒலிக்க, இன்னொரு காலையும் தூக்கி பால்கனியின் கைப்பிடிச் சுவரில் அமர்ந்து, மெல்லச் சரியத் தொடங்கினாள்.

இடைவெளி, ஜூலை 2017

○ ○ ○

சிவப்புக் கழுத்துடன் ஒரு பச்சைப் பறவை

சிறு குறிப்பு ஒன்றை விட்டுச் சென்றிருந்தான் வசந்தன். கடிதம் அல்ல. சிறு குறிப்பு மட்டுமே:

போகிறேன். இந்த வீட்டிலும் அதையொட்டிய வாழ்க்கையிலும் மனம் ஒன்றவில்லை. பேசும்போது உதடுகளை உற்றுப் பார்க்கும் தேன்மொழி. அந்தக் கேள்விக்குறி துலங்கும் முகம். ஏன், எதுவுமே நடக்காததுபோல உன் சிரிப்பு. எதையும் தாங்க முடியவில்லை. தாங்க அவசியமில்லை. நான் சுதந்திரமானவன். தளைகளை வெறுப்பவன். உனக்குத் தெரியும். அதனால் போகிறேன்.

குறிப்பைக் கையில் பிடித்தபடி சன்னல் வெளியே பார்த்தாள். பசேலென்ற மரங்கள். யாரோ எப்போதோ நட்ட ஆலமரம் கிளை பரப்பியபடி. தினம் கல்லடி படும் கொய்யா மரம். இடையே ஊடுருவி வளர்ந்த மகிழம்பூ மரம். இரட்டைப் பனை மரம். அலகுப் பனை ஒன்று. பருவப் பனை ஒன்று. குருவிகளும் அணில்களும் அருகிவிட்டன மும்பாயில். காகங்களும் கழுகுகளும் அதிகரித்துவிட்டாற்போல் ஓர் உணர்வு. புறாக்கள் மாத்திரம் கூடு கட்டும் சமயத்தில் இடம் தேடி வந்தன. நகரத்துக்கேற்ற கூடுகள் கட்டுகின்றன காகங்களும் கழுகுகளும். நேற்று கூட மின்சாரக் கம்பித்துண்டுடன் பறந்துகொண்டிருந்தது ஒரு கழுகு. நம்பிக்கை இழக்காதவை தேன்சிட்டுகள்தாம். கீச்சுக்கீச்சென்று கத்தியபடி.

ஓர் இலக்கின்றி எண்ணங்கள் ஓட கண்கள் எதிலும் நிலைக்காமல் வெளியே பார்த்தபடி,

“இதைப் பற்றிப் பேசியிருக்கலாம் வசந்தன்” என்றாள் உரக்க. பதிலேதும் வரவில்லை. பிறகுதான் தான் தேன்மொழியைப் பார்க்காமல் இந்தப் பக்கம் திரும்பியபடி பேசுவது தெரிந்தது. தேன்மொழிக்குச் செவி கேளாது. ஆனால் உதட்டசைவைப் பார்த்துப் பேசும் பயிற்சி உண்டு. அவள் பேசினால் அவளுக்குச் செவி கேளாது என்று யாருக்குமே புரியாது. ஆனால் சிலசமயம் பேசி பேசிக் களைக்கும்போது சைகை மொழியில் பேச ஆரம்பித்துவிடுவாள். அவளுக்குச் செவி கேட்கும் கருவி பொருத்திய நாள் இன்றும் நினைவிலிருந்து மறையவில்லை. அப்படி அலறினாள். துடித்தாள். தவித்தாள். அதை இவள் தன் காதில் பொருத்திப் பார்த்தபோதுதான் தெரிந்தது அதில் மோட்டார் சத்தம், பறவைகளின் கூச்சல், விமானம் பறக்கும் ஒலி, கடலலையின் ஓசை, பேச்சொலி எல்லாமே ஒரே அளவில் கேட்டன, தூரம் அருகாமை என்ற பேதம் இல்லாமல். அதில் பேச்சொலியைப் பாகுபடுத்தி எடுப்பது மிகவும் சிரமமான வேலை என்பது புரிந்தது. அதை வசந்தனிடம் கொடுத்தபோது அவன் அதைச் செவியில் பொருத்திக்கொண்ட பின், “ஐயோ, இது ஒலி வந்து தாக்கற மாதிரி இருக்குது” என்றான் வெளிறிய முகத்துடன். அதைப் பொருத்தியவுடன் தேன்மொழி மழலையில் மிழற்றுவாள் என்று எதிர்பார்த்தவன் அவன். கருவியைக் கையில் வைத்துக்கொண்டு அழுதான். அவளுக்குத் தேன்மொழி என்று பெயர் வைத்தவன் அவன்.

தேன்மொழி சமையலறையில் இரவுச் சமையலுக்கான காய்கறியை நறுக்கிக்கொண்டிருந்தாள். குடமிளகாயைக் குடையும் கத்தியால் குடைந்துகொண்டிருந்தாள் விதைப் பகுதியை நீக்க. பனீர் எடுத்து வைத்திருந்தாள். பனீர் அடைத்த குடமிளகாய்தான் அன்றிரவுக்குப் போலும். எப்போதாவதுதான் தேன்மொழிக்குச் சமைக்கத் தோன்றும். இன்று அதில் இறங்கியிருந்தாள். பனீர் அடைத்த குடமிளகாய். வசந்தனுக்குப் பிடித்தது.

அவளருகில் போய் அவளைத் தொட்டுத் திருப்பினாள். “தேன், அப்பா இரவுச் சாப்பாட்டுக்கில்லை.” என்றாள். அவள் உதட்டசைவைக் கவனித்தபடி இருந்த தேன்மொழி கத்தியைக் கீழே வைத்தாள்.

“ஏன்?” என்றாள்.

“அப்பா வெளியூர் போயிட்டார் அவசரமா. திரும்பி வர கொஞ்ச நாளாகும்.”

இவளை உற்றுப் பார்த்தாள் தேன்மொழி. ஊடுகதிர் கண்கள் அவளுக்கு. இவளருகில் வந்து, “பொய்” என்றாள். “அது என்ன கையில்?” என்று இவள் மறைக்கும் முன் வசந்தனின் குறிப்பு இருந்த காகிதத்தைப் பிடுங்கினாள். படித்தாள். உதட்டைக் கடித்துக்கொண்டாள். “ஸாரி திலி” என்றாள். “ரொம்ப ஸாரி.”

தேன்மொழி இவள் தோளில் சாய, இவள் அவளை அணைத்துக்கொள்ள, பெரும் கேவல்களுடன் இருவரும் அழ ஆரம்பித்தனர்.

அழுது ஓய நேரமாயிற்று. பிறகு இருவரும் அமர்ந்துகொண்டு மௌனித்தனர். சோபாவில் சுருண்டுகொண்டபடி தேன்மொழியும் ஆடும் நாற்காலியில் ஆடியபடி இவளும்.

❍ ❍ ❍

சமயப் பரப்பாளர்கள் ஸ்தாபித்திருந்த அந்த ஆஸ்பத்திரியில் பிள்ளைப்பேறு பகுதியில் வந்து சேர்ந்த அவளுக்கு இருபத்தைந்து வயதுதான் இருக்குமாம். மத்யப் பிரதேசத்தில் ஏதோ ஒரு முகவரி ரிஜிஸ்தரில் இருந்ததாம். பெயர் ஸுரிலா. இனிமை யான குரல். அது உண்மைப் பெயராக இருக்க முடியாது என்றார்கள். அவள் வாழ்க்கைப் பின்னணி என்னவென்று எதையும் சொல்லவில்லையாம். ஆனால் மெத்தப் படித்தவள் போலிருந்தாளாம். தெளிவாகவும் உறுதியாகவும் இருந்தாளாம். பிறக்கப்போகும் குழந்தையை ஆஸ்பத்திரியை ஒட்டிய, கன்யாஸ்திரீகள் நடத்திய அனாதை ஆசிரமத்தில் அவள் விட விரும்பினாள். அதைப் பார்க்கவும் அவள் விரும்பவில்லை. ஆஸ்பத்திரிக்கான பல விளம்பர வேலைகளில் உதவியவன் வசந்தன். ஏதாவது ஏழை நோயாளிக்கு நிதி திரட்ட, புற்று நோய் பகுதிக் குழந்தைகளுக்கு அவர்களுக்குப் பிடித்த நடிகரை அழைத்து வந்து காட்டிக் கொண்டாட, கிறிஸ்மஸ் கொண்டாட்டத்தில் அவர்களுக்காக ஸாந்தாக்ளாஸ் ஆக, எல்லாவற்றுக்கும் வசந்தன்தான்.

ஆஸ்பத்திரியின் பெரிய டாக்டரிடம் எப்போதாவது சற்று அதிகமாகக் குடித்துவிட்டு வசந்தன் முறையிடுவதுண்டு. அவர் பார்ஸிக்காரர்.

“டாக்டர், எதுவுமே இல்ல டாக்டர், எதுவுமே இல்ல.”

“கம் ஆன் வசந்த்…”

“எதுதான் செய்யவில்லை டாக்டர்? பேபி ஜீஸஸ் சர்ச் கூட போயிட்டு வந்தேன். ஒரு கோவில் விடவில்லை. ஐ.வி.எஃ எல்லாம் பண்ணியாகிவிட்டது. மருந்து சாப்பிட்டு சாப்பிட்டு

மைதிலி ஊதினதுதான் மிச்சம். ஒரு குழந்தை இல்ல டாக்டர். ஒண்ணுமே இல்ல டாக்டர். அந்த விந்து வளைஞ்சு வளைஞ்சு போய் முட்டையைத் தொடணும். அவ்வளவுதான். இது அவ்வளவு பெரிய அற்புதமா? பதினைஞ்சு வருஷமா ஒரே ஒரு விந்து கூடவா வேலை செய்யலை?"

பெரிய டாக்டர் சில சமயம் அவனை வீட்டில் கொண்டு விடுவார். அவளிடம் அவன் அரற்றல்களைக் கூறுவார். அவரும் அவர் பங்குக்கு மருந்தும் மாத்திரையும் எழுதித் தந்தார். அவளுக்குத்தான் அனைத்து மருந்தும். வளைந்து வளைந்து செல்லும் ஆயிரக்கணக்கான விந்துகள் நீந்தியபடி இருந்தன.

பெரிய டாக்டர்தான் ஸுரிலாவைக் கவனித்துக்கொண்ட டாக்டர். கர்ப்பத்தைக் கலைக்க அவள் சில மருந்துகளை உட்கொண்டிருந்ததால் அவளுக்குச் சிறப்பான கவனிப்பு தேவைப்பட்டது. குழந்தை பிறந்து, அதைச் சுத்தம் செய்ய எடுத்துப்போய், திரும்பிவந்தபோது ஸுரிலா இல்லை. படுக்கை காலியாக இருந்தது. ஆஸ்பத்திரியை நிர்வகித்த மதர்தான் பெரிய டாக்டரிடம் அந்த யோசனையைத் தணிந்த குரலில் கூறினாள். "இது சட்டப்படி சரியில்லைதான். வசந்துக்கு ஃபோன் போடுங்கள்" என்றாள்.

குழந்தை வெள்ளைத் துணியில் சுருட்டப்பட்டு, முகம் மட்டும் வெளியே தெரிய, சுருள் முடியும் வட்ட விழிகளுமாய்க் கிடந்தது.

வசந்தன் வந்தான். குழந்தையைப் பார்த்ததும் நடுங்கும் கைகளில் தூக்கிக்கொண்டான்.

பெரிய டாக்டர் குழந்தையை முறைப்படி பரிசோதித்தார். ஆரோக்கியமான குழந்தை. பிறப்புச் சான்றிதழில் பெற்றோர் பெயர் மைதிலி–வசந்தன் என்றே பதிவாகியது. குழந்தையின் பெயர் என்ன எழுத வேண்டும் என்று கேட்டபோது அவள் அம்மாவின் பெயர் ஸுரிலா என்று கூறினார் பெரிய டாக்டர். "இவளும் இனிமையாகப் பேசுவாள். தேன் மாதிரி இனிக்கும் இவள் பேச்சு" என்றவன் "தேன்மொழி" என்று அவள் செவியருகில் ரகசியமாகக் கூறினான். கண்ணைத் திறந்த மகவு அவன் கட்டை விரலைப் பற்றிக்கொண்டது இறுக. அவன் உடல் நடுங்கியது.

அதை ஒரு சினிமாக் காட்சிபோல் மீண்டும் மீண்டும் நினைவுகூர்வான். "என் கட்டை விரலைப் பிடிச்சுக்கிட்டா ..."

வீட்டுக்குக் குழந்தை வந்ததும் அவள் சற்று அதிர்ந்துபோனாள். "வசந்த், என்னைக் கேட்டிருக்கலாமே? எனக்கு நாப்பது வயசு. உனக்கு நாப்பத்தஞ்சு. வளர்க்க முடியுமா நம்மால? அவள்

பேசிக்கொண்டிருந்தபோதே குழந்தை அழ ஆரம்பித்தது கால்களை உதைத்தபடி. அழும் குழந்தையைப்போல் ஓர் அழகு வேறு கிடையாது என்று தோன்றியது. முகமெல்லாம் கோண, வாய் திறந்து கூட்டிலிருந்து இரை யாசிக்கும் குஞ்சுகளின் சிவப்பு வாய்போல் வாய் திறக்கும். எங்கிருந்துதான் வருமோ அத்தனை சக்தி அந்தச் சிறிய உடலில் அப்படிக் கதறி அழ? வசந்தனும் குழந்தையுடன் அழுதுகொண்டிருந்தான் அவள் நிமிர்ந்துபார்த்தபோது. பிறகு வசந்தனின் அத்தை வந்தாள் குழந்தையை வளர்க்க. "தேனு, ஏய் தேனு" என்றழைப்பாள் குழந்தையை. குழந்தையைக் குளிப்பாட்ட, உணவூட்ட, சிறுநீர் நனைத்த துணியையும் பீத்துணியையும் மாற்ற என எல்லா வேலைகளையும் அத்தையுடன் செய்தது வசந்தன்தான். விளம்பரக் கம்பெனிக்காக அவன் செய்த வேலையை வீட்டிலிருந்துதான் செய்தான். இவளைப்போல் காலை போய் மாலை வரும் வேலை இல்லை அவனுடையது. அவன் அவ்வப்போதுதான் வெளியே போகவேண்டிவந்தது. இவள் பள்ளி ஒன்றில் டிராயிங் டீச்சராக இருந்தாள். "ஓவியப் பள்ளியில் படிச்சு என்ன பிரயோசனம்? குழந்தைகள் வரையற யானையையும் பூனையையும் திருத்திகிட்டு?" என்பான். லீவு நாட்களில் வீட்டையொட்டி இருந்த வண்டிக் கொட்டிலில் குழந்தைகளுக்காக ஓவியப் பள்ளி நடத்துவாள். அப்போது மட்டும் தானும் கூட அமர்வான். வண்ண மெழுகுக் குச்சிகளுடன் குழந்தைகள் காகிதங்களின் மேல் உருட்டியும் தீட்டியும் வண்ண முயற்சிகள் செய்வதை ரசிப்பான்.

தேன்மொழி ஒரு வயதாகும் முன்பே வண்ண முயற்சிகளில் இறங்கிவிட்டாள். முகத்திலும் கையிலும் உடம்பிலும் வண்ணக்கலவை ஒட்டிக்கொண்டிருக்கும். முத்தமிடுவான் வண்ணமயமான அவளை. குழந்தையும் அவனுடன் ஒட்டிக் கொண்டது. எப்போதும் அவன்தான் தூக்க வேண்டும். அவன் தாடியைப் பிடித்துக்கொண்டு அவன் மார்பில் கிடந்தபடிதான் உறக்கம். அவன் எங்காவது போய்விட்டால் அவன் வந்தபின்தான் உணவு இறங்கும். ஒரு முறை நண்பர்களுடன் பேசிக்கொண் டிருந்துவிட்டு வந்தவன் அருகில் வந்ததும் குழந்தை முகத்தைத் திருப்பிக்கொண்ட பின்தான் குடிப்பதை நிறுத்தலாமா என்று யோசிக்கத் தொடங்கினான். "வாழ்க்கையிலேயே முதல் முறையா இப்படி யோசிக்கிற" என்று கிண்டல் செய்தாள் அவனை.

அவன் குடிகாரன் இல்லை. இருந்தாலும் அதை அவனுடன் இணைத்து ஒரு பிம்பம் உருவாக்கப்பட்டிருந்தது அவள் படித்த கலைக் கல்லூரியில். அவள் அங்கு படித்த காலத்தில் பொதுவாக வியாபாரத் துறைக் கலை பற்றிப் போதிக்க அவன் வருவதுண்டு. அவன் வகுப்பு எடுக்கும் விதமும் மாணவர்களை நடத்தும்

விதமும் ஆசிரியர் –மாணவர் என்ற ரீதியில் இருக்காது. அவனைப் பற்றிய பல கதைகள் இருந்தன. மும்பாயின் குடிசைப் பகுதி ஒன்றில் வளர்ந்தவன் அவன். ஆங்கில இலக்கியத்தில் முதுகலைப் பட்டம் பெற்றவன். ஸேவியர்ஸ் கல்லூரியில் படித்தவன். விளம்பர நிறுவனம் ஒன்றில் வேலை பார்க்கிறான். விளம்பர மாடல் ஒருத்தியைக் காதலித்துத் தோல்வி அடைந்தவன். அதன்பின்தான் தாடியும் மீசையும் என்றனர் சிலர். இந்த மதராஸியை எல்லோரும் விரும்பியதன் காரணம் தமிழ், ஆங்கிலம், ஹிந்தி, மராட்டி என்று எல்லா மொழிகளிலும் சரளமாகப் பேசினான். வகுப்பு அல்லாத நேரங்களில் கூடும்போது பஹினாபாயியின் கவிதை வரிகளை உருக்கமாகக் கூறுவான்:

அரே, ரடதா ரடதா
டோலே பரலே பரலே
ஆன்ஸூ ஸரளே ஸரளே
ஆதா ஹூண்டகே உரளே

அரே, அழுது அழுது
விழிகள் நிரம்பின நிரம்பின
கண்ணீர் வற்றி வற்றி
எஞ்சின இப்போது விம்மல்கள்

ஹிந்திப் படங்களின் சோகப் பாடல்களை அவன் பாடுவதால்தான் காதல் விஷயத்தில் அவன் தேவதாஸ் என்று எல்லோரும் முடிவுசெய்தனர்.

ஸாரங்கி மட்டும் பின்னணியில் ஒலிக்கும் "ஆன்ஸூ பரி ஹை ஏ ஜீவன் கி ராஹே" பாடலைப் பாடுவான் அடிக்கடி. "வாழ்க்கைப் பாதைகளில் கண்ணீர் நிரம்பியுள்ளது" என்ற அந்த "பர்வரிஷ்" படப் பாடலைப் பாடும்போது "இழப்புகளின் விந்தை என் நிலை, பனித்துளியும் கண்ணீராகும் வானம் நான்" என்ற வரிகளைப் பாடும்போது கரைந்துபோவான்.

அவர்களை விட அவன் அதிகம் மூத்தவன் இல்லை. இருந்தாலும் அவன் பல காதங்களைக் கடந்து வந்தவன்போல் தோன்றினான். கல்லூரியின் மூத்த ஆசிரியர்களும் மாணவர்களை அவனிடம் அளவுக்கு மீறிப் பழக வேண்டாம் என்று எச்சரித்தாலும் அவனிடம் மரியாதையாகவே நடந்துகொண்டனர். காதலில் தோல்வியுற்று அதீத சோகத்தில் உருகும் கதாநாயக பிம்பத்தை அவனுக்கு மாணவர்கள் அளித்திருந்ததால் வகுப்பைத் தாண்டிய சந்திப்புகள் அவனுடன் நடந்தன. "குருஜி, இதைப் பாடுங்கள், அதைப் பாடுங்கள்" என்ற விண்ணப்பங்களுடன் மதுவும் குருதட்சிணையாக வரும். காதலில் பலமுறை தோல்வியுற்றவர்கள் அவன் சோகப் பாடல்களில் பின்பாட்டுக்காரர்கள் ஆனார்கள்.

ஏதோ ஒரு கட்டத்தில் அவன் கவனம் மைதிலியின்புறம் திரும்பியது. அவள் மும்பாயில் வளர்ந்த விதமே வேறு. மும்பாயில் குடியேறிய குடும்பத்தின் மூன்றாவது தலைமுறைப் பெண். வீட்டில் தமிழ் பேசினாலும் அவள் படித்தது ஆங்கிலத்தில்தான். வங்கியில் உயர் அதிகாரியாக இருந்த அப்பாவும் பள்ளி ஆசிரியையான அம்மாவும் நடுத்தரக் குடும்பத்தின் வாழ்க்கைமுறையை ஒட்டித்தான் வாழ்ந்தனர். முக்கியமான தேவைகள் தவிர சில ஆடம்பரங்கள் கூடிய வாழ்க்கைமுறை. அப்பாவும் அம்மாவும் ஒற்றையறைச் ‘சால்’களில் வாழ்ந்து வளர்ந்தவர்கள்தாம். அதை ஒரு குறையாகவும் கருதவில்லை. ஆனால் அது வேறு ஏதோ ஒரு ஜன்மத்து நிகழ்வுபோல் வெகு தூரத்தில் கிடந்தது அவர்கள் மனத்தில். அது குறித்து எந்தப் பேச்சும் வீட்டில் நிகழவில்லை. வசந்தனின் குடும்பம் அவன் அப்பா காலத்தில் மும்பாய்க்குக் குடிபெயர்ந்திருந்தது. சேம்பூர் அருகே இருந்த சீட்டா கேம்ப் குடிசைப் பகுதி, தாராவி, ஸயான் கொலிவாடா அரசாங்கக் குடியிருப்புகளில் வாடகை வீடு என்று போய் அறுபதுகளின் இறுதியில் அவன் பத்தாவது எட்டும்போதுதான் ஸயானிலேயே சொந்த வீடு ஒன்று அமைந்திருந்தது அவர்களுக்கு. வசந்தனின் அண்ணா நல்ல வேலையில் அமர்ந்தபின் வாங்கிய வீடு. அவனுடைய அப்பா ஒரு சிறு கம்பெனியில் கடைநிலை ஊழியராக இருந்தார். அவன் அம்மா குடும்ப வருமானத்தைப் பெருக்க இட்லிக் கடை வைத்திருந்தார். ஸயான் கொலிவாடா வந்ததும் மசாலாப் பொடிகள், வடகங்கள், ஊறுகாய் என்று வியாபாரம் சற்று மாறியது. ஸயான், தாராவி, சூனாபட்டி பகுதிகளில் இருந்த பெட்டிக்கடைகளில் சரமாகத் தொங்கிய, ஊறுகாய் அடைத்த சிறு பிளாஸ்டிக் பொட்டலங்கள் அப்போதெல்லாம் அவன் அம்மா செய்ததாக இருக்கும். அவை வசந்தனை உருவாக்கிய நாட்களாக இருந்தன. அதிக மதிப்பெண்களுடன் அவன் ஸேவியர்ஸ் கல்லூரியில் சேர்ந்தபோதும் அவனுக்குத் தன் குடும்பம் குறித்தத் தெளிவான மதிப்பீடுகள் இருந்தன. அவர்கள் உழைப்பைக் குறித்தப் பெருமிதமும் இருந்தது. விளம்பர உலகில் அவன் தலையெடுத்த பின்னர் கூட அதன் வேகத்தில் அவன் இழுபடவில்லை. அது அவனுக்கு மரியாதையையும் மதிப்பையும் பெற்றுத் தந்திருந்தது. மும்பாயின் மன்ஹாட்டனாக இருக்கப்போகிறது என்று எல்லோரும் நினைத்துக்கொண்டிருந்த லோகண்ட்வாலாவுக்குக் குடிபெயர்ந்தது அவன் குடும்பம். அவன் அண்ணனும் அதே பலமாடிக் குடியிருப்பின் ஒரு தளத்தில் வீடு வாங்கிக் குடும்பத்துடன் குடிபுகுந்தார். மும்பாய் வாழ்க்கையின் ஏற்றப் படிகளில் லோகண்ட்வாலாவை எட்டியிருந்தனர் அவர்கள். பலகாரமும் ஊறுகாயும் செய்யப் பரபரத்த அம்மாவின் கைகள் வேறு ஒரு தொழிலைத் தொடங்கின. அலுவலகங்களில்

வேலை பார்ப்பவர்களுக்கு ஆரோக்கியமான வீட்டு உணவை டப்பாக்களில் அனுப்பும் வியாபாரம். டப்பாவாலாக்கள் மூலம் நடக்கும் வியாபாரம்.

இரண்டொரு முறை கல்லூரியின் எதிரே இருந்த பல சிறு உணவுக் கடைகளில் ஒன்றில் அமர்ந்து பேசியபோது பகிர்ந்து கொண்ட செய்திகள். அவள் படிப்பு முடிந்ததும் அவன் ஒரு முறை திருமணம் குறித்துக் கேட்டான். அவளுக்கு வியப்பாக இருந்தது. அவன் காதல் தோல்வி ஒரு காவியக் கதையாக மாறியிருந்தது கல்லூரியில்.

"என்ன? நான் தேவதாஸ். பாரு பாருன்னு கூப்பிட்டுக்கிட்டே குடிப்பவன். அப்படித்தானே?' என்றான் சிரித்துக்கொண்டே.

"அது பொய்யா?'

"இல்லை. காதல் தோல்வி உண்மைதான். சோகமும் உண்மை தான். அவளை நான் ரொம்ப விரும்பினேன். அவளை என்னால் வெறுக்க முடியாது. அவ்வளவுதான். வாழ்க்கையில ஒரே ஒரு தடவைதான் காதலிக்கலாம்னு ஏதாவது சட்டமா என்ன?"

பிறகும் யோசித்தாள்.

முடிவு செய்ய இரண்டொரு ஆண்டுகள் ஆயின. நிரந்தர வேலை அவளுக்குக் கிடைக்கவில்லை. அப்பாவிடம் மெல்லக் கோடி காட்டியபோது அவருக்கு அதில் ஆர்வமில்லை என்று தெரிந்தது. அம்மா வெளிநாட்டு மாப்பிள்ளைகளைத் தேடியபடி இருந்தாள். அவன் வீட்டில் வேறு விதமான திட்டங்கள் இருந்தன. அவன் அண்ணா அத்தை மகளை மணந்திருந்தார். அத்தையின் இளைய மகள் இவனுக்கு என்றொரு திட்டம் இருந்தது. அவளும் படித்த பெண்தான். நிறுவனம் ஒன்றில் வேலை பார்த்தாள். நல்ல வேளையாக அவள் ஒரு மராட்டிக்காரனை மணக்க விருப்பம் தெரிவிக்க, அந்தத் தடை நீங்கியது.

இரு தரப்பிலும் ஏகப்பட்ட மனக்குறைகளுடனேயே சம்மதம் தெரிவித்தனர். அவன் பேச்சும் நடவடிக்கையும் சரியில்லை என்று இவள் வீட்டிலும் இவள் கறுப்பு என்று அவன் வீட்டிலும் கருத்துகள் இருந்தன. பதிவுத் திருமணம், பருத்தி சேலை என்றெல்லாம் இருவரும் கூற, "இது ஒன்றும் சரிவராது" என்றார் இவள் தந்தை. "என்னவோ செய்யுங்கள்" என்று அலுத்துக் கொண்டனர் அவன் குடும்பத்தார். அவர்கள் ஐயங்களை நிரூபிப்பதுபோல் அவனுக்கு வேலை போயிற்று. முகத்தைச் சிவப்பாக்கும் முகப்பூச்சுக்கான விளம்பரத்தை ஏற்க மறுத்தான். பெண்கள் கறுப்பாக இருப்பதில் என்ன குறைவு, சிவப்பு அழகு என்று கூறுவது வெறுப்பை உள்ளடக்கியது என்றான். மேலும்

அதில் உள்ள வேதிப் பொருட்கள் சருமத்தைப் பாதிக்கும் என்று கூறினான். இது கலோனிய மனப்பான்மை, பெண்களுக்கு எதிரானது என்று வாதிட்டான். சில ஆண்டுகளுக்குப் பின் இதை ஆண்களுக்கும் சிபாரிசு செய்வோம் என்றார்கள். அதிகம் இவன் பிடிவாதம் பிடித்தபோது வேலையிலிருந்து நீக்கப்பட்டான்.

அவளுக்கும் நிரந்தர வேலை இல்லாமல் அவனுக்கு இருந்ததும் இல்லாமல் போக, கஷ்டப்பட்டார்கள். லோகண்ட்வாலாவிலோ வர்லியில் இருந்த இவள் பெற்றோர் வீட்டிலோ தங்கியிருக்கலாம். அப்படித் தங்கும்படி யாரும் வற்புறுத்தவில்லை. அவ்வப்போது பண உதவி மட்டும் செய்தார்கள். உதவியை ஏற்க வேண்டும் என்று வற்புறுத்தினார்கள். தற்காலிக வீடுகளும் நண்பர்கள் வீட்டு முன்னறைகளும் என்று நிலைக்காத வாசம். ஒரு முறை 'சால்' ஒன்றில் குடிவந்த தினத்தில் ஒற்றை அறையில் சாமானை எல்லாம் ஒழுங்குபடுத்திவிட்டு, சமையலறைப் பகுதியில் மூலையில் இருந்த குளியலறையில் நுழைந்து, குழாயைத் திறந்துவிட்டு, வாளி நிரம்பும்போது அழுதாள். "இப்படித்தான் இருக்கப்போகிறதா வாழ்க்கை?" வாளித் தண்ணீர் வழிந்தபடி இருந்தது.

வெளியே இருந்து "மைதிலி" என்று அழைத்து, குளியலறைக் கதவை மெல்லத் தட்டினான் வசந்தன்.

குழாயை மூடிவிட்டு, "என்ன வசந்த்?" என்றாள்.

"அழாதே. நமக்கும் ஒரு நாள் சொந்த வீடு இருக்கும்" என்றான்.

கதவைச் சற்றுத் திறந்து, முகத்தை மட்டும் வெளியே நீட்டி, "நான் அழறேன்னுட்டு எப்படித் தெரியும்?" என்றாள்.

"உன்னை எனக்குத் தெரியாதா?" என்றுவிட்டுக் குனிந்து வாயில் முத்தமிட்டான்.

அவன் கூறியபடியே அவளுக்கு வேலை கிடைத்தது ஒரு பள்ளியில். அவனுக்கும் பல விளம்பர நிறுவனங்களிலிருந்து அவன் விரும்பிய விளம்பர வேலைகள் வந்தன. சொந்த வீடும் அமைந்தது.

குழந்தை பற்றி அவ்வளவு ஏக்கம் அவனுக்கிருக்கும் என்று அவள் எதிர்பார்க்கவில்லை. அது பெண்களுக்குரிய ஏக்கம் என்றுதான் எல்லோரும் நினைத்தனர். அவளுக்கு அது ஒரு பெரிய இழப்பாகத் தெரியவில்லை. கருப்பை இருப்பதாலேயே தன் உடலில் ஓர் உயிரை உருவாக்கி வெளியேற்றவேண்டும் என்று தோன்றவில்லை. சிறு வயதில் அப்படித் தோன்றியிருக்கலாம். ஆனால் நாட்போக்கில் அது மறைந்துபோயிற்று. காதலில் சரிக்கும் இருவருக்கு இது ஒரு பொருட்டில்லை என்றே நினைத்தாள். அது குறித்த இனைவு எதுவும் அவளுக்கு இருக்கவில்லை. ஆனால்

சிவப்புக் கழுத்துடன் ஒரு பச்சைப் பறவை

ஓர் ஆண் ஏங்குவதைக் கண்கூடாகப் பார்த்தபோது அதிசயமாக இருந்தது. அது அவன் ஏக்கம் மட்டுமல்ல, எதோ வகையில் அது அவன் உட்கு என்று தோன்றியது. அவள் பள்ளியில் இருந்த குழந்தைகளுடன் உறவாடுவது அவளுக்கு நிறைவைத் தந்தது. ஆனால் அவன் நிதம் ஏங்கினான். உறக்கத்தில் அரற்றினான். அவன் திருப்திக்காகத்தான் எல்லாவிதச் சிகிச்சைகளுக்கும் சம்மதித்தாள். அவன் அண்ணனுக்கு மூன்று குழந்தைகள். பள்ளியிலும் கல்லூரியிலும் இருந்தனர். அவர்களைப் பார்க்கப் போவான் மாதமிருமுறை.

திடீரென்று ஒரு நாள் தேன்மொழியைக் கையில் ஏந்தியபடி வந்து நின்றான்.

❍ ❍ ❍

தேன்மொழிக்கு ஆறுமாதம் இருக்கும்போதுதான் அத்தை இவளிடம் மெல்லக் கூறினாள். “மைதிலி, தேனுக்குக் காது கேக்கலையோனு சந்தேகமா இருக்குது” என்றாள்.

“என்ன சொல்றீங்க அத்தை?” என்றாள் அதிர்ந்துபோய்.

“என்னவோ சரியில்லைனுட்டுத் தோணுதும்மா. கணபதி விசர்ஜன் போது அவ்வளவு சத்தம், கூச்சல். இதுபாட்டுக்குத் தூங்குது. கையைத் தட்டினா திரும்பறதில்ல. கிலுகிலுப்பையை ஆட்டினா அதுக்குக் கேக்குதான்னு தெரியல. அது கையில குடுத்தா ஆட்டுது. ஆனா சத்தம் கேட்டாச் சிரிக்குமே, அப்படிச் சிரிக்க மாட்டேங்குது. நம்ம பேசறோம் இல்ல அது கிட்ட? அப்ப ஒரு மாதிரி தலையை ஆட்டி, வாயை கோணிக்குது ...”

அத்தை தயங்கி தயங்கிக் கூறினாள்.

“ஐயோ அத்தை!” என்றாள்.

குழந்தை தூங்கும்போது செவியருகில் கடிகார அலாரத்தை ஒலிக்க வைத்தாள். குழந்தை நிம்மதியாக உறங்கியது. அலங்காரப் பொருளாக வைத்திருந்த பெரிய மணியொன்றைச் செவியருகில் வைத்து, பெருத்த ஒலி வரும்படி ஆட்டினாள். குழந்தை விழிக்கவில்லை.

பனிக்குகை ஒன்றில் அமர்ந்திருப்பதுபோல் சில்லிட்டுப் போயிற்று உடல். வசந்தன் இதைத் தாங்குவானா?

அவள் பள்ளியிலும் மாற்றுத்திறனாளிக் குழந்தைகள் இரண்டொருவர் இருந்தனர். ஒரு மாணவியின் அம்மாவிடம் இது குறித்துப் பேசினாள். “காது கேட்காத குழந்தை ஒலிகளை எழுப்புமா?” “கட்டாயம் மேடம். அது கோர்வையா இருக்காது.

ரொம்ப உரக்க இருக்கும். ஏன்னா சத்தத்தோட அளவு அதுக்குக் கேட்காது. அதனாலதான். சுஜாவுக்குக்கூட காது கேட்காதுன்னு தெரிய நாளாயிற்று எங்களுக்கு. ஆயி, பாபான்னு அவள் சொல்கிறாள்னு நாங்களே கற்பனை பண்ணிக்கிட்டோம். அப்புறம்தான் புரிஞ்சுது."

மகளைச் சிறப்புப் பள்ளியில் சேர்த்ததை, முதலில் செவி கேட்கும் கருவி பொருத்தியதை, தினம் இருபது கிலோமீட்டர் பயணித்து, குழந்தையைச் சிறப்புப் பள்ளிக்குக் கூட்டி வந்ததை, காக்ளியர் செருகலைப் பொருத்தும் அறுவைச் சிகிச்சைக்குப் பணம் சேர்த்ததை எல்லாம் கூறினாள்.

தேன்மொழிக்கு ஒரு வயதாகும்வரை வசந்தனிடம் கூறத் தயக்கமாக இருந்தது. குழந்தையின் ஆண்டுநிறைவுக் கொண்டாட்டத்தின்போது அவள் தன் தலையை அதிகம் ஆட்டுவதைக் கவனித்த சிலர் இவளிடம் வந்து, "அழகுக் குழந்தை. தலையை இப்படி ஆட்டுறது சரியாத் தெரியலையே? எதற்கும் டாக்டரிடம் போய்விடுங்கள்" என்று மெல்லக் கூறினர். அத்தனைக் கூச்சலிலும் அழாமல் இருந்த தேன்மொழியைத் தூக்கிக்கொண்டு கொண்டாடினான் வசந்தன்.

அன்றிரவு அவன் மார்பில் கவிழ்ந்து படுத்துத் தூங்கிக்கொண்டிருந்த தேன்மொழியைக் கீழே படுக்கப்போட்டுவிட்டு வசந்தனிடம் தேன்மொழியின் செவிப்புலன் குறித்த தன் ஐயங்களைக் கூறினாள். அத்தையும் அப்படி நினைப்பதாகக் கூறினாள்.

வசந்தனுக்குக் அவ்வளவு கோபம் வந்து அவள் பார்த்ததில்லை. எழுந்து உட்கார்ந்துகொண்டு, "உனக்கு என்ன பைத்தியமா? நீ எல்லாம் அம்மாவா இருக்க லாயக்கே இல்லை. பச்சப் புள்ள. அதைப் போய் சொல்றியே? ஐயோ, என் வீட்டுலயே என் குழந்தைக்கு ரெண்டு எதிரிகளா?" என்று அவன் போட்ட கூச்சலில் அத்தை பதறிக்கொண்டு ஓடிவந்தாள். அவர்கள் படுக்கையறைக்குள் வந்து, "என்னடா வசந்து? என்ன விஷயம்?" என்றாள்.

"அத்தே, உன் பொண்ணைக் கட்டலன்னு என் புள்ள மேல இப்பிடி ஒரு பழியப் போடறியே அத்தே" என்று கத்திவிட்டுக் கதற ஆரம்பித்தான்.

அத்தையை வெளியே போகும்படிச் சொல்லிவிட்டு அவனைக் கதறவிட்டாள். பிறகு மெல்ல, "வசந்த், இவ்வளவு கூச்சல்லயும் தேன் முழிச்சுக்கல, பாத்தியா?" என்றாள்.

சட்டென்று குழந்தையைத் திரும்பிப் பார்த்தான்.

“அது களைச்சிருக்கு இன்னிக்கு. உளறாதே” என்றான். “நான் மாடி ஏறி வந்தா அது திரும்பிப் பாக்குது தெரியுமா?”

“வசந்த், நீ படி ஏறுறபோது அதிர்வு ஏற்படுது இல்லையா? அதுக்குத்தான் அது திரும்பிப் பாக்குது. சில சமயம் நீ குளிச்சிட்டு வரப்ப யூடிகுலோன் போடற. அந்த வாசனைக்குத்தான் அது திரும்புது. நான் இப்ப இந்த ஆறு மாசமா இதைப்பத்தி விசாரிச்சிருக்கிறேன்.”

“செவிடுன்னே தீர்மானிச்சுட்டியா??” என்று கேட்டுவிட்டு செவிடு என்று கூறிய தன் வாயில் கையை வைத்து அழுத்தினான்.

மருத்துவ சோதனைக்குக் குழந்தையை உட்படுத்த அவனைச் சம்மதிக்க வைக்க இன்னும் இரண்டு மாதங்கள் ஆயின.

பாந்த்ராவில் இருந்த அலி யாவர் ஜங் தேசிய நிறுவனம்தான் கேட்கும் திறமைக் குறைவுக்காக எற்பட்ட பெரிய நிறுவனம். அங்குதான் தேன்மொழியைக் கொண்டுபோனார்கள். ஒரு நாள் முழுவதும் நடந்த சோதனைகள் ஒன்றிலும் சாதகமான முடிவு வரவில்லை. செய்த சோதனைகளில் களைத்துப் போன தேன்மொழி, திரும்பும் வழியில் வசந்தனின் தோளில் தலையைச் சாய்த்துக்கொண்டு அவன் செவி மடலைப் பிடித்துக்கொண்டு உறங்கினாள். பின்னால் பார்க்கும் கண்ணாடி மூலம் தன்னை ஆட்டோக்காரர் ஆச்சரியமாகப் பார்ப்பதை உணராமல், வசந்தன் இரு கைகளாலும் தேன்மொழியை அணைத்துக்கொண்டு கண்களிலிருந்து கன்னங்களில் வழிந்த கண்ணீரைத் துடைக்காமல் இருந்தான்.

பார்ஸி டாக்டரையும் கலந்தாலோசித்தபோது, இன்னும் சில மருத்துவர்களுடன் பேசி, செவி கேட்கும் கருவியைப் பொருத்தும் ஆலோசனையைக் கூறினார். பிறகுதான் அதைப் பொருத்தும் முயற்சியும், குழந்தையின் தவிப்பும், வசந்தனின் குமுறலும். ஒருவாறு கருவியை ஏற்றுக்கொண்டாள் தேன்மொழி. வெகு நாட்களுக்குப் பிறகு அவள் கூறிய முதல் சொல் ‘ம்மா’ என்றில்லாமல் ‘ப்பா’ என்று வந்ததும் கூத்தாடினான் வசந்தன். அதன் பிறகு ‘தே’ என்றாள். அத்தை அவள் பிஞ்சுக் கைகளைப் கண்ணில் ஒற்றிக்கொண்டாள். கடைசியில்தான் ஒரு நாள் மைதிலியைத் தொட்டு ‘ம்மா’ என்றாள். “தாங்க்யூ கண்ணே” என்றாள் மைதிலி. “தா..?” என்று அதிசயப்பட்டது குழந்தை. நாளடைவில் ‘ப்பா’ மாறி ‘சந்த்’ என்று கூப்பிட்டது வசந்தனை. இவளை ‘திலி’ என்றது. அத்தையை மாத்திரம் ‘அத்தே’ என்றது தெளிவாக.

“சிறப்புப் பள்ளி”யின் அனைத்து ஆசிரியர்களும் செவிப்புலன் உள்ளவர்களாகவே இருந்தார்கள். செவி கேளாதவர்களைப்

பேச வைக்கும் சிறப்புப் பள்ளிகள்தாம் எங்கும் இருந்தன. உதட்டசைவைப் பார்த்துச் சொற்களைப் புரிந்துகொள்வது, செவியில் உள்ள கருவியின் உதவியுடன் பேசுவது, பேச்சுக்கான பயிற்சி. இரண்டு வயதாகும் முன்பே எல்லாம் தொடங்கிவிட்டது. அவளுடைய பள்ளி அருகிலேயே சிறப்புப் பள்ளியும் இருந்ததால் அதிகச் சிரமம் இருக்கவில்லை. அவள் பள்ளியின் இடைவேளை நேரத்தில் தேன்மொழியைக் கூட்டிவந்து தன்னுடன் டீச்சர்களுக் கான அறையில் வைத்துக்கொண்டாள். பள்ளியும் அதை அனுமதித்தது. பள்ளியிலிருந்து வந்ததும் படங்கள் உள்ள புத்தகங்கள் பார்ப்பது பிடித்தது தேன்மொழிக்கு. ஒரு மாலை அவளுடன் கடற்கரை சென்றபோது கடலில் மீன் இருக்கும் என்பதை ஒரு கையை அசைத்து அசைத்து நீந்துவதுபோல் தேன்மொழி காட்டியதும் அதிசயித்தாள். வீட்டுக்கு வந்தபின் படம் போட்ட புத்தகம் ஒன்றைத் திறந்து மீன் படத்தைக் காட்டினாள்.

வசந்தனிடம் சொன்னதும் அவன் முகம் இருண்டது. ஓடி வந்த தேன்மொழி மீன் நீந்துவதுபோல் அவனுக்குக் காட்ட முயன்றபோது, தடுத்தான். "தேன், மீன் சொல்லு. மீன்னு சொல்லு. மீ . . .ன் மீ . . .ன் ஃபிஷ் . . .ஃபிஷ் . . . என்று சாப்பாட்டு நேரம் வரை சொல்லி சொல்லிக் கடைசியில் ஃபிஷ், மீன் என்றது குழந்தை. களைத்துவிட்டது.

மறுநாள் தேன்மொழியின் பள்ளிக்குப் போனபோது ஸமாந்தாவைச் சந்தித்தாள். அவள் மகன் எட்வின் தேன்மொழி யுடன் படிக்கும் சிறுவன். அவனுக்கும் மூன்று வயது இருக்கும். ஸமாந்தா அவளுக்குப் பலவற்றை விளக்கினாள். அவள் மகன் எட்வினை வேறு வழியில்லாமல் அங்கு சேர்த்திருப்பதாகவும், அவள் இரண்டொரு ஆண்டுகள் அமெரிக்காவில் இருந்தபோது அவள் தோழி ஒருத்தி செவிப்புலன் அற்ற குழந்தைகளுக் காகத் தனிப்பட்ட முறையில் ஒரு சிறப்புப் பள்ளியை நடத்தியதால், அமெரிக்க ஆங்கில சைகை மொழியைச் சும்மா பொழுதுபோக்காகக் கற்றதாகக் கூறினாள். அவள்தான் தேன்மொழிக்கு மீனுக்கான சைகை மொழியை விளையாட்டாகக் கற்றுக்கொடுத்திருக்கிறாள்.

"இந்தக் குழந்தைகளைப் பேசவைக்கிற கொடுமை தாங்க வில்லை" என்றாள். அமெரிக்காவிலும் சைகைமொழியைக் குறித்த விவாதம் தொடர்கிறது என்றாள். தொடர்ந்து தேன்மொழிக்குக் கற்றுத்தருமாறு அவளிடம் கூறினாள். ஐந்து வயதில் சாதாரணக் குழந்தைகளுக்கான பள்ளியான அவள் பள்ளியிலேயே தேன்மொழியைச் சேர்த்தபோது, அவள் உதட்டசைவைப்

படிப்பதில் மிகவும் கெட்டிக்காரியாக இருந்தாள். உச்சரிப்பு சற்றே மாறினாலும் சரளமாகவே பேசினாள். ஆங்கில அளவு இல்லாவிட்டாலும் தமிழும் பேசினாள் வீட்டில். டீச்சர் கரும்பலகையின்புறம் திரும்பி ஏதாவது சொன்னால் மட்டும் புரியாமல் விழிப்பாள். வசந்தனிடம் சொல்லாமல் சமந்தாவிடம் சைகை மொழியும் கற்றபடி இருந்தாள். "உங்கள் மகள் சைகை மொழியில் அமெரிக்க ஆங்கிலம் பேசுகிறாள்" என்று சிரிப்பாள் ஸமந்தா.

தொடர்ந்து அவள் சைகை மொழி பயில வேண்டுமென்று அவள் தீர்மானித்ததற்குக் காரணம் இருந்தது. தேன்மொழி அவள் பள்ளியில் சேருவதற்கு முன்பு சிறப்புப் பள்ளியில் ஒரு விழா ஏற்பாடு செய்திருந்தார்கள். அந்த விழாவில் பதினைந்து வயதுச் சிறுவன் ஒருவன் மேடையில் பத்து நிமிடங்கள் அவன் எப்படிப் பேசக் கற்றுக்கொண்டான் என்பதைக் கூறினான். மேடையில் "செவிப்புலன் அற்றவர்களும் பேச முடியும்" என்று கூறிய பெரிய துணிப் பதாகை தொங்கியது. சிறுவன் பேசி முடித்ததும் அவையோர் கரகோஷம் செய்தனர். ஸமாந்தா இவள் கையை இறுகப் பற்றிக்கொண்டாள். "என்ன ஸமாந்தா?" என்றதும் "இதைப் பேச அந்தக் குழந்தை இத்தனை காலம் எவ்வளவு கஷ்டப்பட்டிருப்பானோ?" என்றாள்.

எட்வினும் தேன்மொழியும் விளையாடும்போது சத்தமே இருக்காது. அவ்வப்போது கையைத் தட்டிச் சிரிக்கும் ஒலி மட்டும் கேட்கும். வசந்தன் இல்லாதபோதுதான் எட்வின் வருவான். அப்படி வசந்தன் இருந்தால் பேசிக்கொள்வார்கள் குழந்தைகள் இருவரும். அவன் முன்னால் சைகை மொழியைத் தவிர்த்துவிடுவார்கள்.

❍ ❍ ❍

சமீபத்தில்தான் அப்பாவும் மகளும் மோதிக்கொண்ட அந்தச் சம்பவம் நடந்தது. தேன்மொழி நுண்கலைக் கல்லூரியில் சேர்ந்திருந்தாள். குழந்தையிலிருந்து அவளுக்கு வரைவதிலும், களிமண்ணுடன் விளையாடி வடிவங்கள் அமைப்பதிலும் ஆர்வம் இருந்தது. ஒன்றரை வயதில் தரையில் சிதறிக் கிடந்த கற்களை ஒரு சிற்பம்போல் தேன்மொழி அமைத்துக் காட்டினாள். மைதிலி கொஞ்சம் வழிப்படுத்தியதும் தேன்மொழி அனாயாசமாக வரையவும் வடிவமைக்கவும் ஆரம்பித்தாள். மைதிலி படித்த நுண்கலைக் கல்லூரிக்கு தேன்மொழி பனிரெண்டாம் வகுப்புக்குப் பிறகு போவாள் என்பது ஏற்கனவே தீர்மானமான ஒன்றாகத்தான் இருந்தது. வசந்தனும் அத்தையும் கூட அதைத்தான் விரும்பினார்கள். ஆனால் எட்வினும் அதே

கல்லூரியில் சேரப்போகிறான் என்பதை மைதிலி வரவேற்ற அளவு வசந்தனும் அத்தையும் வரவேற்கவில்லை. அதற்குக் குறிப்பிட்ட காரணம் என்று ஒன்று இல்லாவிட்டாலும் அந்த விஷயத்தை அவ்வளவு உற்சாகமாக இருவருமே வரவேற்கவில்லை. தேன்மொழி கல்லூரியில் சேர்ந்த பிறகு எட்வின் அடிக்கடி வீட்டுக்கு வர ஆரம்பித்தான். அத்தை தன் இளைய மகளுடன் இருக்கப் போய்விட்டாலும் தேன்மொழியை வளர்த்த பாசம் விடவில்லை. வந்துபோய்க்கொண்டிருப்பாள்.

எட்வினும் தேன்மொழியும் சைகை மொழியில் பேசிக் கொள்வார்கள் அத்தனை நேரமும். இரண்டொரு முறை வசந்தன் பார்த்துவிட்டு, "மைதிலி, என்ன இது? பேசச் சொல்லு தேனை. அந்த எட்வினோட பழகி பழகி பேச்சே போயிடப் போவுது" என்றான்.

"விடு வசந்த், இப்ப அவ பெரியவளாயிட்டா. அதிகம் வற்புறுத்தினா அவளுக்குப் பிடிக்காது" என்றுவிட்டாள் மைதிலி.

வசந்தன் முன்போல் அதிகம் வேலைகளை ஏற்றுக்கொள்வதை நிறுத்தியிருந்தான். நிறைய உழைத்தாகிவிட்டது என்பான். அதனால் அத்தையின் பொறுப்புகள் அத்தனையையும் உற்சாக மாக ஏற்றுக்கொண்டான். மாதா மாதம் மளிகைச் சாமான்கள் வாங்குவது, வீட்டு நிலவரங்களை மேற்பார்வை செய்வது, அதற்கான கணக்குகளைச் சரிபார்ப்பது எல்லாவற்றையும் சந்தோஷமாகச் செய்தான். காலைப் பலகாரம் செய்வது முதல் விசேஷ தினச் சாப்பாடு செய்வது வரை அவன்தான் தீர்மானித்தான். தேன்மொழிதான் அவன் உதவியாள். அப்பாவும் மகளுமாய் பேசி பேசித் தீர்மானிப்பார்கள். சண்டை போடுவார்கள். சமாதானம் ஆவார்கள். இடையில் இவள் பேசினால் குருக்ஷேத்திரம் ஆகிவிடும் விவகாரம். கதவை அறைந்து சாத்திவிட்டு வசந்தன் வெளியே போய்விடுவான். கொஞ்ச நேரம் ஆனதும் திரும்பி வருவான். தேன்மொழி அதற்குள் அவனுக்குப் பிடித்த பாட்டு, புத்தகம், சினிமாப் படம் எதையாவது தயாராக வைத்திருப்பாள். மாலை நேரமானால் பியர், விஸ்கி இருக்கிறதா என்று உறுதி செய்துகொள்வாள். இல்லையென்றால் கடையிலிருந்து வரவழைக்கச் செய்வாள். "சந்த், இந்தப் பாட்டுல இந்த வரியைக் கொஞ்சம் கேளேன்" என்றோ, புத்தகத்தின் ஒரு பகுதியைக் குறிப்பிட்டோ, விளம்பரப் படம் ஒன்றை விமர்சித்தோ உரையாடலைத் தொடங்குவாள். வசந்தன் இவளைப் பார்த்துச் சிரிப்பான். "என் மகள்" என்பான். தேன்மொழியை ஒரு கையால் அணைத்துக்கொண்டு இவளையும் கூப்பிடுவான் இன்னொரு கையின் அணைப்புக்கு.

காக்ளியர் அறுவைச் சிகிச்சை பற்றி அவன் இவ்வளவு தீவிரமாக யோசித்திருந்தான் என்பது தேன்மொழிக்கும் இவளுக்கும் தெரியாமலேயே போயிற்று. தேன்மொழி சிறுமியாக இருந்தபோது அது குறித்துப் பேசியிருந்தாலும் அவள் சாதாரணப் பள்ளியில் சேர்ந்த பிறகு அது பற்றிப் பேசியிருக்கவில்லை. அவள் எட்வினோடு சைகை மொழியில் பேசியது அவனைப் பாதித்ததா என்னவென்று தெரியவில்லை. ஒரு நாள் மாலை, "தேன், காக்ளியர் ஆபரேஷன் பத்தி டாக்டர் கிட்டப் பேசியிருக்கேன். உனக்கு லீவு எப்ப வருது? தேதி குறிச்சிடலாமா?" என்றான் சாதாரணமாக. பள்ளிப் பிள்ளைகளின் டிராயிங் நோட்டுப் புத்தகங்களை திருத்திக்கொண்டிருந்த மைதிலி திடுக்கிட்டு நிமிர்ந்தாள். தேன்மொழி தன் அப்பாவைப் பார்த்து, "சந்த், இது என் வாழ்க்கை. அதனால் இதைப்பற்றி நான்தான் தீர்மானிக்கணும், இல்லையா?" என்றதும் மைதிலியைக் கோபமாகப் பார்த்தான்.

சில மாதங்களாகவே ஏதோ கோபம் மூண்டபடி இருந்தது அவனுள். மைதிலியை அதற்கு இலக்காக்குவது அவனுக்கு எளிதாக இருந்தது. அந்தக் கோபத்தின் வேர் புலப்படாவிட்டாலும் சில சமயம் அது பாய்ந்த பாதைகள் முற்றிலும் எதிர்பாராதவையாக இருந்தன. உற்சாகமாய் காலையில் எழுந்து சன்னல் பக்கம் நின்று கொண்டு "ஜாகோ மோஹன் ப்யாரே" அல்லது பலுஸ்கரின் பஜன் ஒன்றைக் கீழ்க்குரலில் பாடிவிட்டு, மென்னோட்டம் ஓடிவிட்டு வந்தபின் அன்றைக்கான காலை உணவு, சாப்பாட்டைத் திட்டமிடுவது, தேன்மொழியும் இவளும் நறுக்க வேண்டிய காய்கறிகள், அரைக்க வேண்டிய மசாலாக்கள் இவற்றை எடுத்து வைப்பது என்று கச்சிதமாய் வேலைகளைப் பங்குபோடுபவன் திடீரென்று ஒரு நாள் எழுந்திருக்கவே மாட்டான். அல்லது கணினி முன் உட்கார்ந்திருப்பான்.

"என்ன ஆச்சு வசந்த்?" என்றால் "மூட் இல்லை" என்றோ "ப்ராஜக்ட் வேலையை முடிக்கணும்" என்றோ பதில் வரும்.

"முதல்லயே சொல்லக்கூடாதா?"

"ஏன், சொல்லிட்டுத்தான் லீவு போடணுமா?"

"ஏதாவது பேசாதே" என்று அலுத்துக்கொண்டு அன்று பள்ளிக்கு லீவு போடவேண்டிவரும். அவள் தலைமையாசிரியராக இருந்ததால் அப்படி விடுமுறை எடுப்பது சிரமம். அத்தை வரும்போது அவளிடம் முறையிடுவாள். "அது ஒரு முரடு" என்றுவிடுவாள் அத்தை.

எப்போது உணர்ச்சிவசப்படுவான் எதற்காக என்று சொல்ல முடியாது.

மரங்களிடையே எப்போதும் கண்ணில் படாமல் குக்குக்கென்று தொண்டைக்குள்ளிருந்து ஒலியெழுப்பும் ஒரு பறவை. தனிப் பறவை. எப்போதாவது துணையுடன் மரப்பொந்தில் கூடு கட்டும்போது பார்க்கலாம். உடலெல்லாம் பச்சையோடி, கழுத்தில் மட்டும் ஒரு சிவப்புக் கோடு மாலைபோல. அது எப்போதும் வரும் பறவைதான். வலசைப் பறவை இல்லை. காப்பர்ஸ்மித் பார்பெட் பறவை. தமிழில் அதை செம்மார்பு குக்குறுவான் என்பார்களாம். அத்தை கூறினாள். அது ஒலியெழுப்ப ஆரம்பித்ததும் போய் நிற்க ஆரம்பித்தான் சன்னல் அருகே. குக்குக்கென்று தொடர்ந்து ஒலியெழுப்பும் அந்தப் பறவை. ஒரு நாள் அவனைப் பின்னாலிருந்து கட்டிக்கொண்ட தேன்மொழி அவன் வழக்கம்போல் தன் கைகளைப் பின்னால் வளைத்து அவளைக் கட்டிக்கொள்ளாமல் போனதும், அவனை முதுகில் குத்தினாள். அவன் திரும்பவில்லை. அவன் முன்னால் போனவள் அதிர்ந்துபோனாள். அவன் கண்களிலிருந்து நீர் கன்னத்தில் வடிந்தபடி இருந்தது. மைதிலியும் அதைப் பார்த்துத் திடுக்கிட்டாள். இருவருக்கும் ஒன்றும் புரியவில்லை.

அந்தப் பறவையின் கூவல் தொண்டையில் அடைபட்டுக் கிடக்கிறது என்றான் பிறகு.

தேன்மொழியின் கல்லூரியில் மாணவர்கள் சிறப்பு வெளியீடாகக் கொண்டுவந்த ஒரு புத்தகத்தில் தேன்மொழி எழுதியிருந்த கட்டுரை அவனைப் பாதித்திருக்கலாம் என்று தோன்றியது சில சமயம்.

முதல் காதல் பற்றித் திடீரென்று நினைக்க ஆரம்பித்தான். அது மட்டும் அமைந்திருந்தால் அவன் வாழ்க்கை வேறாக இருந்திருக்கும் என்றான். அந்தக் காதலி பெரிய நடிகையாகி, திருமணம் செய்துகொண்டு, மூன்று குழந்தைகள் இருந்தனர் அவளுக்கு. தொலைக்காட்சித் தொடர்களில் உருட்டி மிரட்டும் மாமியாராகவும் குடும்பத்தை உடைக்கச் சதி செய்யும் வில்லியாகவும் நடித்துக்கொண்டிருந்தாள். எப்போதாவது சேனல்களை மாற்றும்போது அவள் நடிக்கும் தொடர்களில் ஏதாவது ஒன்று ஓடிக்கொண்டிருக்கும். "மாத்து அதை" என்று அலறுவான். "இதுல எல்லாம் நடிக்கணும்னுட்டுத் தலையெழுத்து அவளுக்கு" என்பான். கிண்டல் செய்வான் அவள் பேசும் வசனங்களை. அப்படிப்பட்டவன் இவளும் தேன்மொழியும் அவள் தொடர்களைக் கேலி செய்யும்போதோ, யாராவது பத்திரிகை யில் விமர்சனம் செய்யும்போதோ, "எதற்கு வீண் விமர்சனம்?"

என்று சொல்ல ஆரம்பித்தான். ஒரு மாலை சூடாக விவாதம் நடந்தபோது, "அவளைக் கட்டியிருந்தா என் வாழ்க்கையே வேறா இருந்திருக்கும்" என்று திடீரென்று கூறினான். ஒரு நிமிடம் திடுக்கிட்ட மைதிலி, "ஆமாம் வேறாத்தான் இருந்திருக்கும். ஒரு வேளை நீயும் ஏதாவது அப்பா ரோல் இல்லை தாத்தா ரோல் பண்ணியிருப்பே. இருமிட்டே இருந்திருப்பே" என்றாள் சிரித்துக் கொண்டே. வசந்தன் எழுந்துபோய்விட்டான்.

தேன்மொழி பக்கம் திரும்பிப் பேசுவது அவர்கள் இருவருக்குமே வழக்கமாயிருந்தது. உதட்டசைவைப் பார்த்துத்தான் அவள் உரையாட முடியும். அதைத் தவிர்க்க ஆரம்பித்தான். காது கேட்பதற்கான கருவியைச் செவியில் அவள் பொருத்திக்கொள்வாள் வெளியே போகும்போது. இருந்தாலும் அவள் கண்கள் எதிரே பேசும் நபரின் உதட்டசைவின் மேல்தான் இருக்கும். வீட்டுக்கு வந்ததும் காதில் இருப்பதை எடுத்தால்தான் அவளுக்கு நிம்மதி. இத்தனை ஆண்டுகளாக அதுதான் அவள் வழக்கம். பள்ளியிலிருந்து வரும் குழந்தை, காலணி, பள்ளிப் பை இவற்றைத் தூக்கிப் போடுவதைப்போல் தேன்மொழியும் செவிக்கருவியை எடுத்துவிட்டு, தடவிக்கொள்வாள் செவியை. மைதிலியின் தோழி ஒருத்தி கூறிய ஜே.பி. கிருபளானி பற்றிய நிகழ்வு ஒன்றைச் சொல்லிச் சிரிப்பாள். கிருபளானி வயது காலத்தில் ஆஸ்பத்திரியில் இருந்தார். அவரைப் பார்க்க உறவினர் களும் மற்றவர்களும் வந்தபடி இருந்தனர். கிருபளானியின் செவி கேட்கும் கருவி கெட்டுப்போய்விட்டது. அவர் காரியதரிசி அதை ஒக்கப்பண்ண முன்னூறு ரூபாய் ஆகும் என்று அவரிடம் சொல்லிக்கொண்டிருந்தார். "எதற்கு வீண் செலவு?" என்றார் கிருபளானி. "வீண் செலவா? மற்றவர்கள் பேசுவது உங்களுக்குக் கேட்க வேண்டாமா?" என்றார் காரியதரிசி. "வேண்டாம். கேட்பதற்கு லாயக்கில்லாத பேச்சுதான் எல்லாம்" என்றுவிட்டாராம் கிருபளானி. தேன்மொழி சொல்லும் போது இவர்களும் சிரிப்பார்கள். காக்ளியர் அறுவைச் சிகிச்சை பற்றிக் குறிப்பிடுவதற்குச் சில மாதங்களுக்கு முன் தேன்மொழி வழக்கம்போல் "கிருபளானி சொன்னதுபோல..." என்று ஆரம்பித்தபோது, "போதும் போதும். இதில் சிரிக்க ஒண்ணுமில்லை" என்று எரிந்துவிழுந்தான் வசந்தன்.

அவன் மனநிலை மாற்றத்தை அவள் வயதாக ஆக ஏற்படும் பல மாற்றங்களில் ஒன்றாகத்தான் பார்த்தாள் ஆரம்பத்தில். அவள் அப்பாவே சிலசமயம் இப்படி எரிந்துவிழுவார். ஒரு முறை அப்பாவுக்கு வயிறு சரியில்லாமல் போய்விட்டது. அடிக்கடி கழிவறைக்குப் போய்க்கொண்டிருந்தவரிடம், "என்னங்க, வயிறு கியிறு சரியில்லையா?" என்று அம்மா கேட்டதும், "ஏன், உங்கிட்டச்

சொல்லிட்டுத்தான் கக்கூஸ் போகணுமோ?" என்று சீறினார். "நாப்பது வயசானா நாய்க்குணம் இந்த ஆம்பிளைகளுக்கு" என்று அலுத்துக்கொள்வாள் அம்மா. அவருக்கு எண்பது வயதுக்கு மேல் ஆகிவிட்டது. நாற்பது வயதுக்கு மேல் என்றால் நாற்பது வருடங்களுக்கு மேலாகவா அம்மா இதைப் பொறுத்துக் கொண்டிருக்கிறாள் என்று தோன்றும். அவரை விட நான்கு வயது சிறியவள் அவ்வளவுதான். ஆனால் அவள் ஓடி ஓடிச் சமைத்துக்கொண்டும், புத்தகங்களைப் படித்துக்கொண்டும். சிரித்துக்கொண்டும் இருந்தாள்.

வசந்தனின் பெற்றோர்களுக்கும் வயதாகிவிட்டது. அவன் அம்மா இன்னும் தன் சாப்பாடு அனுப்பும் தொழிலை நிறுத்தவில்லை. நான்கைந்து இளையவர்களைக் கூட்டுச் சேர்த்துக் கொண்டு அதை உற்சாகத்துடன் செய்து வந்தாள். வசந்தனின் அப்பா பட்டுக்கொள்ளாமல் இருப்பார். சமயத்தில் அவள் வேலையைக் கிண்டலும் செய்வார். "பெரிய ஷெஃப்னு நினைப்பு" என்பார். "அவங்க வீட்டுக் குணம் அது, என் மாமனாரும் இதுமாதிரிதான் பேசுவாரு" என்பாள் வசந்தனின் அம்மா.

இது என்ன தலைமுறை தலைமுறையாய் ரத்தத்துடன் கலந்து வருவதா என்ன?

காக்ளியர் அறுவைச் சிகிச்சை பற்றிய பேச்சு எழுந்தது இப்படிச் சில மாதங்கள் கோபமும் தாபமும் சிடுசிடுப்புமாய்க் கழிந்தபின்தான்.

அன்று தேன்மொழி மறுத்தபின் அவளுடன் பேசாமலே இருந்தான். அவளுடைய வழக்கமான உற்சாகமூட்டும் முயற்சிகள் தோல்வியடைந்தபின் ஒரு நாள் அவனிடம் கடித உறை ஒன்றைத் தந்தாள். எட்வினும் அன்று வந்திருந்தான். ஏதோ வேலை யாக இருந்த அவள் உறையைப் பிரித்து, மடிக்கப்பட்ட ஒரு தாளை அதிலிருந்து அவன் எடுப்பதைப் பார்த்தாள். அதைப் படித்தான். எதுவும் பேசவில்லை. பிறகு எழுந்து செருப்பைப் போட்டுக்கொண்டு வெளியே போனான்.

தேன்மொழியும் எட்வினும் அவன் பேசாமல் போவதைப் பார்த்தபடி இருந்தனர்.

பிறகுதான் அவள் படித்தாள் அதை. கடிதமாகவும் இல்லாமல் குறிப்பாகவும் இல்லாமல் இருந்தது தேன்மொழி எழுதியது. சில வரிகளை மடக்கினால் கவிதையாகிவிடும் என்று தோன்றியது. அதை அவள் ஒலி உலகுக்கு அனுப்பும் ஒரு செய்திபோல் எழுதியிருந்தாள். ஆங்கிலத்தில் எழுதியிருந்தாள்.

சிவப்புக் கழுத்துடன் ஒரு பச்சைப் பறவை

நான், நாங்கள் – எட்வினும் நானும் – வாழும் உலகில் ஒலி இல்லை. செவிக்கருவி மூலம் ஒலிச்சொட்டுகள் விழும். அவை சூடானவை. நெருப்பாய்ச் சுடுபவை. ஒலி ஒரு சாட்டை. வலியைத் தருவது. அதுதான் ஒலியுடன் எங்கள் உறவு. எங்கள் உலகில் வண்ணங்கள் உண்டு. காட்சிகள் உண்டு. மண் சிவப்பு. ரத்தச் சிவப்பு. அரக்குச் சிவப்பு. குங்குமச் சிவப்பு. கிளிப் பச்சை. பாசிப் பச்சை. தளிர்ப் பச்சை. அந்த நீலம். ஆகாயம். மென் நீலம். கரு நீலம். இரண்டும் கலந்த நீலம். அதனுள் புகுந்தால் மோனேயின் நீல ஓவியங்கள். ஆறும் சூரியச் சிவப்பும் கலந்து. அதில் நீந்திப் போனால் நீலச் சுவர்களுடன் வான்கோவின் படுக்கையறை ஓவியம். நீலச் சட்டைகள் தொங்கியபடி. மூடிய நீலக் கதவுகள். நீலக் கண்ணாடிக் கிண்ணம், நீலக் கண்ணாடிக் குடுவை, நீல சீசாக்களுடன் மேசை. கட்டிலின் தலைப்பக்கம் மேலே நீலம் கலந்த ஓவியம். மஞ்சளும் சிவப்பும் இளம் பச்சையுமாய்க் கட்டிலும் மெத்தையின் மேல் போர்வையும் நாற்காலிகளும். மூடிய சன்னல்கள் பச்சை வண்ணத் தூரிகைத் தீட்டுகளுடன்.

பிறகு எட்வார்ட் மூங்க்கின் ஓலத்தைக் குறிக்கும் அந்த ஓவியம். மண்டையோட்டு முகத்தில் திறந்த வாய். அது பால் பேதமின்றி யாராகவும் இருக்கலாம். ஆணுமில்லாத பெண்ணுமில்லாத மனித உருவம். மனப்பிறழ்வுடன் ஆஸ்பத்திரியில் இருந்த சகோதரியைப் பார்த்த எட்வார்டின் சோகம், வரும் வழியில் மனத்தைப் பீடித்த பயம், சோர்வு எல்லாவற்றையும் கூறும் ஒலியில்லா ஓலம். எல்லாவற்றையும் ஓசையின்றிக் கூறும் திறந்த வாய். அத்தனையும் காட்சிகள். ஒலி தேவையில்லாக் காட்சிகள்.

ஒலி ஓர் ஆக்கிரமிப்பு. மௌனத்தை வீழ்த்துவது.

மௌனம் ஒரு கடல். ரகசியங்கள் புதைந்த கடல். அதன் மேல் பறவைகள் பறக்கலாம். படகுகள் ஓடலாம். கப்பல்களும் போகலாம். மீன் பிடிப்பவர்கள் மீன் பிடித்து வாழ்க்கையை நடத்தலாம்.

ஆழ்கடல் ரகசியங்கள் இருக்கட்டும். அதனுடன் நாங்கள் பிணைந்திருக்கிறோம். பெரிய வலை போட்டு இழுத்துவிடலாம் திமிங்கலங்களை இழுப்பதுபோல. ஒலி உணர் மணலில் சிறு மௌனத் தண்ணீர்த் தொட்டி கட்டி எங்களைப் போடலாம். உயிருடன்

இருப்போம் வேடிக்கையான காட்சிப் பொருளாக. ஆனால் இறந்திருப்போம்.

திமிங்கலங்களுக்கான இடம் கடல்தான்.

❍ ❍ ❍

இப்போது இந்தச் செல்கை; வெளியேற்றம்.

❍ ❍ ❍

முதலில் உடைந்து அழத் தோன்றியது. அழுதாகிவிட்டது. மெள்ள எழுந்தாள். வசந்தன் தன் கைபேசியை வைத்துவிட்டுப் போயிருந்தான். அதிலிருந்த அவன் நண்பர்களின் எண்களை அழுத்தத் தொடங்கினாள். யாருக்கும் எதுவும் தெரியவில்லை.

குறிப்புப் புத்தகம் ஒன்றை எடுத்து அவனுக்குப் பிடித்த இடங்களை எழுத ஆரமபித்தாள்.

கர்ஜத்

லோனாவாலா

ரத்னகிரி

அஹமதாபாத்

பரோடா

சென்னை

டெல்லி

படியாலா

ஹரித்வார்

ரிஷிகேஷ்

ஸிம்லா

மனாலி

டேராடூன்

மிஸோரி

லதாக்

கர்ஜத் மற்றும் லோனாவாலாவில் அவன் நண்பர்களின் பண்ணை வீடுகள் இருந்தன. ரத்னகிரி அவனுக்குப் பிடித்த இடம். அருகே ஸாவந்த்வாடி. சின்ன ஊர் மலைகள் நடுவே.

அவனுடன் போயிருக்கிறாள் ஒரு முறை. அஹமதாபாத் அவன் அடிக்கடி போவான். அங்குள்ள வடிவமைப்புப் பள்ளியில் விரிவுரையாற்ற. பரோடாவில் அவன் பெற்றோர்கள் சில ஆண்டுகள் இருந்திருக்கிறார்கள். அங்கு தான் படித்த பள்ளி பற்றிக் கூறுவான். சென்னையும் போயிருக்கலாம். அவன் நண்பர்கள் உண்டு அங்கே. டெல்லி செல்லவும் காரணங்கள் உண்டு. நண்பர்கள் உண்டு. முதல் காதலியின் வீடொன்று உண்டு, அவள் எப்போதாவது வந்து தங்க. படியாலாவில் இவனுடன் படித்த ஒரு நண்பன் குடும்பத் தொழிலான ஐஸ்க்ரீம் செய்யும் தொழிலில் இருந்தான். வகைவகையான ஐஸ்க்ரீம். அவர்கள் குடும்பம் மட்டுமே செய்யும் ஐஸ்க்ரீம். ஹரித்வார், ரிஷிகேஷ் இரண்டுமே அவனுக்குப் பிடித்த இடங்கள். ஸிம்லாவில் உற்ற நண்பன் ஒருவன் உண்டு. ஒரு பள்ளியில் ஆசிரியராக இருப்பவன். மனைவியும் ஆசிரியை. அவர்களுக்கும் குழந்தைகள் கிடையாது. விவசாயம் செய்யத் தீர்மானித்துக் கூட்டுக்குடும்பமாய் குடும்ப நிலங்களைப் பராமரித்து வரும் நண்பன் உண்டு மனாலியில். கடந்த வருடம் அவன் மனைவி இறந்துவிட்டாள். இவனை அங்கு வரும்படி சொல்லிக்கொண்டே இருப்பான். டேராடூனில் ஒரு தோழி உண்டு. அங்குள்ள கல்லூரியில் பேராசிரியையாக இருக்கிறாள். மகளுடன் அவள் மட்டும் இருக்கிறாள். கணவன் சமீபத்தில் இறந்துவிட்டான். மிஸோரியில் அவனுக்குப் பிடித்த எழுத்தாளர் ரஸ்கின் பாண்ட் இருக்கிறார். அவருடன் கடிதத் தொடர்பு உண்டு. லதாக்கில் இவனுக்கு மிக நெருங்கிய மும்பாய் நண்பனின் குடும்பம் உண்டு. ஒரு பெரிய ஹோட்டலை நடத்தும் குடும்பம். சுற்றுலாப் பயணிகள் வந்து தங்கும் ஹோட்டல்.

எல்லா இடங்களிலுமுள்ள நண்பர்களைத் தொடர்பு கொண்டாள். சாதாரணமாகப் பேசுவதுபோல் பேசிவிட்டு, வசந்தன் அங்கு வந்திருக்கிறானா, வருவதாகச் சொல்லியிருக்கிறானா என்று விசாரித்தாள். உடனே அவர்களுக்குக் கவலையாகிவிட்டது. என்ன ஏது என்று விசாரிக்க ஆரம்பித்தார்கள். ஓவ்வொர் இடமாக விலக்கிக்கொண்டே வந்து எஞ்சியது ஸாவந்த்வாடி, ஹரித்வார், ரிஷிகேஷ்.

கிளம்பிப்போய்த் தேடுவதா, போலீசுக்குச் சொல்வதா, துணைக்கு யாரையாவது கூட்டிச் செல்வதா என்ன செய்வது என்று நினைத்துக் கவன்றாள்.

இரண்டு நாட்கள் ஓடிவிட்டன.

அவள் செய்வதையெல்லாம் பார்த்துக்கொண்டிருந்தாள் தேன்மொழி. ஒரு சிறு பெட்டியில் சில துணிமணிகளை

வைத்தாள். மைதிலியின் தோளில் கைபோட்டு அணைத்தாள். கிளம்புவோம் என்றாள்.

ரத்னகிரிக்கு ரயில் பயணம். முன்பு தங்கிய இரண்டொரு இடங்களில் வசந்தனின் புகைப்படத்தைக் காட்டி விசாரித்த போது, சிலர் பார்க்கவில்லை என்றார்கள். "இவரா, இவர் மொட்டையடித்துக்கொண்டு இங்கே வந்தார்" என்றார்கள் சிலர். நம்ப முடியவில்லை. மொட்டையடித்துக்கொள்பவன் இல்லை அவன். அவசியமும் இல்லை. ஒளியவில்லையே அவன்? ஸாவந்த்வாடிக்குப் பேருந்தில் போனார்கள். முன்பு தங்கியிருந்த சிறு விடுதி ஒரு குடும்பத்தினர் நடத்தும் விடுதி. சிறிய அறை. அதை ஒட்டிய சிறு வராந்தா. அங்கு நின்றால் கண்களை முட்டும் பச்சை மலைகள். அகன்ற ஏரி. அவசரமில்லாமல் இயங்கும் சிற்றூர். அதே விடுதிக்குப் போய் விசாரித்தபோது அங்கு வரவில்லை என்றார்கள். மலை மேல் ஒரு கோவில் இருந்தது. அதில் ஏறியது உண்டு. தேன்மொழியிடம் கூறினாள். ஏறலாம் என்று சைகையில் கூறினாள்.

ஏற ஆரம்பித்தனர். காலை அகற்றி வைக்க வேண்டிய கற்படிகள். சில இடங்களில் சிறு பாறைகள். மேலே கோவிலில் ஏறிவிட்டு அங்கேயே அமர்ந்துவிட்ட பலர். அருகில் சென்று சிலரிடம் விசாரித்தபோது ஒருவர், "இதே மாதிரி ஒருவர் வந்தார். காவியுடையில் இருந்தார்" என்றார். வசந்தனைக் காவியுடையில் கற்பனை செய்ய முடியவில்லை.

மலையிலிருந்து இறங்கி வந்தார்கள்.

அறைக்கு வந்ததும் டேராடூன் தோழியிடமிருந்து கைபேசி யில் அழைப்பு வந்தது. வசந்தன் வந்திருந்ததாகக் கூறினாள். பாந்த்ராவிலிருந்து இரவு 12 மணிக்குக் கிளம்பும் வண்டியில் அவன் ஏறிவிட்டானாம். டிக்கட் பரிசோதகர் டிக்கட் கேட்ட போது டிக்கட் எடுக்கவில்லை என்றானாம். சிறிது நேரம் அவனுடன் பேசிவிட்டு அவர் ஒன்றும் நடவடிக்கை எடுக்காமல் போய்விட்டாராம். அவள் வீட்டில் ஒரு நாள் தங்கினானாம். மிகவும் வற்புறுத்திப் பணம் தந்தாளாம். ஹரித்வார் ரிஷிகேஷ் போவதாகக் கூறினானாம்.

இவள் பேசுவதையே பார்த்துக்கொண்டிருந்தாள் தேன்மொழி. தன் கைபேசியில் எதையெதையோ தேடிப்பார்த்தாள்.

டேராடூன் போய் அங்கிருந்து பேருந்தில் ஹரித்வார், ரிஷிகேஷ் போகலாம் என்று ஆலோசனை கூறினாள். ரயிலில் போனால் டில்லி போகவே இரண்டு நாட்களாகும். அங்கிருந்து டேராடூன் அல்லது வால்வோ பேருந்தில் ஹரித்வார் உடனடி

யாகப் போகலாம். அதற்குள் அவன் அங்கிருந்து போய்விட்டால்? இவர்களுக்குத் தேநீர் தர வந்த விடுதியின் உரிமையாளர் இவர்களிடம் விவரம் கேட்டறிந்து வேகமாகச் செல்லும் வழியைக் கூறினார். ஸாவந்த்வாடியிலிருந்து கோவா 75 கிலோமீட்டர்தான். பஞ்சிம் போக ஒரு மணி நேரம்தான் ஆகும். அங்கிருந்து டாபோலின் விமான தளம் அரைமணி நேர தூரம்தான். விமானத்தில் டேராடூன் போய்விடலாம். அது சரியாகப் பட்டது. தேநீர் குடித்துவிட்டுக் கிளம்பினார்கள்.

மைதிலியை ஓர் இடத்தில் அமரச் சொல்லிவிட்டு, தேன்மொழி ஏடிஎம்மில் பணமெடுக்கப் போனாள். மனம் கண்டபடி ஓடியது. ரிஷிகேஷில் அவன் இறந்து போயிருந்தால்? உடல் கிடைக்குமா? உடலை எப்படிக் கொண்டுவருவது? அவன் தற்கொலை செய்துகொண்டிருந்தால்? போலீசுக்குப் பதில் சொல்லவேண்டிவருமா? அவன் பெற்றோரிடம் எப்படிச் சொல்வது? வசந்தனை வெறும் உடலாக நினைத்துப் பார்த்தாள். கல்லூரிக் காலங்களில் அவள் அறிந்த ஆசிரியனாய்த் தெரிந்தான். பிறகு வேறு திக்கில் ஓடியது மனம். அவனைச் சிதையில் எல்லாம் வைக்கக் கூடாது. அவனுக்குச் சடங்குகள் பிடிக்காது. மின்சாரச் சுடுகாட்டுக்குத்தான் கொண்டுபோகவேண்டும். திடீரென்று தோன்றியது. எப்போது அழுவது? அது முடியுமா?

தேன்மொழி தோளில் கை வைத்தாள். திடுக்கிட்டு நிமிர்ந்தாள். தேன்மொழி கைபேசி மூலம் எல்லா ஏற்பாடுகளையும் செய்திருந்தாள். கொஞ்ச நேரத்தில் கோவா செல்லும் பேருந்தில் அமர்ந்திருந்தனர்.

❍ ❍ ❍

கங்கை ஆர்ப்பரித்துக்கொண்டிருந்தது ஹரித்வாரில். தங்குமிடத்தை ஏற்பாடு செய்துவிட்டு, தேன்மொழியின் கையைப் பற்றிக்கொண்டு, கங்கையில் இறங்கியபோது உடல் வெடவெடத்தது குளிர்ந்த நீரில். தேன்மொழி கங்கையில் அமிழ்ந்து முகமெல்லாம் நீர் ஒழுக தலையைச் சிலுப்பியபடி வெளியே வந்தாள் அன்னப்பறவை போல் மிதந்தபடி. அவளைப் பார்த்துக்கொண்டிருந்த இவளைத் தேன்மொழி அருகே மிதந்தபடி வந்து அணைத்துக்கொண்டாள்.

உடை மாற்றிக்கொண்டு சிறு உணவகமொன்றில் சுட சுட பூரியும் உருளைக்கிழங்கும் சாப்பிட்டபின் அங்கிருந்த பயணிகள் தங்கும் ஆசிரமங்களில் விசாரிக்கத் துவங்கினார்கள். சற்று எட்ட இருந்த ஆசிரமம் ஒன்றில் ஒருவர் வசந்தனைப் பார்த்ததாகக் கூறினார். சில மணி நேரங்களே இருந்ததாகவும் ரிஷிகேஷ் போகப்போவதாகச் சொன்னதாகவும் கூறினார். ரிஷிகேஷ் பயணம் துவங்கியது.

வசந்தனும் அவளும் ரிஷிகேஷ் வந்ததுண்டு. பிருந்தாவனத்தில் உள்ள ஆசிரமம் ஒன்றின் தலைவர் இங்கு வருவார் அடிக்கடி. ஆசிரமத்துக்கான புத்தக வெளியீட்டு வேலைகளை அமைதியாகச் செய்ய கூடவே ஆசிரமத்தைச் சேர்ந்தவர்கள் வருவார்கள். இங்கே உள்ள விடுதி ஒன்றை முழுவதுமாக வாடகைக்கு எடுப்பார்கள். ஆசிரமத் தலைவரை வசந்தனுக்குத் தெரியும். புத்தக வடிவமைப்பில் அவருக்கு உதவுவதுண்டு. அவர்கள் முன்பு வந்தபோது அவருடன் விடுதியில் தங்கினார்கள். தினமும் மாலை அவர் அருகில் உள்ள இடத்தில் சொற்பொழிவாற்றுவார். இதமான குரல் அவருக்கு. எதையும் வலிந்து திணிக்காத பேச்சு. யாராவது அறிவுஜீவி எழுந்துநின்று, "கீதையில் இப்படிச் சொல்லியிருக்கிறதே?" என்று ஏதாவது கேட்டால், "ஸாஹேப், நான் படிக்காதவன். எனக்கு என்ன தெரியும்? நீங்கள் கீதையைப் படித்திருந்தால் எனக்குச் சொல்லுங்கள். நான் வாழ்க்கையைப் பற்றிப் பேசுகிறேன். பிருந்தாவனத்தில் இருக்கும் என் பாங்கே பிஹாரி பற்றிச் சொல்கிறேன். என் கடவுள் அனுபவத்தைச் சொல்கிறேன். இந்து மதம் பற்றிப் படித்த உங்களுக்குத்தான் தெரியும். நான் வெறும் பக்தன். பக்தனுக்கு ஏது மதம்?" என்று சிரித்துக்கொண்டே சொல்வார். கேள்வி கேட்டவர் முணுமுணுத்துக்கொண்டே உட்கார்ந்ததும், கிஷோரி அமோன்கர் பாடும், "மாரோ ப்ரணாம், பாங்கே பிஹாரிஜி, மாரோ ப்ரணாம்" என்று கனிவான, உருக்கும் குரலில், பாட ஆரம்பித்துவிடுவார்.

அந்த விடுதிக்கே போனார்கள். ஒரு வாரம் முன்புதான் பிருந்தாவன ஆசிரமத் தலைவர் வந்திருந்தார். அவளைப் பார்த்ததும் அடையாளம் கண்டுகொண்டார். வசந்தன் பற்றிய விவரங்களைக் கூறியதும், அவன் அங்கு வந்திருந்ததாகவும், ஒரு நாள் இருந்துவிட்டுப் போனதாகவும் கூறினார். மைதிலியின் முகம் வாடியதும், "மைதிலிபெஹன், ஏன் வருத்தப்படுகிறீர்கள்? வாழ்க்கை ஓடட்டும் அதன் போக்கில்" என்றார். தேன்மொழியின் தலையைத் தடவினார் ஆசிர்வதிப்பதுபோல. வெகு நேரம் அவளை அருகில் இருத்திக்கொண்டு அவள் தலைமேல் கைவைத்தபடி இருந்தார். இரவு அங்கேயே வந்து தங்குபடி கூறினார். அவர்கள் விடுதியிலிருந்து பெட்டியைக் கொண்டுவந்தனர்.

அவர்கள் அறையிலிருந்து கங்கையைப் பார்க்க முடிந்தது. மக்கள் நடமாட்டம் இல்லாத இடத்தில் விடுதி இருந்ததால், ஒரு கரிய பாம்பு நெளிவதைப்போல் தெரிந்தது கங்கை.

எங்கே போயிருப்பான் வசந்தன்? ரிஷிகேஷ் வரை வந்தாகி விட்டது. இனி எங்கே? திடீரென்று ஒளிக்கீற்றுபோல் ஒரு நினைவு மனத்தின் குறுக்கே ஓடியது.

திருமணமான ஆரம்ப ஆண்டுகளில் ஒரு முறை அவர்கள் இருவரும் மிஸோரி வரை வந்து, லொடலொடத்த வண்டி ஒன்றில் மலைகளின் மேல் இருந்த தனோல்டி என்ற கிராமத்துக்குப் போனார்கள். உருளைக்கிழங்கு பண்ணைகள் இருக்கும் கிராமம். ஏழெட்டுக் கிலோமீட்டர் தூரத்தில் மலை மீது ஸுர்கண்டாதேவி கோவில். மாலையில் பனிமலை நெஞ்சைக் கிழித்துக்காட்டுவதைப்போல் சூரியன். சூரிய அஸ்தமனம் பார்த்துக்கொண்டிருந்த ஒரு மாலையில் அவளை மடியில் கிடத்திக்கொண்டு அவள் ரவிக்கையைத் தளர்த்தி, அவள் மார்புக்காம்புகளை மெல்ல வருடியபடி, "வாழ்நாள் முழுவதும் இங்கியே இருக்கலாம்னு இருக்குது, இல்லியா?" என்றான். அவன் மடியில் படுத்தபடி அவனை அண்ணாந்து பார்த்து, பின்பு எம்பி அவனைத் தன் பக்கம் இழுத்து, அவன்மேல் புரண்டபடி, "இந்தக் காட்டில் கரடி இருக்குமாம்" என்றாள். "பூஜை வேளையில் வருமே அந்தக் கரடியா?" என்று அவன் கேட்டதும் இருவரும் வாய்விட்டுச் சிரிக்கும்போது, சூரியன் சிவப்பாய் ஒழுகியபடி பனிமலைக்குள் போயிற்று.

தனோல்டி.

தேன்மொழியிடம் கூறினாள். தேன்மொழி உடனே கீழே போய் ஆசிரம மானேஜரின் மடிக்கணினியில் விவரங்களைப் பார்த்தாள். திரும்ப வந்து தனோல்டி இப்போது உல்லாசப் பயணிகளுக்கான இடமாகிவிட்டது என்றாள். டேராடூனிலிருந்து டாக்ஸி எடுத்துப் போகமுடியும் என்றாள்.

தயக்கம் வந்தது. முன்புபோல் இல்லாத தனோல்டியில் அவன் இருப்பானா? ஆனால் இது உல்லாசப் பயணிகள் செல்லும் சமயம் இல்லை.

டேராடூன் போய் அங்கிருந்து தனோல்டி போவதாக மறுநாள் கூறியதும் ஆசிரமத் தலைவர் சிரித்தார்.

O O O

டேராடூனுக்கான பேருந்தில் அமர்ந்ததும் மைதிலியின் தோளில் தலையைச் சாய்த்துக்கொண்டு தேன்மொழி உறங்கிவிட்டாள். சன்னல் வெளியே மலைகளும் காடுகளும் பேருந்துடன் ஓடியபடி. சுற்றிலும் இருந்த எல்லோருக்கும் ஏதோவொரு பயணக் குறிக்கோள். டேராடூனில் வீடு இருக்கலாம். இல்லை, அங்கு ஏதாவது வேலை இருக்கலாம். நீலக் காலுறைகளும், வெள்ளையும் நீலமுமாய்த் தொப்பியும் அணிந்து தாய் மடியில் உறங்கும் குழந்தையின் பாட்டி வீடு அங்கிருக்கலாம். குழந்தையைக் காட்டக்

கணவனுடன் செல்பவளாக அதன் அம்மா இருக்கலாம். தங்கச் சரிகைக் கரையுள்ள ரோஜா வண்ணத் துப்பட்டாவை அவசரமாக மடித்து வைத்ததால் பையின் வெளியே அது தொங்கும்படி சாமானைக் கட்டியிருக்கும் பெண், குடும்பத் திருமணத்துக்குச் செல்பவளாக இருக்கலாம். மலைப்பிரதேசத்தினருக்கே உரிய வரிகள் ஓடிய முகத்துடன் அமர்ந்திருக்கும் பெரியவரும் அவர் மனைவியும் ரிஷிகேஷில் சில நாட்கள் இருந்துவிட்டுத் திரும்புபவர்களாக இருக்கலாம். அவர்கள் சாமான்களில் சிவப்புத் துணியில் கட்டிய சாப்பாட்டு மூட்டை தெரிந்தது. உள்ளே பூரியும், வெங்காயமும் உருளைக்கிழங்கும் சிறியதாக அரிந்து போட்டு, சிவக்க வறுத்த மசாலா உருளைக்கிழங்கு இருக்கலாம் பயணத்தில் சாப்பிட.

அவளுடைய இலக்கு என்ன? வசந்தனைக் கண்டடைவதா? கண்டுவிட்டால், பிறகு?

பேருந்து ஓட்டுனர் பாட்டைப் போட முயற்சித்தார் போலும். கொர்கொர்ரென்ற ஒலிகளுக்குப் பின், "ஆவோகே ஜப் தும் ஸாஜனா" பாட்டு வயலினோடு ஆரம்பித்தது.

அன்பனே, நீ வரும்போது
அங்கணமெல்லாம் பூ மலரும்
மழை பொழியும் மழை பொழியும்
சோ சோவென்று
குதூகலித்தபடி
இரண்டு உள்ளங்கள்
இவ்வாறு இணையும்

உடலுள் தண்மை பரவியது. சூட்டைத் தணிக்கும் தண்மை. வசந்தன் அங்கிருப்பான் என்று தோன்றியது. கண்ணை மூடிக் கொண்டு பாட்டை ரசித்தாள். கூடவே பாட்டை முனகினாள்.

பாட்டு நின்றது. சிறிது நேரம் கரகரத்தது பேருந்தின் ரேடியோ. கர்கர்ரென்று முரண்டு பிடித்தபின் நின்றது. ஒரு பெரும் வளைவில் மிகப் பழைய பாட்டொன்று வந்தது முதல் பாட்டுக்கு முற்றிலும் எதிர்ப்பாட்டாய்.

திடீரென்று நெஞ்சில் முட்டுவதைப்போல், "சித்ரலேகா" படத்தின் பாட்டு. கல்லூரிக் காலங்களில் வசந்தனை மாணவர்கள் பாடச்சொல்லிக் கேட்கும் பழைய ஹிந்திப் பாட்டு.

"மன்ரே தூ காஹே ந தீர் தரே"
மனமே ஏன் அலைபாய்கிறாய்?
மோகம் என்னவென்று அறியாத
ஒரு நிர்மோகியை
மோகிக்கிறாய்

வாழ்க்கையில் உதித்து அஸ்தமிக்கும்
சூரிய ஒளியை
கட்டிப்போட்டவர் உண்டா?

வண்ணங்களுக்குக் காவலிட முடியுமா?
அழகைச் சிறையிட முடியுமா?
ஏன் இந்த வீண் முயற்சி?
சேர்ந்து இருந்த நாட்களெல்லாம்
ஒரு கொடை என்று நினை
வாழ்விலும் சாவிலும்
பிரியாமல் இருப்பது
ஒரு கனவுதான்
துறந்துவிடு இந்தக் கனவை
சாவு நேர்வது தனிமையில்தான்.

விம்மினாள்.

டேராடூனில் இறங்கி டாக்ஸியில் அமர்ந்தபோது ஒரு கேள்வி மனத்தில் எழுந்தது. முழுப் பிரக்ஞையுடன் சென்றிருக்கும் ஒருவனைப் பின்தொடர்வது சரிதானா? இது தேடலா இல்லை, வேட்டையா?

டாக்ஸி கிளம்பியது.

❍ ❍ ❍

தனோல்டி மாறியிருந்தது. வரும் வழியிலேயே பல ஹோட்டல்கள் தோன்றியிருந்தன. முன்பு அவளும் வசந்தனும் வந்தபோது ஒரே ஓர் அரசாங்க விருந்தினர் இல்லம்தான். பக்கத்தில் கடைத் தெரு என்று நான்கு கடைகள். அங்கிருந்த சாப்பாட்டுக் கடை மேலேயும் வாடகைக்கு ஓர் அறை இருந்தது இரு கட்டில்களுடன். மதியம் வந்து, புல் வெளியில் மலைகளைப் பார்த்தபடி அமர்ந்திருந்தபின் இரவில் விருந்தினர் இல்லத்தில் அறை கிடைத்தது அப்போது. ஒரு பெரிய காரில் கும்பலாய் வந்த குஜராத்திப் பயணிகள் சம்பா போகும் வழியில் இங்கே நின்று, சுற்றும்முற்றும் பார்த்துவிட்டு "இங்கே என்ன இருக்கிறது?" என்று இவர்களிடம் கேட்டபோது, இவர்கள் மலையைக் காட்ட, "ஆன்மிகத்துக்கான இடம் என்றார்களே? கோவில் இல்லையா? சாமியார் யாராவது உண்டா இங்கே?" என்றெல்லாம் கேட்டுவிட்டு, ஆண்கள் புல்வெளியில் நின்றபடி சிறுநீர் கழித்தபின், பெண்கள் சாப்பாட்டு மூட்டையைப் பிரித்தது நினைவில் இருந்தது.

அந்தச் சாப்பாட்டுக் கடையில் காலையில் உருளைக்கிழங்கு அடைத்த பெரிய பரோட்டாவைச் சட்னியுடன் சுட சுடச் சாப்பிட்டுவிட்டு இவர்கள் தினம் எட்டு ஒன்பது கிலோமீட்டர்கள் நடந்துவிட்டு வருவார்கள். கடைக்காரர் வெங்காயம் அரிந்து,

மிளகாய்ப்பொடியும் மஞ்சள்பொடியும் இஞ்சியும் போட்டுத் தாளித்த பருப்புடன் இவர்கள் சாப்பிடச் சாப்பிட ரொட்டி சுட்டுத் தருவார். வேண்டுமென்றால் முட்டைப் பொரியல்.

இது உல்லாசப் பயணிகளுக்கான தனோல்டியாக மாறி யிருந்தது. பயணிகள் வரும் மாதம் இல்லையென்பதால் அதிகம் கூட்டமில்லை. கூச்சலில்லை. ஆனாலும் சில பயணிகளாவது வந்துபோனபடி இருந்தனர். இங்கு வந்திருக்க முடியுமா வசந்தன்?

அரசு விருந்தினர் இல்லத்திலேயே இடம் கிடைத்தது. சாப்பிட்டபின் மானேஜரிடம் வசந்தன் பற்றி விசாரித்தபோது ஸுர்கண்டாதேவி கோவிலின் அடிவாரத்தில் இதைப்போல ஒருவரைப் பார்த்ததாகச் சொன்னார். கடைத்தெருவில் முன்பு சாப்பிட்ட சிறு சாப்பாட்டுக்கடை சற்றுப் பெரியதாக மாறியிருந்தது. இளைஞன் ஒருவன் கல்லாப்பெட்டியில் அமர்ந்திருந்தான். முன்பு இருந்தவரின் மகன் போலும். அவனிடம் விசாரித்தபோது, புகைப்படத்தைப் பார்த்து, “இது கூங்கா பாபா. பேச மாட்டார். ஸுர்கண்டாதேவி கோவில் கீழே டீக்கடையில்தான் இருப்பார்” என்றான். கூங்கா பாபாவா? ஊமையா? பேசமாட்டாரா? கட்டாயம் அது வசந்தனாக இருக்க முடியாது.

அந்தப் பக்கம் போகும் பேருந்தில் ஏறிக்கொண்டனர். ஸுர்கண்டாதேவி கோவில் கீழே அந்த டீக்கடை இருந்தது. மலையிலிருந்து இறங்கும் எல்லோரும் அங்கே சுட சுட பகோடா பஜியா தேநீருடன் சாப்பிட்டார்கள். இவர்கள் பேருந்திலிருந்து இறங்கியதும் இயற்கையின் ரகசிய சமிக்ஞைபோல் மஞ்சு சூழ்ந்துகொண்டது புகைமூட்டமாய். தேன்மொழி சிலிர்த்துக்கொண்டாள். மஞ்சினூடே புகுந்து கடைக்காரரிடம் விசாரித்தபோது, தூரத்தில் புகையாய்த் தெரிந்த நபரைச் சுட்டிக்காட்டினார். மஞ்சு மெல்ல விலகியபடி இருந்தது. சிகரெட் புகைத்தவாறே மலைகளைப் பார்த்தபடி அமர்ந்திருந்தது வசந்தன்தான். முடி வாரப்படாமல் கலைந்திருந்தது. பக்கவாட்டில் அவன் முகம் தெரிந்தது. கன்ன எலும்பு மேடிட்டிருந்தது. தாடி சற்று நீண்டிருந்தது. கண்கள் மலைகளை வெறித்தபடி இருந்தன. மலைகளுக்கும் அப்பால் பார்வை போவதுபோல் தோன்றியது.

“பேச மாட்டார். கூங்கா பாபா. கூப்பிடட்டுமா? வந்து ஒரு வாரம் போலாயிற்று. நீங்கள் உறவா?” என்றார் டீக்கடைக்காரர்.

வசந்தன் பக்கம் போக முற்பட்ட தேன்மொழியைத் தடுத்தாள்.

அவனைப் பார்த்தபடி நின்றாள். மனத்தில் அவனுடன் பேசினாள்.

வசந்த், என் அன்பனே, எல்லாவற்றையும் முறித்துவிட்டு வந்திருக்கிறாய். சுதந்திரமாக இரு. உன்னைப் பிணைக்க மாட்டேன். உன்னைப் பிணைக்க நான் யார்? மௌனத்தைப் படிக்க வந்திருக்கிறாய் போலும். அதைப் புரிந்துகொள். உனக்குப் போதிக்க நான் யாருமில்லை. உனக்கான போதிமரம் இருக்கும் எங்காவது. இருந்தாலும் இதுவரை நீ பிணைந்திருந்த எல்லாவற்றிலிருந்தும் உனக்கு முக்தி அளிக்கிறேன். குடும்பப் பொறுப்புகளிலிருந்து முக்தி அளிக்கிறேன். பணம் சம்பாதிக்கும் நிர்ப்பந்தத்திலிருந்து முக்தி அளிக்கிறேன். குடும்பப் பாசத்திலிருந்து முக்தி அளிக்கிறேன். கூறியது, கூறாதது, கூற நினைப்பது, கூறப்போவது, எல்லாவற்றிலிருந்தும் முக்தி அளிக்கிறேன்.

சற்று நிதானித்தபின் அடுத்த வரியையும் நினைத்தாள்.

எல்லாவற்றிலிருந்தும் முக்தி அளிக்கிறேன்.

எனக்கும் உனக்குமான காதலிலிருந்தும்.

டீக்கடைக்காரரிடம், "கூங்கா பாபாவின் ஜாகை எங்கே?" என்றாள். "இதோ மேலேதான். சிலபேர் மேல போய் அவருக்குப் பழம், ரொட்டி வெச்சுட்டுப் போவாங்க. இந்த மரப்படி ஏறிப் போகலாம்" என்றார்.

தேன்மொழியும் அவளும் மரப்படிகளில் ஏறிப் போனார்கள். அறையில் வெறும் விரிப்புடன் ஒரு கயிற்றுக் கட்டில் இருந்தது. இரு வேட்டிகளும் ஜிப்பாவும் கொடியில் கிடந்தன. பக்கத்தில் ஒரு முக்காலியில் ஆப்பிள், சர்க்கரை பாதாமி, அக்ரூட், கஷ்கொட்டை, ஆல்பகோடா, பாதாம் மற்றும் பிஸ்தாப் பருப்புகள், உலர்ந்த திராட்சை, இவை வைக்கப்பட்டிருந்தன.

தேன்மொழி மெல்ல விசும்ப ஆரம்பித்தாள். மெல்ல மெல்ல அது பெரும் அழுகையாய் மாறியது.

அவளை அணைத்துக்கொண்டாள். அவள் தவறு எதுவுமில்லை என்றாள்.

கைப்பையைத் திறந்து, அதில் உறையைத் தேடி, பழைய உறையொன்றில் ஐயாயிரம் ரூபாயை வைத்து, சிறிது யோசித்தபின், எடுத்து வந்திருந்த அவனுடைய ஏடிஎம் அட்டையை ஒரு தாளில் சுற்றி, மேலே தன் கைபேசி எண்ணை எழுதி அதையும் உறையினுள் போட்டு முக்காலியில் வைத்து ஒரு பழத்தை அதன் மேல் வைத்தாள்.

தேன்மொழி அழுதபடி இருந்தாள். அவள் தோள் மேல் கைபோட்டபடி, மரப்படிகளில் இறங்கினாள். வந்து நின்ற பேருந்தில் ஏறி விடுதியருகே இறங்கிக்கொண்டார்கள்.

சற்று நேரம் பொறுத்து டேராடூனுக்கான பேருந்து வந்தது. இருவரும் சாமானுடன் ஏறி அமர்ந்தனர். கண்ணைச் சுழட்டிக் கொண்டு துக்கம் வந்தது. வசந்தன் குரலில் பஹினாபாயியின் பாட்டு மனத்தின் மூலையில் ஒலித்தது. "அரே, ரடதா ரடதா டோலே பரலே பரலே..."

அரே, அழுது அழுது
விழிகள் நிரம்பின நிரம்பின
கண்ணீர் வற்றி வற்றி
எஞ்சின இப்போது விம்மல்கள்

டேராடூனில் விமானமேறி மும்பாய் வந்து டாக்ஸியில் வீடு வந்து சேர்ந்ததும் கதவில் பூட்டு இருக்கவில்லை. சௌகிதாரிடம் தந்த சாவியை வங்கிக்கொண்டு வீட்டு வேலை செய்யும் புஷ்பா கதவைத் திறந்திருப்பாள். அது வழக்கம்தான். மணியடித்ததும் கதவைத் திறந்தான் வசந்தன் முகமெல்லாம் புன்னகையுடன்.

ஒரு நிமிடம் திகைத்து நின்ற இருவரையும் இரு கைகளையும் நீட்டி தன் இரு பக்கங்களிலும் வைத்து அணைத்துக்கொண்டான்.

❍ ❍ ❍

அவளை உலுக்கினாள் தேன்மொழி. பேருந்து டேராடூன் வந்தடைந்திருந்தது.

❍ ❍ ❍

முடிவுக் குறிப்பு: தேன்மொழியின் கட்டுரை

மொழி என்பது ஒலி அல்ல

19ஆம் நூற்றாண்டில் அலெக்ஸாண்டர் க்ரஹாம் பெல் சைகை மொழி மற்றும் வாயால் பேசும் மொழி குறித்து ஆரம்பித்த விவாதம் இன்றும் தொடர்கிறது. தொலைபேசியைக் கண்டுபிடித்தவர் என்ற வகையில்தான் பலருக்கும் அவரைத் தெரியும். ஆனால் உடற்குறை மற்றும் காதுகேட்காதவர்களின் சரித்திரத்தில், அவர்கள் கல்வியில் பேசும் மொழியைப் புகுத்துவதில் அவர் பெரும் பங்கு வகித்திருப்பது எங்களுக்குத்தான் தெரியும். இந்தச் சைகை மொழி மற்றும் பேசும் மொழிக்கான மொழிப்போர் இன்னும் ஓயவில்லை.

க்ரஹாம் பெல்லின் தாயார் மெலிஸா பெல் செவிப்புலன் இல்லாதவர். அவர் தந்தை மெல்வில் பெல் ஒரு மேடைப்

பேச்சாளர். வாழ்நாள் முழுவதும் விழி மூலம் காணும் பேச்சு என்ற, பல குறியீடுகள் மூலம், அவர்கள் கேட்க முடியாத பல மொழிகளைப் பேச செவிகேளாதவர்களைப் பயிற்றுவிக்கும் பாடத்திட்டத்தை உருவாக்கி, செவிகேளாதார் பள்ளிகளில் அதைச் செயல்படுத்துவதில் வாழ்நாளைச் செலவிட்டவர். க்ரஹாம் பெல்லும் அவருடன் இணைந்து வேலை செய்தார். 1870களில் க்ரஹாம் பெல் செவி கேளாதவர்களுக்கு வாய்ப்பேச்சு எனும் கல்வித்திட்டத்தை தீவிரமாகப் பிரசாரம் செய்யலானார். அவருடைய பல கண்டுபிடிப்புகளால் அவருக்குப் புகழும் அங்கீகாரமும் பணமும் கிடைத்திருந்ததால் இந்தக் கல்வித்திட்டத்தை அவரால் பிரசாரம் செய்ய முடிந்தது. நாடெங்கும் அவர் பயணம் செய்து, பேசாவிட்டால் செவிப்புலன் இல்லாதவர்கள் சமூகத்தில் முழுப்பங்கு வகிக்க முடியாது என்று பல இடங்களில் பேசினார். அறிவுஜீவிகள், கல்வியாளர்கள், அரசியல்வாதிகள் இவர்கள் செவியில் அவர் ஆற்றிய உரைகள் விழுந்தன. தன் குழந்தை பேச வேண்டும் என்று ஏங்கிய பெற்றோர்கள் காதிலும் விழுந்தது.

இன ஆக்க மேம்பாடு குறித்த அவர் நம்பிக்கையை ஒட்டியதாக இருந்தது க்ரஹாம் பெல்லின் வாய்ப்பேச்சுக்கான நிலைப்பாடு. செவி கேளாதவர் எவ்வாறு உருவாகிறார்கள் என்பது குறித்து அவர் பேசியிருக்கிறார். 1883இல் தேசிய அறிவியல் கழகத்தில் பேசியபோது அவர் எடுத்துக்கொண்ட பொருள்: செவி கேளாத வகை மனித இனத்தவர் உருவாகும் விதம் பற்றிய எண்ணங்கள். செவிடரும் செவிடரும் மணப்பதால் செவிட்டுக் குழந்தைகள் பிறப்பதாக அவர் கருதினார். இவ்வகைத் திருமணங்கள் ஒரு செவிட்டு இனத்தை உருவாக்குவதாகவும், அது மட்டுமல்லாமல் அவர்களுக்கான ஒரு மொழியையும் கலாசாரத்தையும் உருவாக்குவதாகவும் கூறினார். ஒரு குறைபாடு உள்ள இனத்தை உருவாக்குவதைக் குறித்துக் கவலைப்படுபவர்கள் செவிடர் செவிடரை மணப்பதைக் குறித்து யோசிக்க வேண்டும் என்றார். சைகை மொழியும், செவிடர்களுக்கான பள்ளிக் குழுக்களும் அவர்களுக்கான செயல்பாடுகளும் செவிட்டுக் குழந்தைகளை வயதில் பெரிய செவிடர்களுடன் பழகவிடுவதும் செவிடர் செவிடரையே மணப்பதை ஆதரிக்கும் செயலாக அமையும் என்றார். வாய்ப்பேச்சுக் கல்வி முறையினால் அவர்கள் பொது நீரோட்டத்தில் கலந்துபோக முடியும்; கல்வி மற்றும் வேலை வாய்ப்புகள் அதிகரிக்கும் என்றார். 19ஆம் நூற்றாண்டின் இறுதியில் மிலனில் நடந்த கருத்தரங்கில் உலகெங்கிலுமிருந்தும் செவிடர்களுக்கான கல்வியாளர்கள் வந்திருந்தார்கள். அதில் ஒருவர் கூட செவிடர் இல்லை. இந்தக் கருத்தரங்கில் க்ரஹாம்

பெல் மூன்று நாட்கள் தொடர்ந்து பேசினார். சைகைமொழியை ஆதரித்த கல்வியாளர்களுக்கு மூன்று மணி நேரம்தான் தரப்பட்டது பேச. வந்திருந்த அனைவராலும் செய்யப்பட்ட இறுதித் தீர்மானத்தில், சைகைமொழியில் பள்ளிகளில் பயிற்பித்தல் தடை செய்ய வேண்டும் என்றும், மாணவர்கள் தங்கும் உறைவிடங்களில் அது தடைசெய்யப்பட வேண்டும் என்றும் வாய்ப்பேச்சுக் கல்வியே செவிகேளாதோருக்கான கல்வி என்றும் முடிவெடுக்கப்பட்டது.

ஒலியில்லாமல் வண்ணங்கள் மூலம் மற்றவரை எட்ட முடியும் என்பதற்குச் சிறந்த உதாரணம் இந்தியாவில் சதீஷ் குஜ்ரால். 10 வயதில் செவிப்புலனை இழந்த அவர் உதட்டசைவைப் பார்த்துத்தான் பேசினார். அவர் குரலே அவர் செவிக்கு எட்டாத பேச்சுதான் அது. தன் 72ஆம் வயதில் காக்ளியர் அறுவைச் சிகிச்சைக்கு உட்பட்ட அவருக்கு ஒலி என்பது மூளையில் பொருத்திய கணிணித் தகடு ஒன்று ஒலியை வடித்துத் தந்த மின்னணு ஒலியாகத்தான் இருந்தது. ஒலியை ஒரு தாக்குதலாக உணர்ந்தார் பலமுறை. தன் 78ஆம் வயதில் பொருத்திய தகட்டை எடுக்க அறுவைச் சிகிச்சை செய்துகொண்டார். ஒலியின் நினைவுகளுடன் மௌனத்தின் பாதுகாப்புடன் அவர் வரைந்த ஓவியங்களை “மௌனத்துக்குத் திரும்புதல்” என்று தலைப்பிட்டு ஓவியக் கண்காட்சி நடத்தினார். ஒன்றின் மேல் ஒன்று ஏறிக் கலந்து கிடக்கும் பிம்பங்கள் கொண்ட இந்த ஓவியங்கள் அவருடைய மிகச் சிறந்த ஓவியங்கள் என்று கணிக்கப் பட்டுள்ளன.

மொழி ஒரு தொடர்பு. ஒலி இல்லாமலும் அது நேரலாம்.

தேன்மொழி மைதிலி வசந்தன்

❍ ❍ ❍

***மணல் வீடு*, ஆகஸ்ட் 2017**

வில் முறியாத சுயம்வரங்கள்

சர்னி ரோட் ரயில் நிலையத்தில் வந்து நின்ற மின் வண்டியில் நுழைந்ததுமே மூவர் அமரும் இருக்கையில் கைப்பையைத் தலைக்கு அடியில் வைத்து இருக்கையில் நீட்டிப் படுத்திருந்த பெண்மணி கண்ணில் பட்டாள். நரைத்த முடி. மெலிந்த தேகம். குஜராத்திகள் அணியும் பாணியில் புடவை உடுத்தியிருந்தாள். எல்லோரும் அவரவர் கைபேசிகளில் மும்முரமாய் இருந்தனர்.

எதிர் இருக்கையில் அமர்ந்துகொண்டு அவளையே பார்த்தாள். அன்று என்ன வயதான பெண்களையே பார்க்கும் நாளா என்று நினைத்துக் கொண்டாள். சிறிது நேரத்துக்கு முன்புதான் கல்லூரிச் செய்திமடலை அச்சகத்தில் தந்துவிட்டு வெளியே வந்ததும் நடைபாதையில் அவள் வழக்கமாக ஸாண்ட்விச் சாப்பிடும் இடத்தில் நின்றாள். இரண்டடி அகல உயரமான ஸ்டாண்டில் ப்ளாஸ்டிக்கில் பொதிந்த ரொட்டிகள் அடுக்கி வைக்கப்பட்டிருந்தன. சுனிலுக்கு அவளைத் தெரியும். “வழக்கமான கோதுமை ப்ரெட் ஸாண்ட்விச்தானே?” என்று கேட்டான். ஆமாம் என்று தலையசைத்ததும் சிறு மின்சார அடுப்பை இயக்கி ரொட்டித் துண்டுகளை வாட்டி நிறைய நிறைய வெண்ணையைத் தடவினான். கொத்தமல்லிச் சட்னியைத் தடவி, மிக மெல்லியதாக வெட்டப்பட்ட தக்காளி, வெள்ளரிக்காய் போட்டு உப்பு, மிளகாய், மசாலா தூவி, தக்காளிச் சாற்றை ஊற்றி, மூன்றடுக்கு ஸாண்ட்விச் மளமளவென்று தயாரித்தான். சாயங்கால வேளைப் பசிக்கு நாக்கில் ஜலம் ஊறியது.

நடைபாதையில் வழக்கம்போல் நெரிசல். ஒரு காகிதத் தட்டில் வைத்து நீட்டினான். அவள் வாங்கிக்கொண்டபோதுதான் எதிரே இவளைப் பார்த்தபடியே நின்றிருந்த சற்றே வயதான பெண்மணி கண்ணில் பட்டாள். இவள் கையிலிருந்த ஸாண்ட்விச்சைப் பார்த்தபடி, "ருசியா இருக்குமா?" என்றாள். "இருக்கும் பஹன்ஜி. நீங்களும் சாப்பிடுங்களேன்" என்றாள்.

"முடியாது" என்று முணுமுணுத்தாள். "பல்லில்லை." "பரவாயில்லை. ரொம்ப மெலிசாதான் இருக்கு தக்காளியும் வெள்ளரித்துண்டும். சாப்பிட்டுப் பாருங்க" என்று அவள் ஸாண்ட்விச்சிலிருந்து ஒரு விள்ளலைத் தந்தாள். சாப்பிட்டதும் முகம் மலர்ந்தது. "அச்சா ஹை" என்றாள். "உங்களுக்குச் சொல்லவா?" என்றதும் "நானே சொல்றேன்" என்றுவிட்டு, "இதே மாதிரி ஒண்ணு" என்று சொன்னாள் சுனிலிடம். அவளுடையதும் வந்ததும் இருவருமாகச் சாப்பிட்டனர் நின்றபடி. "பெண் வீட்டுக்கு வந்தேன் பேரனைப் பார்க்க" என்றாள். "தினம் வருவேன். இங்க மரீன் லைனில்தான் வீடு." ஸாண்ட்விச் சாப்பிட்டுவிட்டுப் பக்கத்திலேயே இருந்த டீக்காரரிடம் மசாலா சாய் வாங்கிக் குடித்தனர் இருவரும். அந்தப் பெண்மணியின் மாலை நேர நடைமுறையில் இதுவும் சேர்ந்துகொள்ளும் என்று தோன்றியது அவள் அனுபவித்து டீ குடித்தபோது.

இப்போது எதிரே இந்த வயதான பெண்மணி. பார்த்துக் கொண்டிருந்த இவளுக்கும் வயதாகிவிட்டதுதான். இரண்டு மாதங்களில் கல்லூரி வேலையிலிருந்து ஓய்வு பெறப்போகிறாள். அதனால்தான் வயதான பெண்மணிகள் அதிகம் கண்ணில் படுகிறார்களோ என்று நினைத்துக்கொண்டாள்.

இரண்டொரு நிறுத்தங்களுக்குப் பிறகு ஆழ்ந்த உறக்கத்திலிருந்த அந்தப் பெண்மணியை மெல்லத் தொட்டு எழுப்பினாள். திடுக்கிட்டு எழுந்தவள், "சூ தைய்யூ?" (என்ன ஆச்சு?) என்றாள் குஜராத்தியில்.

"காய் நை. (ஒண்ணுமில்ல). நீங்க இப்படிப் படுத்துட்டு இருந்ததால உடம்பு சரியில்லயோன்னு..." என்று குஜராத்தியும் ஹிந்தியுமாகப் பதிலளித்தாள்.

"இல்லை. களைப்பா இருந்தது. வீரார் போகணும்."

"இது முதல் வகுப்புப் பெட்டி..."

"முதல் வகுப்பு டிக்கட் எடுத்திருக்கேன்" என்று கூறிவிட்டுப் கைப்பையைத் திறந்து எடுத்துக்காட்டினாள். சரியாக உட்கார்ந்துகொண்டாள்.

"ரெண்டு மாசம் முன்னால ஆபரேஷன் ஆச்சு" என்றுவிட்டுச் சட்டென்று புடவையைக் கீழே இறக்கிக் காட்டினாள். ஆறங்குலம் அளவு தையல் போட்டிருந்தது.

"வீட்டுல யாரார் இருக்காங்க?"

"நான் மட்டும்தான். ரெண்டு பொண்ணு ஒரு பையன். அமெரிக்காவிலும் கனடாவிலும் இருக்காங்க. பெரிய வீடு. ரெண்டு ரூமை வேலைக்குப் போற ரெண்டு பெண்களுக்கு வாடகைக்கு விட்டிருக்கேன். டாக்டரைப் பார்க்க வந்தேன். ஆபரேஷனுக்கு அப்புறம் ஒரே களைப்பு. நல்ல வேளை இப்ப கூட்டமில்ல வண்டியில" என்றாள்.

அதற்குள் அவள் இறங்கும் ரயிலடி வந்ததும் "பத்திரமா போங்க. தூங்கிடாதீங்க" என்றுவிட்டு இறங்க முற்பட்டாள்.

அந்தேரி ரயிலடியில் வழக்கம்போல் கூட்டம். முட்டிமோதிக் கொண்டு படிகளில் ஏறி மேம்பாலத்தில் நடந்து நடைபாலத்தைக் கடந்து ஊடுகதிர் பரிசோதனைக்கு வரிசையில் நின்று பையை வைத்துவிட்டு, பெண்களுக்கான பெண் போலீஸ் பரிசோதனை செய்யும் வளைவுக்குள் புகுந்து வெளியே வந்து பையை எடுத்துக் கொண்டு பல வாயில்களில் ஒன்றில் அட்டையை வைத்து வழிவிட்டதும் வெளியே வந்து மின்விசைப் படிகளில் ஏறி நடைமேடைக்குள் நுழைந்துகொண்டிருந்த மெட்ரோவில் ஏற விரைந்தாள். மெட்ரோ நின்றதும் இறங்குபவர்களுக்கு வழிவிட்டுவிட்டு உள்ளே புகுந்தாள். உட்கார இடம் கிடைத்தது. குளிரூட்டப்பட்ட வண்டி என்றாலும் வேர்வை வழிந்தது.

அன்று வெளிநாட்டில் உள்ள பையனுடனும் பெண்ணுடனும் அவர்கள் குழந்தைகளுடனும் பேசும் ஸ்கைப் நாள் என்று நினைவுக்கு வந்தது. கொஞ்சம் சந்தோஷமாக இருந்தது. கண்களை மூடிக்கொண்டு இரண்டு பெருமூச்சு விடுவதற்குள் அவள் இறங்க வேண்டிய கடைசி ரயிலடி வந்துவிட்டது. மின்படிகளில் இறங்கி அட்டையை வைத்து வாயில் திறந்ததும் வெளியே வந்து வீட்டை நோக்கி நடக்க ஆரம்பித்தாள். மூலைக் கடையில் மாதுளம் பழங்கள் குவிந்திருந்தன. வாங்கிக்கொண்டாள். வெந்தயக் கீரையும் வாங்கியதும் கோவக்காயைக் காட்டி, "டிண்ட்லி பாய்ஜே ஆன்ட்டி? வஸையிலிருந்து வந்திருக்கு" என்றார் கடைக்காரர். அதையும் வாங்கினாள். அதற்குள் பக்கத்துக் டீக்கடையிலிருந்து அவருக்குச் சாய் வர, "சாய் கேணார் கா ஆன்ட்டி?" என்றுவிட்டு அவள் பதிலுக்குக் காத்திராமல் "அஜூன் ஏக் சா" என்று சொல்லிவிட்டு, சாய் வந்ததும் அவளிடம் தந்தார். ஏலக்காய் மணத்துடன் சாய் தொண்டையில் இறங்கிக் களைப்பைப்

போக்கியது. அவள் வரும்போதெல்லாம் அவளுக்குஒரு கோப்பை சாய் தருவதை அவர் வாடிக்கையாக்கிக்கொண்டிருந்தார் அருணின் மறைவுக்குப் பின்.

முக்கில் திரும்பி நூறடி நடந்தால் வீடு. கட்டடத்தில் நுழைந்து மின்தூக்கியில் இரண்டாம் தளத்துக்குப் போய் வீட்டின் பூட்டைத் திறக்கும்போது சேதி வரும் ஒலி கைபேசியில் கேட்டது. பார்த்தபோது நந்துவின் சேதி: எட்டு மணிக்கு வருவேன். மீன் வாங்கி வருகிறேன். நான் சமைப்பேன். வோட்காவும் கொண்டு வருகிறேன்.

பூட்டு தானாகவே திறந்துகொண்டதுபோல் தோன்றியது. உள்ளே நுழைந்து விளக்கைப் போட்டாள்.

❍ ❍ ❍

அருணின் புகைப்படம் மடிக்கணினியில் திரையாக இருந்தது. ஒளிரும் கண்களுடன் உற்று நோக்கியபடி. பழைய புகைப்படம். கடைசி ஐந்து ஆண்டுகளில் மெலிந்துகொண்டே வந்து வெறும் எலும்புக்கூடாகிப்போனான். அப்போது யாரையும் புகைப்படம் எடுக்க அனுமதிக்கவில்லை. அவளுடைய பேராசிரியர். பாகிஸ்தானிலிருந்து வந்த கடைசி ரயிலில் ஒரு வயதுக் குழந்தையாய் வந்தவன். அம்ருத்ஸர் வரை வந்த பெற்றோர்களை எது உடைந்துபோக வைத்தது என்று தெரியவில்லை. அவனை அனாதை ஆசிரமம் ஒன்றில் சேர்த்துவிட்டு எங்கோ ஓர் ஆசிரமத்துக்குப் போய்விட்டனர். பிறகு அவன் அவர்களைப் பார்க்கவே இல்லை. அவர்கள் புகைப்படம் கூட அவனிடம் இல்லை. பெயர் மட்டும்தான் தெரியும் அனாதை ஆசிரமத் தரவுகள் மூலம். “அருண் என்று சூரியனின் பெயரை வைத்துவிட்டு என்னை அஸ்தமனமாக்கிவிட்டார்கள்” என்பான். எப்போதோ வடநாட்டுப் பக்கம் போனபோது இவனிடம் பேச்சுக்கொடுத்த ஒருவர் இவனுடைய வெகுதூரத்து உறவினர் என்று தெரிந்தது. “உன் பாவ்ஜியின் பெயர் நரேந்தர். ஜாயியின் பெயர் அம்ரித். மிகவும் அழகாக இருப்பாள். அவள் முகம்தான் உனக்கு. ஷேராவாலி தேவி மீது பஜன் பாடல்களை அவள் பாடினால் உருகும் மனம். இங்கே ரிஷிகேஷில்தான் இருந்தார்கள். குழந்தை உண்டு என்று தெரியும். ஆனால் எதுவும் சொல்லவேயில்லையே? ஹூம்! அந்த நிகழ்வுக்குப் பின் யாருக்குத்தான் மனம் உடைந்துபோகாது?” என்றார்.

“என்ன நடந்தது?”

“இது நான் கேள்விப்பட்டதுதான். வீடு நிறைந்திருந்ததாம் உன் முதல் பிறந்த நாளுக்கு. உன் பீஜிக்கும் தார்ஜிக்கும்

அவ்வளவு சந்தோஷமாம் பேரனின் முதல் பிறந்தநாள் என்று. ஒரு கும்பல் வீட்டுக்குப் புகுந்து தாக்க ஆரம்பித்ததாம். நரேந்தரும் அம்ரித்தும் பக்கத்து விட்டு இஸ்லாமிய நண்பர் வீட்டில் ஒளிந்துகொண்டார்களாம் உன்னுடன். வீட்டுக்கு வந்தபோது வீடெல்லாம் ரத்தமாம். தலைகள் ஒரு புறம் உடல்கள் ஒரு புறமாம். எல்லோர் உடல்களிலும் பல வெட்டுகள். யார் உடம்பிலும் துணியே இல்லையாம். உன் ஜாயி அம்ரித்தின் குடும்பம் முழுவதும் பிறந்தநாளுக்குக் கிளம்பியபோது வழியிலேயே கொல்லப்பட்டு விட்டார்களாம். அம்ரித்ஸரில் என் தங்கை வீட்டில் இரண்டு நாட்கள் இருந்தார்கள். அப்போது அவளிடம் சொன்னது. மூன்றாம் நாள் காலை சொல்லாமலே போய்விட்டார்களாம். உன் ஜாயியும் பாவ்ஜியும் பிரமை பிடித்தவர்கள் போல் இருந்தார்களாம். அந்தப் பக்கத்து வீட்டு முஸ்லிம் நண்பர்தான் வந்து பத்திரமாக ரயிலேற்றிவிட்டாராம். அவர் பெயர் அமன். அதனால்தான் அப்புறம் அருண் அமன் என்று உன் பெயரை மாற்றியிருக்கிறார்கள்."

அவர் பெருமூச்செறிந்தார். "எவ்வளவு நடந்துவிட்டது! எவ்வளவு இன்னும் மறக்கமுடியவில்லை!"

ரிஷிகேஷின் ஒவ்வோர் ஆசிரமத்திலும் தேடியபின் ஓர் ஆசிரமத்தில் அவர்கள் இருந்ததாகவும் இப்போது இல்லை என்றும் கூறினார்களாம். எங்கே போனார்கள் என்றபோது, சற்றுத் தயங்கிவிட்டு, இரண்டு ஆண்டுகளுக்கு முன்பு அஸ்தமன வேளையில் கை கோர்த்தபடி கங்கையில் இறங்கிவிட்டார்கள் என்றார்களாம். உடமைகள் ஏதுமில்லை.

முற்றிலும் சிதறிப்போனவனாக வந்தான் அந்தப் பயணத்தி லிருந்து. மீண்டும் ஒருமைப்படுத்திக்கொள்ள நாளாயிற்று.

கடைசி கடைசியில் மறதி வந்தது. அவளைச் சில சமயம் ஜாயி என்பான். மகனை பாவ்ஜீ என்பான். இத்தனைக்கும் இரண்டு தரப்பு பாட்டி—தாத்தாக்களை இணைத்து மகளுக்கும் மகனுக்கும் அம்ரித் கௌரி, நரேந்திர குமார் என்று பெயர் வைத்தவன். எல்லோர் பெயர்களும் மறந்துபோயிற்று. "என் பெயர் என்ன?" என்று வந்தவர் கேட்டால், "தெரியுமே? கடல்" என்பான். வானம், மேகம், மழை, மலர் இப்படிப் பல பெயர்களைக் கூறுவான். நதிகளின் பெயர்களைக் கூறுவான்: கங்கா, பொம்பா, சந்திரபாகா . . . அப்போது இவள் கையைத் தொட்டவுடன் கண்கள் பளபளக்க அவள் பெயரைச் சரியாகச் சொல்வான்: சாந்தி. அவன் இரண்டாம் பெயரின் மொழிபெயர்ப்பு என்பான். தன் மெலிந்துபோன விரல்களால் அவள் விரல்களைப் பற்றி, வானத்தைக் காட்டி, "சாந்தி . . . அமன்" என்பான்.

பஞ்சாபியா என்று அப்பா சற்று அசந்துதான் போனார். பல நகரங்களில் இருந்தவர். பலரைச் சந்தித்தவர். இருந்தாலும் தயக்கம் இருந்தது. பத்துவயதுக்கு மேல் அவளை விடப் பெரியவன். அனாதை. பஞ்சாபி. அருண் வடயிந்தியப் பாணியில் அவர் காலைத் தொட்டுக் கும்பிட்டுவிட்டுக் கைகளைப் பற்றிக்கொண்டான். "குமரேசன் ஸாஹேப், சாந்தி இல்லாவிட்டால் நான் வாழ்நாள் முழுவதும் அனாதையாகிவிடுவேன்" என்றான் ஆங்கிலத்தில். அப்பாவால் மறுக்க முடியவில்லை.

"தாடியை எடுக்கச் சொல்லேன்" என்றாள் அம்மா.

"அம்மா, தாடிக்காகத்தான் அவனைக் கல்யாணமே கட்டப்போறேன்" என்றதும் தலையில் அடித்துக்கொண்டாள்.

❍ ❍ ❍

மீண்டும் குளித்துவிட்டு உடைகளை மாற்றிக்கொண்டதும் ஸ்கைப் உரையாடல் தொடங்கியது அமெரிக்காவில் இருந்த பெண்ணுடனும் மகனுடனும். குழந்தைகளும் உற்சாகமாக க்ராண்ட்மாவுடன் பேசினார்கள். இடையிடையே 'போட்டி, பட்டி, பேட்டி, பெட்டி' என்று ஒலிக்கும்படி பாட்டி என்று கூப்பிட்டார்கள். குழந்தைகள் பேசி ஓய்ந்ததும் மகள் முதலில் கூறினாள் பாதி ஹிந்தியும் பாதி ஆங்கிலமுமாய்.

"மா, உன்னைப் பற்றிய கவலை அதிகமாகியிருக்கு. இன்னும் ரெண்டு மாசத்தில் ரிடயராகிவிடுவாய். இங்கேயும் நீ நிரந்தரமா வர முடியாது. உனக்கு விருப்பமில்லை. எங்களுக்கும் சௌகரியப்படாது. ஒரு நல்ல ஐடியா எங்களுக்கு வந்தது மா . . ."

"சொல்லு அம்ரித்."

"நரேனும் இது நல்ல ஐடியா என்கிறான். நரேன், நீ சொல்லேன்." அக்காவின் வீட்டுக்கு வார இறுதி விடுமுறையில் குடும்பத்துடன் வந்திருந்த நரேனும் ஸ்கைப்பில் முகத்தைக் காட்டினான்.

"ஹாய் மா!"

"ஹாய் நரேன்!"

"மா, நாங்க சொல்வதை நீ தப்பா எடுத்துக்கக் கூடாது."

"மாட்டேன் நரேன், சொல்லு. பீடிகை ரொம்ப பலமா இருக்கு."

"நோ மா. அப்படி இல்லை மா. இப்ப நம்ப வீட்டுக்கு என்ன விலை இருக்கும்?"

“என்ன, ஒரு ரெண்டு கோடி.”

“ஓ!”

“ஏன்?”

“இல்லை மா. நாங்க ‘வெப்’ல பார்த்தோம். வயதானவங்களுக்கு அருமையான திட்டம் ஒண்ணு இருக்கு மா.”

“சொல்லு.”

“அதாவது ‘சுயம்வர்’னுட்டு ஒரு அமைப்புமா. வயதானவங்க தனிமையில கஷ்டப்படக்கூடாதுன்னுட்டு அவங்க சுயம்வர் ஏற்பாடு செய்யறாங்க. அங்க பலரையும் சந்திக்கலாம். அப்படி யாரையாவது பிடிச்சுப்போனால் அவங்கவங்க சொத்து அவங்கவங்க குழந்தைகளுக்குத்தான்னுட்டுத் தெளிவா ஒப்பந்தம் பண்ணிட்டுத் திருமணம் பண்ணிக்கலாம். இதுல எந்த வகையான சுரண்டலும் இல்லை. தனிமையும் இருக்காது. எங்களுக்கு ரொம்ப மன நிம்மதியா இருக்கும் மா. இங்க வயதுல மூத்த விதவைகள் திருமணம் பண்ணிக்கறது சகஜம். எங்களுக்கு எந்த மறுப்பும் இருக்காது மா. அவ்வளவு குறுகின மனம் இல்லை எங்களுக்கு. வி லவ் யூ மா. (தொண்டை அடைத்தது) நீ சந்தோஷமா இருக்கணும். உனக்கு ஒரு நல்ல சிநேகிதன் அமையணும். எங்களுக்கும் கவலை இல்லாமல் இருக்கும்.”

“ஹூம்.”

“மா, பாவ்ஜி இடத்துல நீ யாரையும் வைக்க வேண்டாம். இது வெறும் கம்பேனியன்ஷிப் மா. இதுல காதல் அப்படி எல்லாம் இல்லை மா. வெறும் நட்பு மாதிரிதான். எங்களுக்கும் கவலை இல்லாமல் இருக்கும். சொத்துச் சிக்கல் எல்லாம் எதுவும் வராது. நாங்கள் அந்த அமைப்புக்கு எழுதவா மா?”

“ரிடையர் ஆக ரெண்டு மாசம் இருக்கு. இந்த மாதிரி ஏற்பாடுகள் எல்லாம் எனக்குச் சரிப்பட்டு வருமான்னுட்டு நான் யோசிக்கணும்.”

“என்ன தயக்கம் மா?”

“எனக்குத் தனிமை பற்றி எல்லாம் கவலை இல்லை. நிறைய சிநேகிதிகள் சிநேகிதர்கள் இருக்காங்க. அவங்களோட நிறையப் பயணம் போக ஆசைப்படறேன்.”

“இருந்தாலும் உனக்குன்னு ஒருத்தர் இருந்தால் நாங்க கவலைப்பட மாட்டோம், இல்லையா?”

“அப்படியும் அமையலாம்.”

“என்ன மா சொல்றே?” அம்ரித் குறுக்கிட்டாள்.

“எனக்கு ஒரு நண்பன் இருக்கான்.”

“ஐ ஏம் ஷாக்ட்” என்றான் நரேன்.

“எனக்குக் கவலையா இருக்கு மா. சொத்துக்காக, பணத்துக் காக, யாராவது உன்னை ஏமாத்திடப்போறாங்க.”

“இல்லை. அப்படியில்லை.”

“அந்த ஆளை எங்களுக்கு முதல்ல அறிமுகப்படுத்து மா. நாங்க சம்மதிச்ச பிறகு ...”

அவள் குறுக்கிட்டாள்.

“இதுல யார் சம்மதமும் எனக்குத் தேவையில்லை, பேட்டா.”

“மா, பாவ்ஜி இறந்து ரெண்டு வருஷம்தான் ஆகியிருக்கு ...”

“ஆமாம் 1030 நாள். நான் ஒவ்வொரு நாளும் அவனை நினைக்கிறேன்.”

“பின்ன ?”

“சுயம்வர் மாதிரி ஏற்பாடு செய்யலாம்னா நான் ஒருவரை விரும்பக் கூடாதா ?”

“மா, இந்த லவ் எல்லாம் இந்த வயசுல சிக்கலாயிடும் மா. அந்த ஆள் பணத்துக்காகச் சொல்வான். எனிவே, யார் அது ?”

“நந்துன்னுட்டு ஒரு நண்பன்.”

“உன் வயசா, இல்லை கிழவனா ?”

“என்னை விட ஐந்தாறு வயசு சின்னவன்.”

“மா, இதுல ஏதோ ஏமாத்து வேலை இருக்கு. அவனுக்கு வேலை கீலை இருக்கா ?”

“இருக்கு. அவனுக்கு ஒரு சொந்தக் கம்பெனி இருக்கு.”

“அதுல நீ ஏதாவது முதல் போடப்போகிறாயா ?”

“தெரியலை. போடலாம்.”

அம்ரித்தும் நரேனும் ஒருவரையொருவர் பார்த்துக் கொண்டார்கள். சற்று எட்ட இருந்து உரையாடலைக் கவனித்துக் கொண்டிருந்த அவர்கள் துணைவர்கள் அருகே வந்து, அவளைப் பார்த்துச் சற்றுச் சங்கடத்துடன் புன்னகைத்தனர். மருமகள் அனிதா, “ஹாய் மா, எங்க மம்மியும் டாடியும் அங்கதானே

இருக்காங்க? அவங்களை உங்களை வந்து பார்க்கச் சொல்லவா?" என்றாள்.

"போன வாரம் வந்தாங்களே?"

"இல்லை மா. இது பத்திப் பேச."

"அனிதா, உன் மம்மி–டாடிக்கும் என் வயசுதான். அவங்களோட இதுவரை சம்பிரதாய உறவுதான். அவங்களோட நான் ஏன் பேசணும் இது பத்தி? அவங்க என் கார்டியன் இல்லை, இல்லையா?"

"அப்ப என் மாமனார் கிட்டப் பேசு மா" என்றாள் அம்ரித்.

அவர் வயதானவர். கடற்படையிலிருந்து ஓய்வு பெற்றவர். அவருடன் அவளுக்கு நல்ல தோழமை உண்டு. மதிப்பும் உண்டு.

"என்ன பேசணும் அம்ரித்?"

"அதாவது, இது சரியான்னுட்டு ..."

"இது சரிதான். இது என் முடிவு."

எல்லோர் முகங்களும் மாறின. கவலையா கோபமா என்று கூறமுடியாத உணர்வுகள் தோன்றின முகங்களில்.

கடைசியாக, "நாங்க எதிர்பார்க்கலை மா. சுயம்வர் பற்றி ரொம்ப யோசித்து வைத்திருந்தோம். இன்னும் அதுதான் சரின்னுட்டுப் படுது" என்றான் நரேன்.

"அடுத்த வாரம் பேசலாம்" என்று தொடர்பைத் துண்டித்தாள்.

ஒருவித ஆயாசம் தோன்றியது மனத்தில். இதுவரை அவள் தீர்மானிக்காதவை அந்த உரையாடலில் திடீரென்று தன்னிச்சை யாகத் தெளிவான உருப்பெற்று எழுந்ததுபோல் பட்டது.

வாயில் மணி அடித்தது.

❍ ❍ ❍

அருணின் மறைவுக்கு இரண்டு வருடங்களுக்குப் பின் கீழே வாயிலில் இருக்கும் சௌகிதாரிடமிருந்து கட்டடத்துக்குள்ளே தொடர்பு கொள்ளும் தொலைபேசியில் அழைப்பு வந்தது.

"ஆன்ட்டிஜி, கோயி நந்தகோபால் ஆயா ஹை."

"ஊப்பர் பேஜோ" என்று மேலே அனுப்பும்படி கூறியபின் யோசித்தாள். எந்த நந்தகோபால்? அருணின் நண்பனாக இருக்கலாம். அவளுக்கு நந்தகோபால் என்று யாரையும் தெரியாது. அவள் மாணவர்களில் நந்தகோபால் என்று யாருமில்லை.

வாயில் மணி அடித்துக் கதவைத் திறந்ததும் எதிரே ஐம்பது வயது மதிக்கத்தக்க ஒருவர் நின்றுகொண்டிருந்தார். லேசாக முன் வழுக்கை. மேடிட்ட நெற்றி. சாம்பலும் கருப்புமாய்ச் சுருண்ட முடி. விசாலமான கண்கள். அடர்த்தியாக இல்லாத குறுந்தாடி.

உள்ளே வரச்சொல்லிவிட்டு அவர் நாற்காலியில் அமர்ந்தபின் மெல்லக் கேட்டாள் ஆங்கிலத்தில்:

"அருணின் நண்பரா? இதற்குமுன் பார்த்ததில்லை."

"என்னைத் தெரியலையா சாந்தி?" என்று வந்த நபர் சிரித்துக்கொண்டே தமிழில் கேட்டதும் மேலும் குழப்பமாகி விட்டது.

"ஸாரி. தெரியலை."

"அவ்வளவா மாறிட்டேன்?" என்றுவிட்டு "நந்து ஞாபகமில்ல?" என்றார்.

தூக்கிவாரிப்போட்டது.

ஒல்லியாக, சுருட்டை முடியுடன், அப்போதுதான் மீசை முளைக்க ஆரம்பித்த முகத்துடன் கல்லூரி கலைவிழாக்களில் நடித்த நந்து நினைவுக்கு வந்தான். அவள் முதுகலை கடைசி ஆண்டு மும்பாய் பல்கலைக் கழகத்தில் படித்தபோது அவன் இளநிலைக் கல்லூரியில் இருந்தான். கலைவிழாக்களிலும் நாடக விழாக்களிலும் அனைத்துக் கல்லூரிகளும் கலந்துகொள்ளும்போது அவனும் வருவான். பாரதி கவிதைகளைத் தமிழிலும் ஆங்கிலத்திலும் நடித்துக்காட்டுவான். பார்க்க ஒல்லியாக இருந்தாலும் உலக்கைக் குரல். பாரதி நந்து என்றே பெயர் வந்துவிட்டது.

"பாரதி நந்துவா?"

"அப்பா! ஞாபகம் வந்துட்டதா? மறந்திட்டீங்களா?" என்றான்.

மறந்துதான்விட்டாள். அவன் அப்போது ஒருமுறை கூறியதும் பிறகு அப்பாவிடம் வந்து பேசியதும்கூடக் காலப்போக்கில் மறந்துவிட்டது சின்னப்பையனின் உளறலாக.

பலமுறை கலைவிழாக்களில் இருவரும் இணைந்து வேலை செய்ததுண்டு. சென்னையிலிருந்து வரும் நாடகக்குழுக்களுடனும் அவன் இணைந்து வேலை செய்தான். அவள் முதுநிலைக் கல்வி முடித்துவிட்டு முடிவுகளுக்காகக் காத்திருந்தபோது சில குழுக்கள் இணைந்து ஏற்பாடு செய்த கலைவிழாவில் அவளுடன் இருந்த பலருடன் அவனும் இருந்தான். ஓர் இரவு

ரிகர்ஸல் முடிய நேரமாகிவிட்டது. ஆட்டோவில் அவளைக் கொண்டுவிட வந்தான்.

"மேலே என்ன செய்யப்போறீங்க?"

"பி.எச்.டி பண்ண ஆசை. பார்க்கலாம்."

ஆட்டோ பாந்த்ரா பகுதியைத் தாண்டியதும் மென் குரலில் கேட்டான். "மறுபடியும் எப்போ சந்திப்போம்னுட்டுத் தெரியாது. நான் ஒண்ணு சொன்னா கோவிக்கமாட்டீங்களே?"

"எதுக்குக் கோவம்?"

சட்டென்று கையைப் பற்றிக்கொண்டு, "நான் உங்களை ரொம்ப விரும்பறேன். நான் படிச்சு முடிச்சு வரவரைக்கும் காத்திருப்பீங்களா? நாம கல்யாணம் கட்டிக்கலாம்."

அவள் சிரித்துவிட்டாள். கையை விடுவித்துக்கொண்டு அவன் முதுகில் குத்தி, அவன் சுருட்டை முடியைக் கலைத்தாள்.

"ஏய், உனக்கு ஏதாவது இடிபஸ் காம்ப்ளெக்ஸா?" என்றுவிட்டு மீண்டும் சிரித்தாள்.

அவன் அவள் வீடு வரும்வரை ஒன்றும் பேசவில்லை.

ஒரு வாரம் கழித்து மாலை வீட்டுக்கு வந்து அப்பாவை ஆச்சரியத்திலாழ்த்தினான். அவள் வீட்டில் இல்லை அப்போது. தான் அவளைக் காதலிப்பதாகவும் அவன் படித்து முடித்து வேலைக்கு வரும்வரை அவளுக்குத் திருமணம் செய்யக்கூடாதென்றும் சொன்னதும் அப்பா சிரித்துவிட்டார்.

"தம்பி, நல்ல பையனா இருக்குற. உனக்கு என்ன 16-17 வயசு இருக்குமா? சாந்திக்கு 22 முடிஞ்சு 23 இதோ ஆகஸ்டுல ஆயிடும். இப்படியெல்லாம் தோணுறது சகஜம்பா தம்பி. அதெல்லாம் போயிடும் ஒண்ணு ரெண்டு வருஷத்துல. படிப்புல கவனமா இரு. உங்க அப்பா மந்த்ராலயாவுலதானே வேலை பார்க்கிறார்?"

"ஆமாம்."

"அம்மா?"

"அம்மா டீச்சரா இருக்காங்க."

"அவங்க மனசு கோணாம நடந்துக்க. அவங்க கேட்டா வருத்தப்படுவாங்க."

அப்படியும் அவன் விடாப்படியாக இருந்தான். அம்மாவைக் கூப்பிட்டு அவனுக்குச் சிற்றுண்டியும் தேநீரும் தரச் சொல்லிவிட்டு, அவன் முதுகைத் தடவிச் சாப்பிடவைத்து அனுப்பிவிட்டார்.

அவள் திருமணத்தின்போது அவனுக்கு அழைப்பு அனுப்பியதாக நினைவு. அவன் வரவில்லை.

மெல்ல அவனை ஏறிட்டு நோக்கினாள்.

"டீ சாப்பிடலாமே?" என்றாள்.

"நீங்களும் சாப்பிடுவீங்கன்னா சாப்பிடலாம்."

"நான் டீ குடிக்கிற நேரம்தான்" என்றுவிட்டு எழுந்து சமையலறைக்குப் போனாள்.

இரண்டு கோப்பைகளில் தேநீரும் ஒரு தட்டில் உப்பும் இனிப்புமாய்ப் பிஸ்கோத்துகளும் எடுத்து வந்ததும் அவற்றை மேசையில் வைக்க உதவினான்.

சிறிது நேரத்துக்குப் பின், "அருண் பாவம், ரொம்பக் கஷ்டப்பட்டுட்டாரு கடைசியில" என்றான்.

"அருணைத் தெரியுமா?" என்றாள்.

"அவரைப் பார்த்துகிட்ட டாக்டர் என் நெருங்கிய நண்பர்தான். சில சமயம் அவரோட வந்து உட்காருவேன் நீங்க இல்லாதபோது. பேசுவோம். பேச்செல்லாம் உங்களைப் பத்திதான் இருக்கும். அப்ப மறதி வர ஆரம்பிக்கலை. அதுக்குப் பிறகுகூட உங்களைப் பத்தி நினைவு தெளிவா இருந்தது. 'அவள் என் சாந்தி'ம்பாரு."

தேநீர்க் கோப்பையைக் கீழே வைத்துவிட்டுக் கண்களில் பொங்கிய கண்ணீரைத் துப்பட்டாவால் துடைக்க முற்பட்டாள். அடி வயிற்றிலிருந்து கேவல் ஒன்று வெளிப்பட்டது. அதன்பின் பெருத்த கேவல்களுடன் அழலானாள்.

மெல்ல அவளருகே வந்து அவளைத் தன் மேல் சாய்த்துக் கொண்டான்.

O O O

சாந்தியின் அம்மா தந்த சிற்றுண்டியை உண்டபின் வெளியே வந்தபோது உலகமே இருட்டாகத் தெரிந்தது. அவனுக்கு இடிபஸ்ஸின் கதை சரியாகத் தெரியாது. ஆனால் ஒன்று தெரிந்திருந்தது: சாந்தியை அவன் வெகுவாக விரும்பினான். வயது அதில் பொருட்டில்லை. ஆறு ஆண்டுகளை நிமிடத்தில் கடக்கும் வழி ஒன்று உண்டென்றால் அவன் அதைப் பின்பற்றியிருப்பான் அவை ஆறு நதிகளாகவோ ஆறு கடல்களாகவோ ஆறு நீண்ட பாதைகளாகவோ ஆறு மலைகளாகவோ உருப்பெற்றிருந்தால். ஆனால் அவை காலமாக நின்றன கடக்கும் வழியில்லாமல்.

அடுத்த 34 ஆண்டுகளை அவன் ஆரம்பத்தில் தன் தந்தை யின் உதவியுடன் வெளிநாட்டுக் கல்வியிலும் பின் அங்கேயே வேலையிலும் கழித்தான் அவள் வாழ்க்கையை மானசீகமாகத் தொடர்ந்தபடி. நான்காண்டுகளுக்கு முன்பு தாயும் அவரைத் தொடர்ந்து தந்தையும் நோய்வாய்ப்பட்டபோது தான் அங்கே ஸ்தாபித்திருந்த நிறுவனத்தின் ஒரு கிளையை இங்கு நிறுவிக்கொண்டு திரும்பினான். அவன் அம்மாவும் அப்பாவும் இப்போது இல்லை.

இல்லை, அவன் திருமணம் செய்துகொள்ளவில்லை. வேறு யாரிடமும் நாட்டம் ஏற்படவில்லை.

அவள் குறித்த அவன் உணர்வுகளை விளக்க முடியவில்லை. இரை தின்ற மலைப்பாம்பு அசையாமல் கிடப்பதுபோல் அது கிடந்தது மனத்தில். அது அக்கினிக்குஞ்சு. காட்டையும் அழிக்கக் கூடியது. அக்னியில் குஞ்சென்றும் மூப்பென்றும் இல்லை.

மீண்டும் பாரதியா?

ஆமாம். அவன் அவனை விட்டால்தானே?

அவள் வயது தெரியுமா அவனுக்கு?

தெரியாமல் என்ன? ஆகஸ்டில் அறுபது. அவனைவிட ஆறு வயது அதிகம். பல நாடுகளின் பல நதிகளின் கரையில் அமர்ந்தவன் அவன். பல கடல்களைக் கடந்தவன். கரையில் அமர்ந்து அஸ்தமனங்களைப் பார்த்தவன். உதயங்களைக் கண்டவன். மடிப்பு மடிப்பாக நீளும் மலைகளை நோக்கியவன். மஹாபலேஷ்வர் அவள் போனதுண்டா? அங்கு ஒரு விளிம்பில் ஸர் ஆர்தர் என்பவர் அமர்ந்த இடம் ஒன்று உண்டு. அந்த மலை உச்சியின் விளிம்பிலிருந்துதான் மலையின் கீழே ஓடிய சாவித்திரி நதியைப் பார்த்தபடி அவர் வாழ்நாட்கள் கழிந்தன. அவர் மனைவியும் குழந்தையும் அதில்தான் மூழ்கிப்போயிருந்தனர். அவளுக்கும் அவனுக்குமிடையே நீளும் ஆறு ஆண்டுகள் எனும் காலத்தை அப்படித்தான் அவன் இயற்கையில் கரைத்தான். அப்போது அது பெரிய தூரமாய் இருந்தது. இப்போது கரைந்துவிட்டது. கணக்கீட்டில்தான் அது இருக்கிறது. ஒரு தகவலாய். ஒரு தகவலாய் மட்டுமே.

அவளிடம் அவன் என்ன எதிர்பார்க்கிறான்?

அன்பை; அளப்பரிய அன்பை.

அருணை அவளால் மறக்க முடியாது. நீக்க முடியாது.

அவள் ஏன் ஒன்றை வைக்க இன்னொன்றை நீக்க வேண்டும் என்று எல்லாவற்றையும் ஸ்தூல வடிவிலேயே பார்க்கிறாள்? ஒரு நதி கடலில் கலக்கும்போது வேறு எந்த நதியைத் தள்ளிவிடுகிறது? கடலில் கலந்த ஒன்றை எப்படி நீக்குவது? பிரவாகத்தில் உள்ள நீரின் கலவையை எப்படி அடையாளப்படுத்த முடியும்?

அருண் இறந்தபோது அவன் ஏன் வரவில்லை?

அருணை இழந்த சோகம் அவளுக்கு உரியது. அந்தச் சோகத்துடன் உறவாட, அதை ஏற்றுக்கொள்ள, அருணின் நினைவுகளை அவள் மனத்தில் மெல்ல மெல்ல மென்சிட்டுகளாய்ப் பறக்கவிட அவளுக்குக் காலம் தேவைப்படாதா? இரண்டாண்டுக் காலம்தான் அதற்குத் தேவைப்படும் என்பதல்ல அவன் போட்ட கணக்கு. இரண்டாண்டுகள் அவளுக்கு மீண்டும் வலுவைத் தந்திருக்கும் என்ற கணிப்புத்தான்.

அவளிடம் எஞ்சியிருப்பது என்ன? முடி நரைத்துவிட்டது. உடல் தளர்ந்துவிட்டது.

அவளிடம் எஞ்சியிருப்பது அவள்தான். அறுபது ஆண்டு களின் தென்றலையும் புயலையும் வலியையும் சுகத்தையும் உள்ளடக்கிய அவள்.

கேட்பதற்குக் கவிதையாய்த்தான் இருக்கிறது. ஆனால் உடலுறவு அவனுக்குத் தேவையில்லையா? அதில் அவளுக்கு ஈடுபாடு குறைந்துவிட்டது. இச்சையும் விரகமும் அவள் அறிந்தவைதான். சின்ன அனல் கங்குபோல் உடலுள்ளே கனன்றுகொண்டே இருந்த காமத்தை உணர்ந்தவள்தான். அதை ஊதி ஊதி நெருப்பாக்கி ரசித்தவள்தான். ஆணுடலின் குழைவுகளையும் இறுக்கங்களையும் முறுக்குகளையும் ஒருங்கே அனுபவித்தவள்தான். ஆனால் இப்போது ஒரு தளர்ச்சி வந்து விட்டது. அருணின் நீண்ட நோயில் முத்தம் அவளுக்கு மறந்து விட்டது. பல முத்தங்களை உணர்ந்த உதடுகள். சில சமயம் இனிக்கும். காரமாக இருக்கும். உப்புக்கரிக்கும். புளிக்கும். கசக்கும். சில சமயம் மென் வருடலாக இருக்கும். சில சமயம் அழுத்திக் கசக்கும். சில சமயம் வாய் பிளந்து உட்புகும். இப்போது உலர்ந்து விட்டன உதடுகள்.

உடலுக்குப் பல கதைகள் உண்டு. அவை முடிவதில்லை. சில சமயம் அக்கதைகளைத் தேடியெடுக்கவேண்டிவரும். எடுக்கலாம். தேடலாம் இருவர் உடல்களிலும்; விளையாட்டாகச் சிரித்தபடி. உடலுக்கு நம்மை ஒப்புக்கொடுத்தபடி.

அப்படிக் கழிந்தது அந்த மாலை. பின்பு அவன் வருவதும் அவள் அவன் வீட்டுக்குப் போவதும் சேர்ந்து பயணிப்பதுமாய் நாட்கள் ஓடின அவனுடன் சேர்ந்து வாழ்வேன் என்ற சொற்கள் இன்று அவளறியாமல் அவள் வாயிலிருந்து வரும்வரை.

❍ ❍ ❍

அருணின் உயில் தெளிவாக இருந்தது. வீடு அவளுடையது. அதை எப்படியும் அவள் உபயோகிக்கலாம். மாருதி ஸ்விஃப்ட், ஹுண்டாய் இரண்டு வண்டிகளைப் பற்றியும் அவள் தீர்மானிக்கலாம்.அவன் சேமிப்பிலிருந்த பணத்தையும் வேறு சில பங்கு முதலீடுகளையும் ஐம்பது சதவிகிதம் அவளுக்கும் மீதி ஐம்பதில் அம்ரித்துக்கும் நரேனுக்கும் ஆளுக்கு இருபத்தைந்து சதவிகிதம் பிரித்திருந்தான். அவன் உயில் எழுதியபோது அவள் அம்ரித்துக்கும் நரேனுக்கும் இதனால் அவனிடம் மனத்தாங்கல் ஏற்படலாம் என்றபோது அவன் தான் எடுத்த முடிவு குறித்து உறுதியாக இருந்தான். யாரையும் சார்ந்து அவள் இருக்கக்கூடாது. எதிலும் அவளுக்குக் குறை இருக்கக் கூடாது. அவள் வாழ்நாளில் அவள் எந்தக் கவலையும் இல்லாமல் இருக்கவேண்டும். அம்ரித்துக்கும் நரேனுக்கும் உயர்ந்த கல்வியைத் தந்திருக்கிறான் அவள் உதவியுடன். எந்தக் குறையும் வைக்கவில்லை. அவர்கள் நல்ல குழந்தைகள். அவனைப் புரிந்துகொள்வார்கள். அவள் வாழும்வரை சௌகரியமாக, பணக்குறை இல்லாமல் இருக்கவேண்டும். அவள் காலத்தில் அவள் பணத்தை எப்படி வேண்டுமானாலும் செலவழிக்கலாம். மனம்போல் இருக்கலாம். வீட்டை விற்க நினைத்தால் விற்கலாம். எதுவும் செய்யலாம். அவள் அவனுடையவள். அவனுடைய சாந்தி. அவளுக்குப் பிறகுதான் மற்றவர்களும் மற்றவையும்.

நோயால் நலிந்த குரலில் அவள் கையைப் பற்றிக்கொண்டு விழிகளில் மட்டும் எல்லாக் காதலையும் தேக்கி அவன் கூறியபோது அவளுக்குள் மலையாய் ஒரு துக்கம் எழும்பியது. அவன் மேல் பாம்புகளாய்ப் படர்ந்திருந்த பல குழாய்களுடன் அவனை அவனுக்கு வலிக்காமல் அணைத்துக்கொண்டாள்.

அம்ரித்தும் நரேனும்தான் இப்போது அவளைத் துணைவன் ஒருவனைத் தேடி சுயம்வர அமைப்பின் நிகழ்வுகளுக்குப் போகச் சொல்கிறார்கள். ‘முதியோர் இல்லத்துக்கு உன்னை எப்போதும் அனுப்ப மாட்டோம். நாங்கள் பரந்த மனம் கொண்டவர்கள். நீ துணைவன் ஒருவனை உன் சௌகரியத்துக்காக வைத்துக் கொள்ளலாம். இரு முதியவர்கள் செய்துகொள்ளும் ஏற்பாடு. எங்களுக்கும் அதில் மனக்கவலை இல்லாமல் போகும். ஆனால் பிறகு ஏதாவது சிக்கல்கள் வராமல் இருக்க இப்போதே சொத்து

விஷயங்களை நீ தீர்மானித்துவிடவேண்டும்.' இதுதான் அவர்கள் அன்பு பெருகும் ஓயாத வேண்டுகோள்.

ஆனால் அவளுக்குத் தெரிந்த அன்பு வேறு. அருண் மற்றும் நந்துவின் முத்திரை குத்திய அன்பு அது. பெருங்கடல். பெரு மலை. பெரு வெளி. பெருஞ்சூறை. இயற்கையின் பல தோற்றங்களைக் கொண்டது. அவள் அப்பாவுக்கு நெருங்கிய நண்பர் தமிழ்ப்புலவர் நாவுக்கரசர். அப்பாவுக்குத் தமிழில் ஆர்வம் உண்டு. அருணிடம் அவள் எதைப் பார்த்தாள் இப்படிக் காதல் கொள்ள என்று அம்மா சற்று வருந்தியபோது, அவர் கம்பராமாயணத்திலிருந்து "கடலோ மழையோ முழு நீலக்கல்லோ காயா நறும்போதோ படர் பூங்குவளை நாண் மலரோ நீலோற்பலமோ" என்ற பாடலைக் கூறினார். ராமன் கடலாகவும் கருமேகமாகவும் மலையாகவும் குவளை, நீலோத்பலம் என அவளறிந்த அத்தனை மலர்கள் போலவும் இருந்ததாகச் சீதைக்குத் தோன்றியதாம். வலிமையும் வீச்சும் குழைவும் மென்மையும் கலந்த உவமைகள். அம்மா ஆந்திர தேசத்தில் வளர்ந்தவள். தமிழ் அவ்வளவாகப் புரியாது. "என்னவோ, கேட்க நல்லாயிருக்கு" என்று அலுத்துக்கொண்டாள். அப்பா அன்று "பாரதி சொல்றானே 'பாயும் ஒளி நீயெனக்கு' அப்படின்னுட்டு. அவனும் மழை, கடல் எல்லாத்தையும் சொல்றான். கௌரிக்குத் தாடி பிடிக்கலை. அவளுக்கு அது மட்டும்தான் தெரியுது" என்று புலவர் நாவுக்கரசருடன் கவிதை உரையாடலில் இறங்கிவிட்டார்.

அருணின் உயிர் மங்கும் நேரம் அந்தப் பாடலில் வலிமை வாய்ந்த அசுரர்களின் கருமை நிறத்தோடு அந்திமாலை வருவதாகக் கூறியதை அவள் நினைத்துக்கொண்டாள். அப்படித்தான் சாவு நெருங்கிக்கொண்டிருந்தது என்று நினைத்தாள். அந்தப் பஞ்சாபியின் முடியில் விரல்களை விட்டுக் கோதியபடி மெல்ல, "கடலோ, மலையோ, முழு நீலக்கல்லோ . . ." என்று முணுமுணுத்தாள். ஒவ்வொரு சொல்லிலும் குரல் உடைந்தது. கேட்கும் நிலையில் அவன் இருக்கவில்லை. சாவு என்னும் அசுரன் வந்தது அந்திமாலையில்.

❍ ❍ ❍

கதவைத் திறந்ததும் நந்து நின்றுகொண்டிருந்தான். இரவு உணவு சமைப்பதற்குத் தேவையானவற்றை இரண்டு கையிலும் இரு பைகளில் வைத்துக்கொண்டு முகம் மலர உள்ளே வந்தான். வாவல் மீன் கிடைத்திருக்கும் அதுதான் உற்சாகத்துக்குக் காரணம் என்று நினைத்துக்கொண்டாள். அதை முதலில் ஊறவைக்கும்வரை ஒரு வார்த்தை பேசமாட்டான். கீறுகள் போட்டு மசாலா அடைக்க மாட்டான். அந்தச் செய்முறை

அவனுக்குப் பிடிக்காது. மகாராஷ்டிர சமையல் பாணியில் அதை முதலில் எலுமிச்சை பிழிந்து ஊறப்போட்டபின் மெல்ல நடுவே வெட்டிப் பிறகு மூடியைத் தூக்குவதுபோல் மேல் பகுதியைத் திறந்து மசாலா அடைக்க ஆரம்பிப்பான்.

எலுமிச்சை பிழிந்து ஊறப்போட்டபின் கை கழுவிக்கொண்டு வந்து "அப்புறம்?" என்றான் அவளிடம்.

"அப்புறம் என்ன? ஒண்ணுமில்ல" என்றாள்.

கசகசா, மிளகு, லவங்கப்பட்டை, சீரகம், சோம்பு, தனியா என்று மசாலா சாமான்களைச் சேகரித்தபடி "இன்னிக்கு ஸ்கைப் நாளாச்சே?" என்றான்.

மசாலாவைப் பொரித்துப் பிறகு பொடித்து மீனைப் பிளந்து அவன் அடைக்கும்வரைக் காத்திருந்தாள். மீனை நூலால் கட்டி, தணிந்த நெருப்பில் வைத்திருந்தத் தட்டை வாணலியில் எண்ணெய் ஊற்றிப் பொரிக்கும் ஏற்பாடுகளைச் செய்துவிட்டுத் திரும்பும்வரைப் பொறுமையாக இருந்துவிட்டு "மீனைப் பொரிச்சுட்டு வா சொல்றேன்" என்றாள்.

அவன் முனைந்து ஒன்றைச் செய்யும்போது எதைச் சொன்னாலும் காதில் விழாது. சில சமயம் வயிறு நிரம்பச் சாப்பிட்டுவிட்டுப் படுத்தான் என்றால் உடன் உறக்கம்தான். "ஏய், என்னவோ உடம்புக்குப் பல கதைகள் உண்டு, தேடி எடுக்கலாம்னுட்டுச் சொன்னியே" என்று சொன்னதும் "ஆமாம், சொன்னேன் இல்ல?" என்றுவிட்டு மீண்டும் உறங்கிவிடுவான். காலையில் நினைத்து நினைத்துச் சிரிப்பார்கள் இருவரும்.

மென் தீயில் மீன் பொரிந்துகொண்டிருந்தது தட்டை வாணலியில். அவள் வரவேற்பறையில் அமர்ந்து பத்திரிகைகளைப் புரட்டிக்கொண்டிருந்தாள். சமையலறையை விட்டு வெளியே வந்து அவள் எதிரே அமர்ந்து, "அம்ரித், நரேனோட பேசினயா? எல்லாம் சரியா போயிட்டிருக்கா?" என்றான்.

ஸ்வயம்வர் பற்றிச் சொன்னாள்.

"ஸோ, உன் முடிவு என்ன?" என்றான்.

அவள் எடுத்த முடிவு பற்றிச் சொன்னாள். அவளையே பார்த்தான் சிறிது நேரம். சிரித்தான். மிகவும் நிறைவான குரலில், "மீனைத் திருப்பிப் போடணும்" என்றுவிட்டு எழுந்து போனான்.

பொய்கை

அவனுக்குத் தூக்கிவாரிப்போட்டது.

ஒரு குழுவாகத்தான் கிளம்பியிருந்தார்கள் அந்த வன நடைப் பயணத்துக்கு. கும்மிருட்டும் திடீர் வெளிச்சமும் மேடும் பள்ளமுமாய்ப் பாதையற்ற மண் தடங்களும் தரையில் படுக்க விழைவனபோல் கீழ்நோக்கி வளைந்த பெருங்கிளைகளும் இருண்ட மரப்பொந்துகளும் வானத்தைத் தொடுவதைப்போல் உயர்ந்த மரங்களும் வயிற்றைக் கவ்விய குட்டிகளுடன் திடீரெனத் தோன்றி உற்றுப் பார்க்கும் மந்திகளும் நிறைந்த அடர் வனம் அது. இத்தகைய நடைப் பயணங்களுக்காகத் தேர்ந்தெடுக்கப்பட்டது.

மற்றவர்களை விட்டுச் சற்று விலகி முட்கள் அடர்ந்த பாதையொன்றில் திரும்பியிருந்தான் அவன். வனத்தின் உட்பகுதியில் வனவாசிகள் வழிபடும் மரச்சோலைகள் அடர்ந்த காட்டுக்கோயில்கள் உண்டாம். மற்றவர்கள் ஓய்வெடுக்க அமர்ந்தபோது பிறகு அவர்களுடன் இணைந்துகொள்வதாய்க் கூறிவிட்டு இவன் தனிவழியே கிளம்பியிருந்தான். அப்போதுதான் அந்தப் பொய்கை கண்ணில் பட்டது. சூரியனின் கிரணங்கள் மரங்களினூடே பூச்சிதறலாய் விழ, வெள்ளித் தகடுபோல் தகதகத்துக் கொண்டிருந்தது. பல ரகசியங்களை உள்ளடக்கியது போல் அசைவின்றிக் கிடந்தது.

அக்கம்பக்கம் யாருமில்லை. ஏகாந்தம்.

உடைகளைக் களைந்துவிட்டு மெல்லப் பொய்கையில் இறங்கினான். மேனி மேல் சில்லென்று

படர்ந்தது பொய்கை. முங்கி முங்கி எழுந்தான். உற்சாகத்துடன் பொய்கையைத் தட்டி எழுப்புவதுபோல் கைகளால் நீரை அடித்தபடி நீந்தினான் நடைக் களைப்பு தீர. மனம் நிறையும் வரை முங்கியும் அமுங்கியும் மிதந்தும் நீந்தியும் நீரில் இருந்தபின் சூரிய ஒளி கண்ணில் குத்தியபோது மெல்லப் பொய்கையிலிருந்து மேலே வந்தான்.

சோர்வெல்லாம் தீர்ந்து எடையற்றுப்போன உணர்வு ஏற்பட்டது ஒரு நிமிடம். உடனேயே அவன் இதுவரை உணர்ந்திராத கனம் ஒன்றை உணர்ந்தபோதுதான் தன்னைப் பார்த்துக்கொண்டான்.

அவனுக்குத் தூக்கிவாரிப்போட்டது.

அவன் மார்பின் ரோமங்கள் உதிர்ந்து கரிய காம்புகளுடன் இரு முலைகள் தோன்றியிருந்தன. அது தன் பிரமை என்று நினைத்துத் தொட்டான். பஞ்சுபோல் இருந்தாலும் உள்ளே கடினமாக இருந்தது. மெல்லப் பார்வையைக் கீழ்நோக்கிச் செலுத்தியபோது அவன் குறி காணாமல் போயிருந்தது. அந்தப் பகுதி இரு இதழ்கள்போல் சற்றே விரிந்து மெல்லிய ரோமத்தால் மறைக்கப்பட்டு இருந்தது.

அசரீரி குரல் ஒன்று கிசுகிசுப்பாய்ச் செவியில் விழுந்தது. ஆண் குரல். தேஷ்பாண்டேயின் குரல்.

"கீழே பார், விழிகளை உயர்த்தாதே; கால்களை விரிக்காமல் இணைத்து வைத்துக்கொள். உன் உடை மறைப்பது வெளியே தெரியாதிருக்கட்டும், ஏ பிராமணா, நீ பெண்ணாகிவிட்டாய்."

ஒரு மாலை எல்லோரும் கூடியபோது பெண்கள் குற்றச்சாட்டுப் பட்டியல் போடுவது பற்றியும் பாலுறவுச் சீண்டல் பற்றியும் பேச்செழுந்தபோது, அவனும் நங்கையும் அதற்குப் பின்னால் இருந்த பல்லாண்டு மௌனம் பற்றிக் கூறி அதன் வெடிப்பு இது என்று வாதிட்டிருந்தனர். அப்போதுதான் தேஷ்பாண்டே இதைக் கூறினான். ஆராய்ச்சியாளன் அவன்.

யாகச் சடங்கில் மனைவியும் உடனிருக்க வேண்டும் என்று கூறிய ஒருவரை அதிகம் பெண்களுக்குச் சமத்துவம் கோரினால் உன் ஆண்மை போய் நீயும் பெண்ணாகிவிடுவாய் என்று புது யாக முறைகளை எதிர்த்து எள்ளலாக ஒரு கவிஞர் கூறும் மூவர் உரையாடலாய் அமைந்த ரிக்வேதச் செய்யுள் அது.

"டேய், நான் எந்த யாகச் சடங்கைச் செய்தேன்?" என்றதும் "இல்லை, பெண்களுக்காக அதிகம் பரிகிறாய்" என்றான்.

ஆண்கள் பெண்களாய் மாறிய பல கதைகளோடு அன்றைய மாலை கழிந்தது. இவன் அறியாத கதைகள்.

நாரதர் குசுமசரோவரில் மூழ்கிப் பெண்ணாகி, கோபிகையாய்க் கண்ணனை விரும்பும் மனநிலையைப் புரிந்துகொண்டது, அதை எழுதியது என்று ஆரம்பித்து, பல புராணக் கதைகளினூடே அன்றைய உரையாடல் போயிற்று. விஷ்ணு மோகினியானது, இலா சுத்யும்னன் ஆன கதை, ஒரு மாதம் பெண்ணாகவும் ஒரு மாதம் ஆணாகவும் இருந்தது, பங்கஸ்வனன் பொய்கையில் மூழ்கிப் பெண்ணாகி, பின் ஒரு பெண்ணாய்க் குழந்தைகளை அதிகம் நேசிக்க முடியும் என்றும் பெண்ணாக மண வாழ்வில் துய்க்கும் இன்பம் அதிகம் என்றது, அம்பை சிகண்டியானது, அர்ஜுனன் பிருஹன்னளையானது, வாலி சுக்ரீவனின் தந்தை ரிக்ஷராஜன் அழகிய பெண் குரங்காய் மாறி அவர்கள் பிறந்தது, இரவு பெண்ணாகவும் காலை ஆணாகவும் இருந்த ஷிகித்வஜன், ஆணாக மாறிய அவன் மனைவி சுடலா, தன் மனைவிகள் கர்ப்பம் தரிப்பதற்காகத் தரப்பட்ட நீரைக் குடித்துக் கர்ப்பமுற்ற யுவனஷ்வன் இவ்வாறு சாபமும் விமோசனமும் காமமும் காதலும் தேவர்களும் கடவுளரும் முனிவர்களும் மந்திரகணங்களும் கூடிய கதைகளாய் அன்றைய மாலை கழிந்தது.

நங்கைதான் அந்தக் கதைகளின் நாடிபோல் இருந்த கருத்தைக் கூறினாள். பெண்ணுடல் ஆணுடல் இவற்றின் வரையறைகள் பௌதிக ரீதியாக மட்டுமே தீர்க்கமானவை. மனத்தளவில் அவை ஒன்றில் இன்னொன்று புகும் வகையில் இருப்பவை. அவற்றுக்கான இயல்புகள் உலக வாழ்க்கையை ஒட்டியே வந்திருப்பவை. பெண்ணாக மாறியதுமே சில இயல்புகள் இருப்பதாக நினைப்பது, உணர்வது எல்லாமே அந்த உடலை ஒட்டி வகுத்திருக்கும் உலக விதிகளை ஏற்பதால்தான். மற்றபடி பெண் ஆண் என்பது கோடிட்டு வகுக்க முடியாத ஓடும் நதி போன்றதுதான்.

ஏற்கவில்லை சிலர். கிரேக்கப் புராணக் கதைகளில் வரும் டைரேஸியஸ் கதையைச் சொன்னான் முகுந்த். அவனிடம் உடலுறவில் வரும் இன்பம் குறித்துக் கேட்டபோது பெண்ணாக இருந்தபோதுதான் தான் அதிகம் இன்பம் அனுபவித்ததாக அவன் கூறியதைச் சொல்லி பௌதிக உடலுக்கும் அதற்கென்ற தனி உணர்வுகள் உண்டு என்று வாதிட்டான். பங்கஸ்வனன் கூறியதும் டைரேஸியஸ் கூறியதும் இதைத்தான் என்றான்.

உடலுக்குள் சென்ற நல்ல மதுவின் தாக்கம் பல கதைகளாக நீண்டது அந்த மாலையில்.

இப்போது மனம் அதிர்ந்தது. இது கதையல்ல. அவன் நெஞ் சில் உருண்டு திரண்டிருப்பவை இளம் பச்சை நரம்போடும் நிஜ முலைகள். அவற்றின் கருத்த காம்புகள் ஒருகால் பால்சுரப்பிகளாகலாம். அவன் தொடைகளுக்கிடையே இருந்தது அவன் பார்த்திராதது அல்ல. அதனுள் அவன் ஒருமித்தவன்தான். ஆனால் இப்போது அது மென்மையிலும் மென்மையாகத் தோன்றியது. மெல்லத் தொட்டபோது மகவின் மெல்லிய பூவிதழாய் உணர்ந்தான் அதை.

உடலிலிருந்து இன்னும் நீர் கொட்டிக்கொண்டிருந்தது. பீதியும் கலக்கமும் குமுறலுமாய்ப் பொய்கையைப் பார்த்தான். பிறகு மெல்ல நடந்துபோய் தன் உடைகளை அணிந்துகொண்டான். அவன் நடை மாறியிருந்தது. அவன் கால்கள் வேறு மாதிரி இயங்கின. வேறு வகையான சமநிலையை அவன் மேற்கொள்ள வேண்டியிருந்தது.

அந்த முட்பாதையில் மீண்டும் நடந்தான். மனத்தினுள் கலக்கம் தளும்பியபடி இருந்தது. அவன் இனி எப்படி இயங்குவது? நங்கையையும் மகள்களையும் எப்படி அணுகுவது?

அவன் குழுவினர் நெருப்பை மூட்டி அதைச் சுற்றிக் கூடியிருந்தனர். பேசியபடி இருந்தனர்.

அவனைப் பார்த்ததும் பேச்சு நின்றது. காட்டின் கனத்த மௌனத்தைக் கீறும் சில ஒலிகள் மட்டுமே கேட்டன.

அவன் பொய்கை பற்றிக் கூறினான். அவர்களால் நம்ப முடியவில்லை. அது ஆண்களுக்கு மட்டுமேயான வனநடைப் பயணக் குழு. அதில் சேர்வதற்காக அவன் தன் பால் அடையாளத்தை மாற்றிக் கூறியிருக்கலாம், அதை சாமர்த்தியமாக மறைத்திருக்கலாம் என்று வாதிட்டனர். அவர்கள் எல்லோருமே அவனுக்குப் புதியவர்கள். ஆனால் இதுவரை சக வனநடைப் பயணிகளாய் உற்சாகமாய் உடன் வந்தவர்கள். அவன் அவர்களை ஏய்த்துவிட்டான் என்ற கோபத்திலிருந்தாலும் அவர்கள் அவனை விரோதியாய்ப் பார்க்கவில்லை. கூடியவரை அனுதாபத்துடனேயே பேசினார்கள். ஆனால் அவன் அவ்வளவு பெரிய பொய்யைக் கூறியிருக்கக்கூடாது என்றார்கள். வனநடைப் பயணத்தின் தன்மையை அது பாதித்துவிட்டது என்றார்கள். நிச்சயமாக அவன் நடைப்பயணத்தைத் தொடர முடியாது தொடரக் கூடாது என்பதில் உறுதியாக இருந்தார்கள். கொண்டு வந்திருந்த தயார் உணவுகளைப் பகிர்ந்துகொண்டபின் அவன் நிலைமை குறித்து ஒட்டியும் வெட்டியும் பேசியபடி அவர்கள் அமைத்துக்கொண்டிருந்த தற்காலிகக் கூடாரங்களில் புகுந்தனர்.

ஒரு கூடாரத்தில் சிலருடன் அவனுக்கும் இடமளிக்கப்பட்டது. ஆனால் அதில் இருந்த மற்ற மூவரும் மிகவும் சங்கடமாக உணர்ந்தார்கள் என்று தெரிந்தது.

கூடாரத்தின் முற்றிலும் மூடப்படாத வாயில்திரையின் இடைவெளியிலிருந்து நிலவு தெரிந்தது. பெருங்கிளைகளோடு நின்ற மரங்களும். கரிய பூதங்களாய்த் தெரிந்த மரங்கள் நிலவொளி அவற்றின் மேல் அலையலையாய்ப் பட்டதும், தடவியதும் தடவலுக்கு ஏற்ப உடலை வளைந்துகொடுக்கும் செல்ல நாய்களாய் மாறின. மெல்ல மெல்ல நிலவு ஆற்றுப்படுத்தியது அவனை.

இரவில் பேனா அளவில் இருந்த டார்ச்சுடன் சிறுநீர் கழிக்கச் சற்றுத் தள்ளியிருந்த மரங்கள் அடர்ந்த இடத்துக்குப் போன போதுதான் அது நேர்ந்தது. ஒரு பெண் அமர்ந்துதான் சிறுநீர் கழிக்க முடியும் என்று அவன் உடல் உணர்த்தியது. டார்ச்சை வாயில் கவ்வியபடி பான்ட்டைக் கழற்றி அமர்ந்து எழுந்தபோது அவன் வாயிலிருந்து டார்ச் கீழே விழுந்தது. பின்னாலிருந்து யாரோ இறுக்குவது தெரிந்தது. யார் என்று தெரியவில்லை. வாய் மூடப்பட்டது. உடலைக் கசக்கியும் நசுக்கியும் கடித்தும் அழுத்தியும் குத்தியும் அடித்தும் குலைத்தது இரு கைகளா பல கைகளா என்று தெரியவில்லை. மாறி மாறி அவை அவன் மேல் ஊர்ந்தன. ஊர்ந்தவாறே வலியேற்றின. இதுவரை அறியாத வலியை தொடை இடுக்கில் உணர்ந்ததும் கால்களை உதறி எழ முயன்றான். உணர்விழந்தான்.

மிக மென்மையாகச் சூரியனின் கிரணம் முகத்தைத் தொட்டதும் பதறி எழுந்தான். சிதறிக் கிடந்த உடைகளை அணிந்த போது கீறல்களும் காயங்களும் குருதியுமாய்க் குலைக்கப்பட்ட உடலைப் பார்த்ததும் கண்ணீர் பெருகியது.

கூடாரத்தில் நுழைந்து கீழே உட்கார்ந்து அழத்தொடங்கினான். திடுக்கிட்டு விழித்த மற்ற மூவரும் அவன் கூறியதைக் கேட்டதும் துடித்துப்போனார்கள். மற்றக் கூடாரங்களிலிருந்தும் எல்லோரும் வெளியே வந்து விசாரிக்கத் தொடங்கினார்கள். அவர்களில் யார் அதைச் செய்திருக்கமுடியும் என்று சினத்துடன் விசாரணை தொடங்கியது. அது அவர்கள் அறியாத வெளியாளாகவோ குழுவாகவோ இருக்கலாம். அவர்களிலேயெ ஒருவனாகவோ பலராகவோ இருக்கலாம்.

வனநடைப் பயணத்தைத் தொடர்வதா வேண்டாமா என்ற கேள்வி எழுந்தது.

மற்றவர்கள் பேசுவதைப் பார்த்தபடி உறைந்துபோய் அமர்ந்திருந்த அவனை மெல்லத் தொட்டான் அவன்

கூடாரத்திலிருந்த கபீர். "பயப்படாதே" என்றான். அவனும் கோவிந்தும் மற்றவர்களை அமைதிப்படுத்திவிட்டு "இன்னும் கொஞ்சம் நேரத்தில் தீர்மானம் செய்யலாம். பொறுங்கள்" என்றுவிட்டு, அவனை மெல்ல எழுப்பினார்கள். அருகில் ஏதாவது நீர்நிலை இருந்தால் உடலைச் சுத்தப்படுத்திக்கொண்டு மருந்திட்டபின் அவர்களில் ஒருவர் அல்லது இருவர் வனநடைப் பயணத்திலிருந்து விலகி அவனுடன் கீழே போகலாம் என்று யோசனை கூறினார்கள். அவனை ஆஸ்பத்திரிக்குக் கூட்டிச் செல்ல வேண்டும். போலீசில் குற்றச்சாட்டு பதிய வேண்டும். அதில் வரப்போகும் குழப்பங்களை எதிர்கொள்ள வேண்டும் அவன் கூறுவது உண்மையென்றால்.

வனநடைப் பயணத்துக்காகச் செய்யப்பட்ட வனத்தின் வரைபடத்தைப் பிரித்தபோது தூரத்தில்தான் நீர்நிலை இருந்தது. இவன் குறிப்பிட்டப் பொய்கை வரைபடத்தில் இருக்கவில்லை. அதே பாதையில் போய்ப் பார்ப்பதாக இவன் கூறியதும் துணைக்குக் கபீரும் கோவிந்தும் கிளம்பினார்கள்.

அவன் உடல் முற்றிலும் சிதைந்திருந்தது. ஒரு நிமிடம் அந்தப் பொய்கையிலேயே மூழ்கிப்போய்விடலாமா என்று தோன்றியது. வலியில் மெல்ல முனகினான்.

முதல் நாள் சென்ற பாதையிலேயே போனதும் வரைபடத்தில் இல்லாத பொய்கை எதிரே இருந்தது மரங்கள் அடர்ந்த பகுதியில் மறைக்கப்பட்டு. கோவிந்தும் கபீரும் விலகிப்போய் நின்று கொண்டனர்.

இளம் காலை வேளையில்அப்போதுதான் ஏற்றப்பட்டு இன்னும் ஒளிரத் தொடங்காத விளக்கின் சுடர்போல் சூரியன் இருக்க, பொய்கை நீட்டிக் கிடந்தது அங்கொன்றும் இங்கொன்று மாய் சூரிய கிரணத்தைப் பிடித்து விளையாடியபடி. மாற்றுடைகள் இருந்த பையைக் கீழே வைத்துவிட்டு, குருதியும் மண்ணும் ஏறிக்கிடந்த உடைகளை அவிழ்த்துப் பந்துபோல் சுருட்டி ஒரு மரப்பொந்தில் வைத்தான்.

பொய்கை அருகில் போய் முதலில் நீரையள்ளி முகத்தில் அடித்துக்கொண்டான். உதடுகள் எரிந்தன. பிறகு பொய்கையின் நுனியில் அமர்ந்து காலை உள்ளே விட்டான். இரு கைகளையும் பின்னால் வைத்து அழுத்தி மெல்லச் சறுக்கியபடி நீரில் இறங்கி னான். நீர் பட்டதும் உடலெல்லாம் எரிந்தது. தொடையிடுக்கில் அக்னிகுண்டம் ஒன்று ஏற்றப்பட்டதைப்போல் எரிச்சல் தாளவில்லை. அரற்றினான். அம்மா ...

நீர் மெல்லக் குளிர்வித்தது. வருடியது. முங்கி முங்கி எழச் சிற்றலைகளாக விலகியும் அருகேயும் வந்து போக்குக்காட்டியது. வாய்விட்டு அழுதான்.

“ஏன் இப்படிச் செய்தே?” என்று பொய்கையிடம் கேட்டான். குமிழியிட்டுச் சிரித்தது.

அமிழ்ந்து அமிழ்ந்தும் கையிட்டுத் தடவியும் உடலைச் சுத்தம் செய்துகொண்டான். பிறகு சூரியன் மெல்லத் தூரத்தே ஒரு பச்சை மரத்தின் பின்னால் சிவந்த மலர்போல் எழுவதைப் பார்த்து கண்மூடி நின்றான் நீரில் அமிழ்ந்தபடி.

பொய்கை முனையை எட்டிக் கையூன்றி எழுந்தபோது கைமேல் இருந்த ரோமத்தில் நீர் பளபளத்தது. திடுக்கிட்டுத் தலை குனிந்தபோது நங்கை தலை வைத்துப் படுத்து விரல் விட்டு அளையும் அவன் நெஞ்சின் ரோமம் ஈர நெஞ்சோடு ஒட்டிக்கொண்டிருந்தது. குளிர்ந்த நீரில் அவன் குறி சுருங்குவதை உணர முடிந்தது. மேலே வந்தபோது சாதுவாக அவன் குறி தொங்கிக்கொண்டிருந்தது.

மனத்தில் மேல் எழுந்த முதல் எண்ணம் நான் வீட்டுக்குப் போகவேண்டும். நங்கையையும் என் இரு மகள்களையும் இறுக அணைத்துக்கொள்ள வேண்டும். அவன் டைரேஸியஸோ பங்கஸ்வனனோ இல்லை. இருபத்தொன்றாம் நூற்றாண்டின் ஒரு கொடும் பொழுதில் பெண்ணாக இருக்கும் முழுச் சரித்திரத்தையும் உணர்ந்தவன்.

ஆனந்தமா ஆசுவாசமா என்று கூற முடியாத உணர்ச்சியில் உந்தப்பட்டுக் கூவியபடி கோவிந்தும் கபீரும் நின்றுகொண்டிருந்த இடத்தை நோக்கித் தோளில் பையுடன் நிர்வாணமாக, அவன் குறி ஆடியபடி இருக்க, ஓடத் தொடங்கினான்.

❍ ❍ ❍

1984

அம்ருத்ஸரின் குருத்வாரா ஒன்றின் விடுதியின் அறையின் சன்னலிலிருந்து பார்க்கும்போது தெரிந்தது அந்தச் சிதிலமடைந்த வீடு. சூரியன் மேலெழும்பும் தருணங்களில் பார்க்கும்போது அதன் கண்ணாடிச் சன்னல் ஒன்றில் சூரிய கிரணங்கள் பிரதிபலித்து, சரவிளக்கொன்று தொங்குவது போல் தெரிந்தது. காரை பெயர்ந்து, அலங்கார மர வளையச் சட்டங்களுடன் கூடிய சன்னல் உடைந்து, காயங்கள் ஆறாது வீழ்ந்து கிடக்கும் ஓர் உடலைப்போல் கிடக்கும் அந்த வீட்டின் உள் இருட்டில் நாட்டின் பிரிவினையின் எந்த ரகசியக் கதைகள் புதைந்திருந்தன?

அவள் தோழி குன்வன்த் ஏற்பாடு செய்திருந்த கலை வரலாற்றுப் பட்டறையில் பார்வையாளராக அவள் வந்திருந்தாள். தங்கக் கோவிலின் உள்ளே போய் தர்பார் ஸாஹிபின் தரிசனம் செய்ய இரண்டு மணி நேரம் நேற்றிரவு மெல்ல நகரும் வரிசையில் நின்றபோது, விளக்குகளின் ஒளி மீன்களுடன் பாய்ந்தபடி இருந்த கோவிலின் அமிர்த சரோவர், வரிசையின் நெரிசலையும் அடித்துப் பிடித்துக் குழந்தைகளுடன் வரிசையைக் குலைத்து முன்னேறுபவர்களின் முரட்டுத்தனத்தையும் கால்களின் வலியையும் ஏதோ வகையில் ஆற்றுப் படுத்தியது. உள்ளே இருந்து ஒரே குரலாய்ப் பலர் பாடிய குர்பானி கீர்த்தனங்களும் செய்யுட்களும் அலையலையாய் வந்து தடவிப்போயிற்று.

காலையில் ப்ரகாஷ் சடங்கு நடக்கும்போது குருகரந்த் ஸாஹிபை பல்லக்கில் தோளில் தூக்கிவருவார்கள். பஸந்த் ராகத்துடன் அது ஆரம்பமாகுமாம். இரவு ஸுஹாஸன் சடங்குக்கு பத்து மணிக்கு மேல் குருகரந்த் ஸாஹிபை உறங்கத் தூக்கிச் செல்வார்கள். ப்ரகாஷ் சடங்குக்கும் ஸுஹாஸனுக்கும் அவளால் வர முடியாவிட்டாலும் அதை அவளால் உணர முடிந்தது. அவள் அதிகம் கோவில்களுக்குச் செல்பவளில்லை. ஆனால் மயிலாப்பூரில் கபாலி கோவில் அருகேதான் மகன் வீடு. அங்கு போகும்போது காலையில் பூபாளத்தில் 'போற்றி என் வாழ் முதலாகிய பொருளே' என்று ஓதுவார் பாடும் திருப்பள்ளி எழுச்சி காற்றில் கலந்துவரும். இரவிலும் அர்த்தஜாமப் பூஜையில் ஒலிக்கும் மணியின் ஒலி நீந்திவரும்.

தரிசனம் முடிந்து வெளியே வந்து ரவையை நெய்யில் சிவக்க வறுத்துச் செய்த நெய்யொழுகும் ஏலக்காய் மணம் வீசும் ரவைக் கேசரிப் பிரசாதத்தை உண்டபடி நடந்துவந்தால் அகால் தக்தைத் தாண்டித்தான் வெளியே போகும் பாதை. அகால் தக்த் எல்லோரும் வணங்கும் காலமில்லா ஒன்றின் அரியணை. உலகியல் அதிகாரம் உள்ள சீக்கியர் குழுவின் அதிகார பீடங்களில் ஒன்று.

அகால் தக்தைக் கடக்கும்போது கட்டாயம் இரண்டொரு குரல்களாவது ஒலிக்கும் '1984இல் ஆபரேஷன் ப்ளூ ஸ்டார் நடந்தபோது அகால் தக்த் முழுவதும் இடிக்கப்பட்டது' என்று யாராவது தந்தை ஒருவர் ஐந்தாறு வயது மகனுக்கோ மகளுக்கோ கூறியபடி போவார். இன்னும் பேச்சு வராத மகனின் முகத்தை நிமிர்த்தி அகால் தக்தைக் காட்டிக் கூறுவதும் உண்டு. புதிதாகத் திருமணம் புரிந்துகொண்ட தம்பதிகளுக்குக் கூட அகால் தக்திடம் வரும்போது நடை தளரும். '1984இல் . . .' என்று இருவருமே பேச ஆரம்பிப்பார்கள்.

1984 அவளுக்கு இரு நினைவுகளை எழுப்பியது. ஜார்ஜ் ஆர்வெல் ஹிட்லர், முஸோலினி, ஸ்டாலின் காலத்தை மனத்தில் வைத்து அச்சமூட்டக்கூடிய ஒரு சர்வாதிகார நாடு 1984இல் எப்படி இருக்கும் என்று கற்பனை செய்து எழுதிய முதுகுத் தண்டைச் சில்லிட வைக்கும் நாவல் 1984. அதன் இணையாக அவள் மனத்தில் மறையாமல் ஒரு குத்துவலியாக இருக்கும் இன்னொன்று: ஹர்ப்ரீத் கௌருடனான நட்பு.

ஹர்ப்ரீத் கௌர் முனைவர் பட்டத்துக்கு ஆராய்ச்சி செய்பவர்களுக்கான பல்கலைக்கழக விடுதிக்கு வந்தது 1970இல். நவம்பர் மாதம். நல்ல குளிர் காலம். கழுத்தைச் சுற்றியிருந்த கடும் பச்சைப் பட்டுத் துணியின் நுனி வெளியே விழும்படி

அணிந்திருந்த பாசிப்பச்சை கம்பளிக்கோட்டுடன்தான் அவளை முதலில் பார்த்தாள். சாதாரணமாகச் சிற்றூர்களிலிருந்து முனைவர் பட்டப் படிப்பைப் படிக்கவரும் பலர் வாழ்க்கையின் பல பொதிகளைச் சுமந்துவருவார்கள். வீட்டில் எதிர்ப்பு, எதிர்காலப் பாதையைப் பற்றிய குழப்பம், காதல் தோல்வி, தோல்வியாக்க வேண்டிய காதல், காலை எட்டிப்போட்டு நடக்க முடியாத பயம் இப்படிப் பல. சற்று அன்புடன் யார் அணுகினாலும் கரைந்துபோய் தன் சோகக் கதையைக் கூற முனைபவர்கள் அதிகம். “ஐயோ அவளா/அவனா? சௌக்கியமா என்று மறந்துபோய்கூடக் கேட்டுவிடாதே. ஒரு சோகக் காவியமே கேட்கவேண்டிவரும்” என்று முதலிலேயே அபாய அறிவிப்புகளை அறிவித்துவிடுவார்கள். இருபத்திரண்டு வயதில் எதைப் பற்றியும் கவலையில்லாமல் சிறகடிக்கவே பலர் விரும்பினார்கள்.

கைபேசிகள் இல்லாக் காலம். அநாமதேயக் கவிதைகள் அறிக்கைப் பலகையில் போடப்பட்டன. நீரில் மிதக்கும் மீன்களைப்போல் அலையும் கருவிழிகளைக் கொண்ட மழைக்கண்கள் என்று அனில் பாட்டியா அன்றிரவே ஹிந்தியில் கவிதை எழுதிவிட்டான் தன் பெயரில்லாமல். அது ஹர்ப்ரீத் கௌருக்கானது என்பது எல்லோருக்குமே புரிந்தது. “உன் கவிதையைப் பார்த்தேன்” என்று அவனிடம் கூறியதும், “எப்படி நான்தான் எழுதியது என்று தெரிந்தது?” என்றான். “இவ்வளவு சீக்கிரம் இவ்வளவு மோசமாக உன்னால்தான் எழுத முடியும்” என்று கிண்டல் அடித்ததும் அடிக்க வந்தான்.

1964இல் வந்த “ஷராபி” படத்தில் தேவ் ஆனந்த் பாடும் “கபி ந கபி கஹி ந கஹி கோயி ந கோயீ தோ ஆயேகா” பாடல் கிட்டத்தட்ட விடுதியின் வகைமைப் பாடலாகியிருந்த காலம் அது. எப்போதாவது, எங்கேயாவது, யாராவது ஒருத்தி வருவாள், என்னைத் தனதாக்கிக்கொள்வாள், இதயத்தில் என்னை அமர்த்திக்கொள்வாள் என்று தேவ் ஆனந்த் குடித்துவிட்டுப் பாடுவது. சோகக், காதல் பாட்டுகளின் ஒலி விடுதியை நிரப்பிய காலம். எப்போதாவது “காதலிலே தோல்வியுற்றான் காளையொருவன்” என்று ஏ.எம் ராஜாவின் உருகும் குரலிலும் “நெஞ்சம் மறப்பதில்லை . . .” என்று பி. சுசீலாவின் குரலிலும் தமிழ்ப் பாட்டுகளும் கேட்கும். அந்தச் சூழ்நிலையில் ஹர்ப்ரீத் கௌர் சோகத்தை வருடித்தரும் மயிற்பீலி ஒன்றைக் கையில் பிடித்திருப்பவள் போலும் முகலாய அரசர்களுக்கு மதுக்குடுவையிலிருந்து மது ஊற்றித் தந்து அவர்களை உற்சாகமூட்டும் சேடி போலவும் மாணவர்களுக்குத் தென்பட்டாள். அவளை நோக்கிக் குவிந்த

எல்லாக் கவனங்களையும் அவள் இயல்பாக எதிர்கொண்டாள். அதனால் அவள் பாதிக்கப்பட்டதாய்த் தெரியவில்லை.

விடுதியில் எல்லோர் கையையும் பிடித்துக் குறவஞ்சிக் குறத்திபோல் குறிசொல்பவன் சங்கர்தேவ்தான். கைரோவைக் கரைத்துக் குடித்திருந்தான். பெண்கள் எல்லோருக்கும் திருமணம் தவிர வேறு குறிக்கோள் இருக்கவே முடியாது என்று நம்புபவன். கையைப் பார்த்தவுடன் "உனக்குத் திருமணம் கூடிய சீக்கிரத்தில்…" என்று ஆரம்பிப்பான். ஆண்களுக்கு, "அட! ஒரு மனைவி, ஒரு துணைவி" என்று தொடங்குவான். பல நாட்கள் அவன் கெஞ்சியபின் ஹர்ப்ரீத் தன் கையைக் காட்டினாள்.

அப்போதுதான் உண்மையாகவே அவனுக்குக் கை பார்க்கத் தெரியும் என்பது அவர்களுக்குத் தெரியவந்தது.

அவள் கையைப் பிடித்துக்கொண்டு சற்று நேரம் பார்த்தபடி இருந்தான்.

ஹர்ப்ரீத் அவனை நோக்கியபடி இருந்தாள். இரவுச் சாப்பாடு ஆனபின் பொது அறையில் அனைவரும் இருந்தனர். இருவரையும் சுற்றி ஆர்வமாக ஒரு கூட்டம்.

மெல்லிய குரலில், "உனக்குக் கல்யாணம் ஆகிவிட்டது" என்றான் சங்கர்தேவ்.

"ஆமாம்" என்றாள் ஹர்ப்ரீத்.

"ஒரு குழந்தை கூட…"

"ஆமாம். மூன்று வயது…" என்றாள் புன்னகைத்தபடி.

பிறகு தன் கையை விடுவித்துக்கொண்டு எல்லோரையும் பார்த்துப் புன்னகைத்தபடி வெளியேறினாள்.

◯ ◯ ◯

முதல் மாடியில் இருந்த பெண்கள் பகுதிக்கு வந்து அறைக்கதவின் பூட்டை அவள் திறக்க முற்பட்டிருந்தபோது, அவள் பின்னால் மெல்ல வந்து நின்றாள் ஹர்ப்ரீத். "மலர், நான் சொன்னது உனக்குக் கொஞ்சம் அதிர்ச்சியா இருந்ததா?"

பூட்டைத் திறந்து கதவைத் தள்ளிவிட்டு, அவளை உள்ளே அழைத்தாள்.

"இல்லவே இல்லை ஹர்ப்ரீத். நீ சொல்லலைனு கொஞ்சம் ஆச்சரியப்பட்டேன். அவ்வளவுதான்."

அவள் கட்டிலில் அமர்ந்துகொண்டாள் ஹர்ப்ரீத்.

சிவப்புக் கழுத்துடன் ஒரு பச்சைப் பறவை

"அது ஒரு கொடுங்கனவு" என்றாள். கமீஸின் கைப்பகுதியை உயர்த்திக் காட்டினாள். வெட்டியதன்பின் ஆறிய ரணம்போல் ஆழமான தழும்பு. "இப்படி என் உடம்பெல்லாம்" என்றாள்.

"ப்ளீஸ் ஹர்ப்ரீத், நீ எதையும் சொல்லவேண்டிய அவசியமில்லை. ப்ளீஸ்" என்று அவளை அணைத்துக்கொண்டபோது குலுங்கி அழுதாள். "நான் எட்டு மாதம் கர்ப்பமா இருந்தபோது படியிலிருந்து தள்ளப் பார்த்து ... குழந்தை அவருடையது இல்லையாம் ..." என்று குரல் உடைந்துபோகத் திக்கியபடிச் சொன்னாள்.

விடுதி விதிகளுக்குப் புறம்பாக அறையில் வெந்நீர் வைக்கும் சிறு மின்சாரக் கம்பிக்குழல் இருந்தது. சிறு பாத்திரம் ஒன்றில் தண்ணீர் விட்டுச் சூடாக்கி ஏலக்காய் பொடித்துப்போட்டிருந்த டீத்தூள் போட்டு, பாலில்லா தேநீர் தயாரித்தாள். இரு கோப்பைகளில் வடிகட்டி, ஒரு கோப்பையை ஒரு கையால் ஹர்ப்ரீத்தை அணைத்தபடி அவளிடம் தந்தாள். தனக்கான கோப்பையைக் கையில் எடுத்துக்கொண்டாள். "டீ குடி ஹர்ப்ரீத். நடந்து முடிஞ்சது நடந்து முடிஞ்சதாகவே இருக்கட்டும்" என்றாள்.

ஹர்ப்ரீத் மெல்ல அமைதியடைந்தாள். பிறகு ஏதாவது ஒன்றைச் சொல்வாள்.

திருமணத்தில் தந்த ஐம்பத்தோரு புடவைகளும் விதம் விதமாக வெள்ளி தங்க சரிகைகளுடன் ஃபூல்காரி வேலை செய்த துப்பட்டாக்களுடன் ஐம்பதோரு ஸல்வார் கமீஸ்களும்.

ஒப்பனை சாதனப் பெட்டி.

தலை, காது, கழுத்து, கால் என்று ஏகப்பட்ட நகைகள். சோட்டி ஃபூல், ஸிர் மாங்க், பாஸேப் என்று சில பெயர்கள் நினைவிலிருந்தன.

திருமணத்துக்கு முன்பே கல்லூரிக்கு வந்து ஒரு முறை கன்னத்தில் அடித்தது. கணவன் என்னும் உரிமையை எடுத்துக் கொண்டான் என்று அவள் ஜாயி பூரித்துப்போனது.

முதல் இரவின் ஏமாற்றம். வலி.

எந்தப் பொழுதிலும் விடாமல் நேர்ந்த உடலுறவு.

முள்ளங்கித் துருவல் அடைத்துச் செய்த பரோட்டாவில் ருசியில்லை என்று குப்பையில் போட்டது.

யார் குழந்தை வயிற்றில் என்றது.

அடி, உதை, குத்து, வெட்டு, நகக் கீறல், தலையைச் சுவரில் மோதியது என்ற தொடர்ந்த தாக்குதல்.

கூந்தலைத் தலைமேல் நாரதர்போல் குட்டி முடிச்சுப்போட்ட அவள் மகன் அர்மான்.

திடீரென்று சன்னல் வெளியே பார்த்தபடி "ஹா" என்று வலியில் முனகுவதுபோல் ஓசையெழுப்புவாள்.

"என்ன ஆச்சு ஹர்ப்ரீத்?" என்றால் "ஒண்ணுமில்லை" என்பாள்.

1972இலேயே அவளுடைய பாவ்ஜி முனைவர் ஆராய்ச்சி பல ஆண்டுகள் நடக்கும் என்று இரண்டாம் திருமண ஏற்பாடு செய்தார் மனைவியை இழந்து இரு குழந்தைகளுடன் இருந்த ஒருவருடன். இரண்டாம் குழந்தை பெண்ணாக இருந்ததால் இன்னொரு திருமணம் குறித்து யோசித்தார் அந்த நபர் என்றார் அவள் பாவ்ஜி. தனக்கு வயதாகிவிட்டது, ஹர்ப்ரீத்தின் அம்மாவும் ஹர்ப்ரீத் வாழ்க்கை குறித்த கவலையிலோ என்னவோ திடீரென்று போயாகிவிட்டது, ஹர்ப்ரீத்தின் வாழ்க்கையை எப்படியாவது நிலைநிறுத்தவேண்டும் என்று அவர் அவசரப்பட்டார். அவள் இரண்டாம் கணவன் மதன்கோபால் கல்லூரிப் பேராசிரியர். கம்பீரமான தோற்றம். கருணை வழியும் முகம். சிரிக்கும் கண்கள். அருமையாகப் பாடுவான். ஹர்ப்ரீத் ஒரு பள்ளியில் டீச்சரானாள். பெங்காலி மார்க்கெட்டிலிருந்து பிரிந்த தெரு ஒன்றில்தான் வீடு.

பல நாட்கள் மதன்கோபால் வந்து கூட்டிச்செல்வான் இரவு உணவை அவர்களுடன் சாப்பிட. சில நாட்கள் வெளியில் இருந்த புல்தரையில் அமர்ந்து புல்லே ஷாவின் "ராஞ்சா ராஞ் சா கர்தி ணீ மேண் ஆபய் ராஞ்சா ஹோயி" என்று "ராஞ்சா ராஞ்சா என்று கூறி நானே ராஞ்சாவாகிப்போனேன்" என்று ஹீர் கூறுவதுபோல் அமைந்த காவியக் காதல் பாட்டைப் பாடும்போது அவன் குரல் உடையும். 'என் பெயர் ஹீர் இல்லை, நான் இன்னொரு ராஞ்சா; ராஞ்சா என்னுள் ராஞ்சாவினுள் நான்; என் மனத்தில் வேறு எண்ணம் இல்லை. நான் இல்லை, அவனே இருக்கிறான்; அவனே தன்னுடன் விளையாடுகிறான்' என்று அர்த்தமும் கூறுவான் அவளுக்கு.

"ராஞ்சா மேண் விச் மேண் ராஞ்சா விச்" என்ற வரிகளைப் பாடும்போது கண்களில் மெல்ல நீர்த்திரையிடும். அவன் முதல் மனைவியின் நினைவில் என்றுதான் முதலில் நினைத்தாள். பிறகுதான் அது ஹர்ப்ரீத்துக்கும் அவனுக்குமான உறவைக் குறித்த நெகிழ்வு என்று புரிந்தது.

*1975*இல் முனைவர் பட்டம் பெற்றபின் ஜெர்மனி போனபின்னும் ஹர்ப்ரீத்துடன் கடிதப் போக்குவரத்து இருந்தது. ஆரம்பத்தில் அவசரகாலநிலை அறிவிக்கப்பட்டது குறித்து, அப்போதைய சூழ்நிலை குறித்து, அவள் மகனும் மதன்கோபால் குழந்தைகளும் வளர்வது பற்றி என்று நீளும் கடிதங்கள். கிட்டத்தட்ட பனிரெண்டு ஆண்டுகளுக்குப் பின் அவளும் மதனும் அவர்கள் குழந்தை பிறக்கவேண்டும் என்று நினைத்தது குறித்து ஜூன் *1984* வாக்கில் எழுதியிருந்தாள். அதன்பின் கடிதங்கள் நின்றன. நவம்பர் *1984*இல் சீக்கியர் படுகொலை செய்யப்பட்டது பற்றிய தகவல்கள் எட்டியதும் பலருக்கு எழுதிக் கேட்டும் பயனில்லை. *1985*இல் ஜெர்மனியிலிருந்து டெல்லி வந்ததும் முதல் வேலையாக ஹர்ப்ரீத்தின் வீட்டுக்குப் போனாள். வேறு யார் வீடாகவோ அது இருந்தது. எப்படி அவளைத் தொடர்பு கொள்வது என்றூ தெரியவில்லை. ஒருமுறை கனாட் ப்ளேஸுக்கு ஆட்டோவில் வேலையாகப் போய்த் திரும்பும்போது பாரகம்பா தெருவுக்கு எதிரே ஓடும் முக்கிய தெருவின் சிவப்பு விளக்கின் அருகே ஆட்டோ நின்றபோது வெளியே நோக்கினாள். அருகில் வந்து நின்ற ஆட்டோவில் பார்த்தபோது அங்கே இருந்தது ஹர்ப்ரீத்! அவளும் இவள் பக்கம் அகஸ்மாத்தாகத் திரும்பி இவளைப் பார்த்ததும் அவள் பெரிய விழிகளில் விவரிக்க முடியாத அருவருப்பைக் காட்டும் உணர்வு தோன்றியது. வெடுக்கென்று முகத்தைத் திருப்பிக்கொண்டாள். "ப்ரீத்" என்று அவள் கூவும்போதே பச்சை விளக்கு வந்தது. "ஜல்தி ஜானா" என்று ஹர்ப்ரீத் ஆட்டோக்காரரை அவசரப்படுத்தியது கேட்டது. அவள் சிவப்புத் துப்பட்டாவின் நுனி ஆட்டோவின் வெளியே பறக்க, அவள் ஆட்டோ வாகன நெரிசலில் புகுந்து பறந்தது.

சிவப்புத் துப்பட்டாவின் ஒரு நுனி வெளியே பறந்தபடியிருக்க, விரைந்து பின் ஒரு சிவப்புப் புள்ளியாகிவிட்ட ஆட்டோவின் உருவம் இன்னும் மனத்திலிருந்தது.

இப்போதும் அகால் தக்தின் வெளியே நின்று கேட்ட உரையாடல்களின் சிதறலில் *1984* ஒலிக்கும்போது அந்தச் சிவப்பு நினைவுக்கு வந்தது.

❍ ❍ ❍

பிரிவினை பற்றிய ஆராய்ச்சி செய்திருந்த தோழி ஒருத்தி டெல்லியில் எந்தப் பஞ்சாபியிடம் அவர் வாழ்க்கையைப் பற்றிக் கேட்டாலும் "முன்பா, பின்பா?" என்ற கேள்வி வரும் என்பாள். பிரிவினைக்கு முன்பா, பின்பா என்று அதைப் புரிந்து

கொள்ள வேண்டும். பிரிவினை ஓர் ஆழமான கோடாகக் கிழிக்கப்பட்டு அவர்கள் வாழ்க்கையைப் பிரித்திருந்தது இரு கூறுகளாக. 1984க்குப் பின் முன்பா, பின்பா என்று பதில் வந்தால் அது சீக்கியப் படுகொலைக்கு முன்பா, பின்பா என்று புரிந்துகொள்ளவேண்டும் என்பாள் நூற்றுக்கணக்கான நபர்களை அந்தக் காலகட்டத்தில் பேட்டியெடுத்த அவள் தோழி சந்தியா.

குன்வன்தும் சொல்வாள் அது கெட்ட கனவைக் கூட நல்ல கனவாக்கிவிடும் நிகழ்வு என்று. 'எத்தனைக் கொடூரமானச் சம்பவங்கள் நிகழந்தன, நிகழ்த்தப்பட்டன, அவற்றைக் குறித்துப் பேசுபவர்களின் அடிவயிற்று ஓலங்களை என்றும் உன்னால் செவியால் கேட்க முடியாது' என்பாள்.

தனிப்பட்ட முறையிலும் அந்த நிகழ்வு அவள் வாழ்க்கையைப் புரட்டிப்போட்டிருந்தது. அவள் கணவன் பிமலிந்தர் வெளியூரிலிருந்து வரவிருந்தான். அவனைக் கூட்டிவர வண்டி எடுத்துக்கொண்டு அவள் ரயில் நிலையத்துக்கு விரையும் முன்பே பல பயமுறுத்தும் சேதிகள் வர ஆரம்பித்திருந்தன. பலர் அவளுக்கு அறிவுரை கூறியபடி ஒரு பெரிய கம்பளியைக் கொண்டுசென்றிருந்தாள். அவனைப் பின் இருக்கையில் படுக்கவைத்துக் கம்பளியால் மூடி வண்டியைக் கிளப்பும்போது ஓர் இளைஞன் ஓடி வந்தான். "பஹன்ஜி, ப்ளீஸ், என்னை ஏற்றிகொள்ள முடியுமா?" என்று கெஞ்சினான். கைகூப்பி மன்னிக்கச் சொன்னாள். இருவரை ஏற்றிச் சென்றால் அவளால் சமாளிக்கமுடியாது என்று கூறினாள். வண்டியைக் கிளப்பினாள். "ப்ளீஸ், ப்ளீஸ்" என்று கெஞ்சியபடி அவன் வண்டியின் பின் வந்தான். ரயில் நிலையத்தை விட்டு வெளியே வரும்வரை வண்டியின் பின் ஓடிவந்தான். உள்தெருக்களில் ஓட்டி எப்படியோ வீடு வந்து சேர்ந்தாள். காம்பவுண்டுக்குள் வண்டியை ஓட்டி வந்தபின் கணவன் மேலிருந்த கம்பளியை நீக்கியபோது அவன் விழிகள் அசையாமல் இருந்தன. அவன் ஏற்கனவே தாக்கப்பட்டு உட்காயம் இருந்தது போலும். "நான் எத்தனை நேரம் அவனைப் பார்த்தபடி நின்றேன் என்று நினைவில்லை மலர். பக்கத்து வீட்டில் இருந்தவர்கள் வந்து என்னைத் தொட்டபின்தான் தெரியும். தகனத்துக்கான ஏற்பாடுகளைச் செய்வது அவ்வளவு உசிதமல்ல என்று தோன்றியது. வெளியே நிலைமை கைமீறிப்போய்க்கொண்டிருந்தது. எதிர்வீட்டுச் சர்தார் கிழவர் அவளிடம், "குன்வன்த் பேட்டீ, குருக்ரந்த் ஸாஹிபில் இறந்த உடலை எப்படி வேணுமானாலும் அகற்றலாம்னு சொல்லியிருக்கு" என்று விட்டு "இக் தஜே இக் தபியா இக்னா குத்தே காஹி..." என்று துவங்கும் ஸ்லோகத்தையும் இறப்பைக்

குறித்த இன்னொரு ஸ்லோகத்தையும் நடுங்கும் குரலில் சத்தம் எழுப்பாமல் மெல்ல ராகத்துடன் மந்திரம் சொல்வதுபோல் சொல்ல ஆரம்பித்தார்:

சிலர் தகனம் செய்யப்படுகிறார்கள்
சிலர் புதைக்கப்படுகிறார்கள்
சிலரை நாய்கள் தின்கின்றன
சிலர் நீரில் வீசப்படுகிறார்கள்
சிலர் கிணறுகளில்
ஓ நானக், அவர்கள்
எங்கே செல்கிறார்கள்
எதனுடன் இணைகிறார்கள்
என்று யாருக்கும் தெரியாது

பிணத்துக்குச் சந்தன
எண்ணையைத் தடவினால்
அதனால் என்ன பயன்?
அதைச் சாணியில் புரட்டினால்
அதனால் அதற்கு என்ன இழப்பு?

சொல்லிவிட்டு குன்வன்த்தை அணைத்துக்கொண்டார். வெகு நேரம் அவர் அணைப்பில் இருந்துகொண்டு அழுதாள். பிறகு அருகில் வசிக்கும் டாக்டர் ஒருவர் இறப்புச் சான்றிதழ் தர பிமலிந்தரின் உடலை அவர்கள் வீட்டுத் தோட்டத்தின் சம்பா மரத்தினடியில் புதைத்தனர். அதன் பூக்கள் இப்போதும் பூக்கும் காலத்தில் அவனுக்குக் கொடிபிடிக்கின்றன, அர்ச்சிக்கின்றன.

'ஒரு பெரிய மரம் விழுந்தால் அதிர்வுகள் இருக்கத்தான் செய்யும்' என்று படுகொலைகளை நியாயப்படுத்தியவர் அங்கங்கள் சிதறக் கொலை செய்யப்பட்டபோதும் படுகொலைகளை ஊக்குவித்தத் தலைவர் ஞாபகமறதி நோயால் தவித்து இறந்தபோதும் அஹிம்ஸாவாதி என்று தன்னைக் கூறிக்கொள்ளும் குன்வன்த் அவளுக்கு இரு கடிதங்கள் எழுதியிருந்தாள்:

முதல் கடிதத்தில், "மலர், உனக்குத் தெரியும் நான் பெரிய ஆஸ்திகவாதி இல்லை என்று. ஆனால் ஒரு குருத்வாராவில் இருந்த குருக்ரந்த் சாஹிபின் மீது யாரோ சிறுநீர் கழித்திருந்தார்களாம் 1984 நவம்பர் மாதப் படுகொலைகளின்போது. நான் அன்று சாபமிட்டேன் மலர். சாபங்களிலும் வரங்களிலும் நம்பிக்கை இல்லாதவள் நான். ஆனால் நான் சாபமிட்டேன். இதைத் தடுக்காமல் ஊக்குவித்த எல்லோரும் துடிதுடித்துச் சாவீர்கள் என்று. இன்று ஒருவர் விஷயத்தில் என் சாபம் பலித்தது.

இரண்டாம் கடிதம் நீண்ட கடிதம். அதில், அவருக்கு ஞாபக மறதி நோய் வந்தது பற்றி எனக்கு வருத்தம்தான். அவருக்கு மறதி வந்திருக்கக் கூடாது. ஒவ்வொரு நிகழ்வும்

நினைவில் வந்து அவரைக் கொன்றிருக்கவேண்டும் ஒவ்வொரு நாளும். குடும்பத்தில் இருந்த அத்தனை ஆண்களையும் இழுத்துத் துடிக்க துடிக்க அவர்கள் எரிக்கப்பட்டதும் சின்னஞ் சிறுவர்கள் கொல்லப்பட்டதும் பயணம் செய்யும் பேருந்துகளிலிருந்தும் ரயில்களிலிருந்தும் பெரியவர்களும் இளைஞர்களும் இழுத்துக் கொலைசெய்யப்பட்டதும் பெண்கள் வன்புணர்ச்சி செய்யப்பட்டதும் மனக்கண்ணில் தோன்றி அவரை வாட்டியிருக்கவேண்டும். பலரின் பேட்டிகளைக் கொண்ட அந்தப் புத்தகத்தை நீ படித்தாயா? அதில் ஒரு பெண்மணி, 'இந்திரா காந்தி இறந்துவிட்டார் என்று சாப்பிடாமல் பட்டினி இருந்தார் என் சர்தார். வெறும் வயிற்றில் இருந்த அவரை எரித்தார்களே, என் சர்தார் எதுவும் சாப்பிடாமல் போனாரே...' என்று அழுதிருக்கிறாள். மூன்று நான்கு வயதுச் சிறுமி வீட்டுக்கு எப்போதும் வரும் சீக்கிய நண்பரிடம் அவர் கொலைகாரர் என்றிருக்கிறது. 'என் அம்மா சொன்னாள் சீக்கியர்கள்தான் கொன்றார்கள் என்று' என்று சொல்லியிருக்கிறது குழந்தை. தன் பிறந்த நாளுக்காக எடுத்துப்போன சாக்கலேட்டுகளை அந்த உயர்மட்டக் குழந்தைகள் போகும் பள்ளியில் ஏன் எல்லோரும் வாங்கவில்லை என்று புரியாமல் வீடு திரும்பிய சீக்கியச் சிறுவனையும் 1984 பாதித்திருக்கிறது. நடந்துபோகும் பையனைத் தன் சைக்கிளில் வரும்படி கூறியும் அந்தச் சிறுவன் ஏற மறுத்தது ஏறும்படி சொன்ன முதியவரையும் பாதித்திருக்கிறது. மலர், நான் சர்தாரிணி, நீ ஹிந்து என்றுதான் என்னால் பார்க்கமுடிகிறது இப்போதெல்லாம். 'சீக்கியர்களுக்கு நல்ல பாடம் புகட்டியாகிவிட்டது' என்ற சொற்களும் அப்போது பலர் வாயிலிருந்தும் கிளம்பியது. நெருப்பில் வெந்தும் வெட்டப்பட்டும் இறந்த அந்தக் குற்றமற்றவர்கள் என்ன தவறு செய்தார்கள் பாடம் புகட்டப்பட? பல இடங்களில் அருகே இருந்த பகுதிகளிலிருந்து பல சமூகத்தினரும் இனத்தினரும் – அந்தக் கூட்டங்களில் சமார்களும் இருந்தார்கள் பனியாக்களும் இருந்தார்கள் பிராமணர்களும் இருந்தார்கள் முஸ்லிம்களும் இருந்தார்கள் என்கிறார் ஒருவர் பேட்டியில் – கலந்த கூட்டம் ஒன்று அவர்களைத் தாக்க வந்தபோது சிலசமயம் 'ஹிந்து முஸ்லீம் சீக் இஸாயி ஆபஸ் மே ஹை பாயி பாயி' (இந்து முஸ்லிம் சீக்கியர் கிறித்துவர் எல்லோரும் சகோதரர்கள்) என்ற வழக்கமான முழக்கம் 'ஹிந்து முஸ்லிம் பாயி பாயி சீக் க்வாம் கஹான் ஸே ஆயீ?' (இந்து முஸ்லிம் சகோதரர்கள். சீக்கியர் இனம் இதில் எப்படி வந்தது?) என்று எவ்வாறு மாறியது? 'ஹிந்து ஏக்தா ஸிந்தாபாத்' (இந்து ஒற்றுமை ஓங்கட்டும்) என்ற முழக்கங்களும் இடையிடையே ஒலித்ததாம். இது ஏன் நேர்ந்தது?

நேர விட்டது, நேரத் தூண்டியது யார்? அரசில் இருக்கும் ஒரு கட்சியின் தலைவர்கள் இதைச் செய்தபின் எப்படித் தப்பினர்?

1984இல் நாம் பிரிக்கப்பட்டோம் மலர். நீ ஹிந்து. நான் சர்தாரிணி. அந்தப் பிரிவினையை நிகழ்த்தி வெறியாட்டம் ஆடியவர்கள் இறந்தால் நான் அஞ்சலி செலுத்துவேன் என்று நினைக்காதே. நீ காந்தியவாதி. மறக்கவும் மன்னிக்கவும் வேண்டும் என்பாய். சரித்திரத்தில் நிகழ்ந்த, நிகழ்ந்துகொண்டிருக்கும் அத்தனைப் படுகொலைகள் பற்றியும் உனக்கும் எனக்கும் தெரியும். அவற்றை நான் மன்னிக்கத் தயாரக இல்லை என்பதாலேயே இதையும் நான் மன்னிக்கத் தயாராக இல்லை. அதைத் தூண்டியவர்களை என்னால் ஏற்க முடியாது. 1984ஐ நான் மறக்கப்போவதில்லை. மன்னிக்கப்போவதில்லை. அப்படிப்பட்ட ஒரு நிகழ்வு எங்கு நேர்ந்தாலும் யாருக்கு நேர்ந்தாலும் அதை எதிர்ப்பவளாக நான் இருப்பேன். எது என்னைச் சமாதானப்படுத்தும் என்று ஒரு முறை கேட்டாய். மலர், யாரும் யாரையும் கொல்லாமல் இருப்பது என்னைச் சமனப்படுத்தும், சமாதானப்படுத்தும்.

முதல் கடிதத்துக்கும் இரண்டாம் கடிதத்துக்குமிடையே பதினான்கு வருடங்கள் இருந்தன. பதினான்கு நீண்ட வருடங்கள். இடையே வேறு பல நிகழ்வுகள் நடந்திருந்தன. அவற்றைக் குறித்து எதிர்ப்பும் விமர்சனங்களும் போராட்டங்களும் நிகழ்ந்திருந்தன. குன்வன்த் அவற்றைக் குறித்தும் தன் உறுதியான கருத்துகளைக் கூறியிருந்தாள். ஆனால் 1984 ஒரு புறையோடிய புண்ணாய் அவள் மனத்தில் இருந்தது.

❍ ❍ ❍

விடுதி அறைக்குத் திரும்பியதும் ஒருவிதச் சோர்வு வந்து கப்பிக்கொண்டது. சன்னல் வெளியே தெரிந்த சிதிலமடைந்த வீடு கண்களைக் குத்தியது. சன்னல் திரைகளை மூடினாள். தங்கக்கோவிலிலிருந்து வரும் வழியிலேயே ஹோட்டலில் சாப்பிட்டிருந்தாள். பஞ்சாபி உணவு வயிற்றை அடைத்ததுபோல் இருந்தது. அறையில் தேநீர் செய்துகொள்ளும் வசதியிருக்கவில்லை. கதவைப் பூட்டிவிட்டுப் படியிறங்கி வெளியே வந்தாள். அருகேயிருந்த டீக்கடை திறந்திருந்தது இன்னும். எலுமிச்சைத் தேநீர் ஒன்றுக்குச் சொல்லிவிட்டு அங்கிருந்த முக்காலி ஒன்றில் அமர்ந்தாள். சூடாகத் தேநீர் வந்தது. மெல்லப் பருகத் தொடங்கி னாள். வீதியில் அதிக நடமாட்டம் இருக்கவில்லை. விடுதியிலிருந்த சிலர் ஸுஹாஸன் சடங்கு பார்க்கக் கிளம்பிக்கொண்டிருந்தார்கள். காலையிலும் இரவிலும் இரண்டு முறை விடாமல் செல்பவர்கள் அவர்கள்.

குன்வன்த்திடமிருந்து அழைப்பு வந்தது. காலையில் வந்து அவளை விமானநிலையத்துக்குக் கூட்டிப்போவதாகச் சொன்னாள். தேநீருக்கான பணத்தைத் தந்துவிட்டு மீண்டும் அறைக்கு வந்து அடைபட்டிருப்பதுபோல் உணர்ந்ததால் சன்னல் திரைகளை விலக்கினாள். சட்டென்று பார்வையில் பாழடைந்த வீட்டின் கீழ்ப்புறச் சன்னலில் யாரோ அசைவது பட்டது. கிழிந்து தொங்கிய சன்னல் திரை என்று நினைத்தாள் முதலில். பிறகு அது ஒரு பெண்ணின் துப்பட்டா என்று தோன்றியது. மெல்ல இரு கைகள் உடைந்த சன்னலைத் திறந்தன. மங்கிய மின்சார விளக்கு போடப்பட்டது. சன்னலருகே வந்த உருவம் முகம் தூக்கி ஆகாயத்தைப் பார்த்தது. உடைந்த கரகரத்த குரலில் "ராஞ்சா ராஞ்சா கர்தி ணீ மேண் ஆபய் ராஞ்சா ஹோயி" என்ற பாடல் மேலெழுந்து வந்தது. சன்னலருகே இருந்த நாற்காலியில் ஹர்ப்ரீத் அமர்ந்திருந்தாள் வானைப் பார்த்தபடி. ஹிட்ச்காக்கின் "ஸைக்கோ" படத்தில் அந்தக் கதாபாத்திரத்தின் அம்மா உட்கார்ந்திருக்கும் நாற்காலி திரும்பும்போது அது வெறும் எலும்புக்கூடு என்று தெரியும்போது துணுக்குறும் உணர்வொன்று தோன்றுமே அப்படித் தோன்றியது. கால்கள் துவண்டன. அவள் பார்ப்பது அவளைப்போலவே முதுமையைத் தொடும் ஹர்ப்ரீத். மங்கிய வெளிச்சம் பட்ட முகத்தில் இருந்த கண்கள் அனில் பாட்டியா எப்போதோ எழுதியதுபோலவே மழைக்கண்களாக இருந்தன.

கதவைப் பூட்டிவிட்டுக் கீழே ஓடினாள்

❍ ❍ ❍

சால்வையைப் போர்த்தியபடி கதவைத் திறந்த ஹர்ப்ரீத்துக்கு அவளை அடையாளம் தெரியவில்லை.

"ப்ரீத், நான் மலர்" என்றதும் "ஓ" என்றாள். கதவை அடைத்தபடி நின்றாள். உள்ளே வரச்சொல்லவில்லை.

ஒரு பத்து நிமிடம் ஒருவரையொருவர் பார்த்தபடி நின்றபின் உள்ளே வரச்சொன்னாள்.

கிழிந்த சோபாக்களும் சாயம்போன தரைக் கம்பளங்களும் உடைந்த நாற்காலிகளுமாக அறை.

சோபாவைத் துடைத்துவிட்டு உட்காரச் சொன்னாள்.

"75ல பார்த்தது. 43 வருஷமாயிட்டுது" என்றாள்.

"இல்லை, இடையில 85ல ஆட்டோல பார்த்தேன் உன்னை. டெல்லியில. நீ வேகமாப் போயிட்டே."

“ஹூம்” என்று பெருமூச்சுவிட்டாள். “குழந்தைகள் உண்டா?” என்று கேட்டாள்.

“ஒரு பையன். சென்னையில இருக்கான்”

“பேரன் பேத்தி?”

“ரெண்டு பேத்திகள்.”

“ஹூம்” என்று பெருமூச்சுவிட்டாள் மீண்டும்.

“இங்க எங்க?”

“ஒரு பட்டறைக்காக வந்தேன்.”

“நீண்ட மௌனத்துக்குப் பின், “என்னை ஏன் கைவிட்டாய்?” என்று கேட்டாள். குரல் நடுங்கியது.

“என்ன சொல்றே ஹர்ப்ரீத்? நான் ஜெர்மனியில இருந்தேன்.”

“நம்மோட படிச்ச எத்தனை நண்பர்கள் இருந்தாங்க? நீ அவங்க கிட்டச் சொல்லியிருக்கலாமே?”

சட்டென்று எழுந்துபோய் அவள்முன் மண்டியிட்டு அமரந்துகொண்டாள். “ப்ரீத், நான் ரொம்ப முயற்சி பண்ணினேன். யாராலும் நீ எங்கயிருக்கேன்னுட்டுக் கண்டுபிடிக்க முடியலை. ப்ளீஸ். என்னைத் தப்பா நினைக்காதே” என்றுவிட்டுச் சுருக்கங்கள் விழுந்த அவள் கைகளைத் தன் கைகளில் ஏந்திக்கொண்டாள். மிகவும் முதுமை கூடித் தெரிந்தாள் அந்த மங்கலான மஞ்சள் வெளிச்சத்தில். கன்னங்கள் ஒட்டிப்போய் கண்கள் மட்டும் முகத்தையே விழுங்குவதுபோல் இருந்தன. சற்றுக் கூனிப்போயிருந்தாள்.

மெல்லப் பேசத் தொடங்கினாள்.

“பாவ்ஜி எங்களோடத்தான் இருந்தார். உனக்குத் தெரியுமே? காலிஸ்தானிகள் அவரைக் கடத்திட்டுப்போய் நடைப்பிணமா திருப்பி அனுப்பினாங்க. அதுக்கப்புறம் எங்களோடத்தான் இருந்தார். அக்டோபர் 30ஆம்தேதி குழந்தைகள் மதன் நான் எல்லாரும் பாவ்ஜியோட த்ரிலோக்புரி போனோம் பாவ்ஜியோட ரொம்ப நாள் நண்பரைப் பார்க்க. நாங்க அவரைக் காகாஜின்னுதான் கூப்பிடுவோம். தனியா இருந்தார். மனைவி இறந்துட்டார். குழந்தைகள் வேறு வேறு ஊர்கள்ல இருந்தாங்க. சாப்பிட்டபின் திரும்பறதாதான் இருந்தோம். பேசிட்டே இருந்ததுல ரொம்ப நேரம் ஆயிட்டது, காலையில போகலாம்னார் காகாஜி. அடுத்த நாள் அக்டோபர் 31ல

இந்திராகாந்தியைச் சுட்ட பின்னால எங்களால திரும்ப முடியல. அதற்கடுத்த நாள் கூட்டம் கூட்டமாய் வந்தாங்க. கையில கத்தி, கம்பு, துப்பாக்கி, கெரோஸின். என்ன நடக்குதுன்னே தெரியலை. மதன் என்னை மொட்டைமாடிக்குப் போகச் சொன்னார். நான் மகளுடன் போகத் திரும்பினேன், கதவு உடைபட்டுது. பாவ்ஜி, மதன், அர்மான், அம்ரிந்தர், காகாஜி எல்லாரையும் தரதரன்னு இழுத்துட்டுப் போனாங்க. டயரை எரிச்சு அவங்க மேல போட்டாங்க. லாஜ்வந்தியை யாரோ இழுத்துட்டு ஓடினாங்க. அவளோட உடலைத்தான் அப்புறம் பார்த்தேன். 14 வயதுக் குழந்தை அவள். அவளோட உடம்பைக் காகிதம் மாதிரிக் கிழிச்சு… “மம்மீ, பப்பா”ன்னு அலறல் கேட்டுது. கேட்டுட்டே இருந்துது. பாவ்ஜி கத்தியது கேட்டுது. மதன் “ப்ரீத், ப்ரீத்”னு ஓலமிட்டது கேட்டுது. எல்லாச் சத்தமும் கலந்து கெரோஸின் வாசனையும் அலறலும்… நான் மயங்கிப் போயிட்டேன். மலர், நான் அப்புறம் பார்த்தது வெறும் கரிக்கட்டைகளைத்தான். கரிக்கட்டைகளைத்தான் திருப்பி சுடுகாட்டுல எரிச்சோம். நானும் மதனும் விரும்பிய குழந்தை வயிற்றுல இருந்துது. ரத்தமும் சதையுமா வெளில வந்துது.”

ஹர்ப்ரீத்தின் குரல் எந்த உணர்ச்சியின் ஈரமுமின்றி உலர்ந்திருந்தது.

“மலர், இத்தனை எல்லாம் ஆன பிறகும் நான் வாழ்ந்தேன். எனக்குப் பசிச்சுது. சாப்பிட்டேன். என்ன மாதிரி உடம்பு இது? எல்லாத்தையும் மாத்தினேன். வேற ஸ்கூல். வேற வீடு. ரிடயர் ஆனதும் நான் அம்ரித்ஸர் வந்தேன். இது எங்க பழைய வீடு. இந்த அறையை மட்டும் கொஞ்சம் ஒழுங்காக்கி இங்கே இருக்கேன். சாப்பாட்டைக் குறைச்சிட்டேன். சில நாள் சாப்பிடுவது இல்லை. அப்படியும் சாவு வரமாட்டேங்குது. ஏன் மலர்?” வறண்ட குரலில் கேட்டாள் மண்டியிட்டுஅமர்ந்திருந்த அவளை நோக்கி.

அவள் கைகளை மெல்லத் தடவி, “ப்ரீத், நீ என் வீட்டுக்கு வா. மதன் என் கிட்ட எப்பவும் சொல்வார் ‘ஹர்ப்ரீத் உன் தோழி இல்லை, உன் சகோதரி.’ என்னோட வா” என்றாள்.

மிகவும் களைத்தவள்போல் நாற்காலியை விட்டு எழுந்து தரையில் அமர்ந்து அவள் தோளில் சாய்ந்துகொண்டு பிறகு சரிந்து அவள் மடியில் தலை வைத்துப் படுத்தாள்.

“தூங்கணும் மலர். முப்பத்து நாலு வருஷமா தூங்கலை” என்றாள்.

அவள் தலையைத் தடவித் தந்தாள்.

“ப்ரீத், ஹர்பஜன்சிங்கின் கவிதை உனக்குப் பிடிக்குமே? அந்தக் கவிதை ஞாபகம் இருக்கா?”

“எது?” என்றாள் கண்ணை மூடியபடியே.

“தூங்கு என் தேவதையே, இரவு தொலைந்துபோய் விட்டது...”

“ஹூம் . . .”

அவள் வெள்ளைமுடித் தலையைத் தடவித் தந்தபடி மென் குரலில் மந்திரம் ஓதுவதுபோல் கவிதை வரிகளைக் கூறினாள்:

இருள் ஆள்கிறது; தூங்கு என் தேவதையே
தாரகைகளுடனான விடியல் சோகத்தில் மூழ்கியிருக்கிறது
சாவின் துர்நாற்றம் உலகெங்கும் கவிந்திருக்கிறது
கவிதையும் இசையும் கூடிய அமர்வுகள் கலைந்துபோய்விட்டன
அவற்றின் இடத்தில் தனித்திருக்கும் சோக நிழல்கள்
வாழ்க்கை அசையாமல் நின்றிருக்கிறது செவிடாக
உலகம் துன்பத்தில் பிரக்ஞை இழந்துவிட்டது
கிணறுகள் விழித்திருக்கின்றன அழுகிய மனித உடல்களுடன்
அக்கம் பக்கம் எல்லோரும் உறக்கத்தில்.
உயிரின்றி, தனிமையில், தவிப்பில்
நெருப்பு குளிர்ந்துபோய்விட்டது
பூமியோ பிரக்ஞையற்று
இன்னும் மார்பில் குருதியும் சுரிகைத் துப்பாக்கிகளும்
நாள் முழுவதும் வேலை செய்த இரும்பு உறங்கிவிட்டது
உறங்கு
விழிகளைக் கண்ணீருடன் மெல்ல மூட விடாதே
என்றென்றும் நட்சத்திரங்களுடனான
உதயம் தொலைந்துபோகாது
என்றென்றும் மனிதர்களுக்கு ரத்த தாகம் இருக்காது
என்றென்றும் பூமியில் குருதி வடிந்தபடியே இருக்காது
என்றென்றும் இரவு தொலைந்துபோகாது.

ஹர்ப்ரீத் வாயைச் சிறிது திறந்தபடி உறங்கிக்கொண்டிருந்தாள், முப்பத்து நாலு ஆண்டுகளுக்குப் பிறகு.

❍ ❍ ❍

குதிரைக்காரி

குதிரைகளைப்பற்றி அவளுக்கு அதிகம் தெரியாது என்பது துல்ஸி அதைச் சொன்ன பிறகுதான் தெரிந்தது.

"குதிரை மூத்திரத்தைத் தேய்ச்சு அலசினா முடி கொட்டுறது நிக்கும். நல்ல பளபளன்னு கருகருன்னு முடி வளரும்."

துல்ஸி அவர்கள் கட்டடத்தில் குப்பை அள்ள வருபவள். உத்திரப் பிரதேசத்தைச் சேர்ந்தவள். காலை ஏழு மணி அளவில் வாயில் மணியை அடித்துத் திறந்ததும் புன்னகையுடன் நிற்பாள் குப்பை அள்ளும் பெரிய நீல ப்ளாஸ்டிக் உருளையுடன். சில சமயம் படியில் உட்கார்ந்துகொண்டு, "ஆன்டிஜீ, ஜில்லுனு தண்னி தாங்க" என்பாள். அன்று காலையும் வந்து ஜில் தண்ணி குடித்தபின் அவளைப் பார்த்து, "ஏன் ஆன்டிஜீ, முடியெல்லாம் இப்படி உதிருது உங்களுக்கு? எலிவால் மாதிரி ஆயிடுச்சே?" என்றாள்.

அப்படி நேரடியாகப் பேசுவதுதான் துல்ஸியின் வழக்கம். மிக மரியாதையாக, மறைமுகமாக, பீடிகையுடன் எல்லாம் பேச அவளுக்கு நேரம் கிடையாது. ஒப்பீடுகள் பழமொழிகள் எல்லாம் கச்சிதமாக விழும் அவள் பேச்சில். ஒருமுறை அவள் கணவன் குடித்துவிட்டு வந்து அவளை அடிப்பதைக் கூறியதும் அவனை எப்படிப் பொறுத்துக்கொள்கிறாள் என்று கேட்டபோது 'கலே படா டோல் பஜானாஹி படேகா' (கழுத்தில்

விழுந்த மத்தளத்தை அடித்துத்தான் ஆக வேண்டும்) என்று சுருக்கமாகப் பதில் சொன்னாள். பணமதிப்பிறக்கம் செய்தபோது ‘கோடேவாலா ரோயே, சப்பர்வாலா ஸோயே’ (பங்களாக்காரர்கள் அழுவார்கள், குடிசைவாசிகள் தூங்குவார்கள்) என்றாள்.

இவள் முடி உதிர்ந்து இருப்பது பற்றியும் அவள் அப்படித்தான் கேட்டாள்.

“ஜுரம் வந்தது இல்லையா துல்ஸி? அதுக்குப் பிறகுதான் இப்படி” என்று விளக்கியதும்தான் குதிரை மூத்திரம் வைத்தியம் சொன்னாள்.

பெங்களூரில் அவள் சிறுமியாக இருக்கும்போது நிறைய குதிரை வண்டிகள் இருந்தன. ஜட்கா என்பார்கள். மாம்பழ காலத்தில் மொத்தமாக மாம்பழம் விற்கும் பழமண்டிக்கு அம்மாவுடன் போய்த் திரும்பும்போது ஜட்காவில்தான் வருவார்கள். குதிரை வண்டிக்காரருக்கு வண்டிச் சத்தத்துடன் ஒரு மாம்பழத்தையும் தருவாள் அம்மா. முகத்தில் கட்டிய பையிலிருந்து கொள்ளு தின்னும் குதிரைகளைப் பார்த்ததுண்டு. குதிரை வண்டிகளை ஜாக்கிரதையாக ஒதுங்கிப்போய் கடக்கும்போதுதான் நீர்வீழ்ச்சியாய் மூத்திரம் போகும் ஏதாவது குதிரை. இன்னொன்று தாராளமாய் லத்தி போடும்.

குதிரை மூத்திரம் இப்படி அறிந்ததுதான். தவிர, ஏதாவது திருமணத்துக்குத் தாத்தா போய்விட்டு வந்ததும் வீட்டுப் பெண்களும் குழந்தைகளும் அவரைச் சூழ்ந்துகொண்டு, “ரசம் எப்படி இருந்தது?” என்று கேட்பார்கள். திருமணத்தின் தரத்தை அளவிடும் பெரிய அளவீடு ரசம்தான். தாத்தா தொண்டையைக் கனைத்துக்கொள்வார். எல்லோரும் ஆர்வத்துடன் அவர் வாயிலிருந்து வரும் சொற்களைக் கேட்க நிற்பார்கள். “ரசம்தானே?” என்பார் தாத்தா பீடிகையாக. பிறகு “ரசம் குதிரை மூத்திரம் மாதிரி இருந்தது” என்பார்.

அவர்கள் குடும்பத்தில் யார் எப்போது குதிரை மூத்திரம் குடித்து அதன் ருசியையும் தரத்தையும் நிர்ணயித்திருந்தார்கள் என்று தெரியவில்லை. ஆனால் தாத்தா சொன்னதும் குபீரென்று சிரித்து எல்லோரும் கைதட்டுவார்கள்.

இப்போது துல்ஸி குதிரை மூத்திரம் முடிகொட்டுவதை நிறுத்தும் என்கிறாள். பசு மூத்திரம், பசுஞ்சாணம் பற்றிக் கேள்விப்பட்டிருக்கிறாள். குதிரை மூத்திரம் இதுதான் முதன்முறை. கருகரு, பளபள என்று வேறு கூறியது சற்று ஆசையைக் கிளப்பியது. ஆயுர்வேதக் கடைகளிலிருந்து எல்லா எண்ணெய்களையும் முடியில் தடவிப் பார்த்தாகிவிட்டது. வீட்டில் எண்ணெய்க்

குப்பிகளும் பலவித எண்ணெய் வாசமும் பெருகினவே ஒழிய, முடிகொட்டுவது நிற்கவில்லை. குளியலறையைத் தினமும் குளித்த பிறகு கழுவிவிடவேண்டிவந்தது கை தவறி சிந்திய எண்ணையில் யாரும் சறுக்கி விழாமல் இருக்க. அவளே இரண்டு தடவை சறுக்கி விழப்பார்த்தாள்.

மதனிடம் குதிரை மூத்திரம் பற்றிக் கூற முடியாது. ஏற்கனவே ஆயுர்வேத எண்ணெய் வாசத்தால் நொந்துபோயிருந்தான். முடியைத் தலையில் ஊன்றிவிடும் விலை பிடித்த சிகிச்சைக்கே தயார் இந்த எண்ணெய் வேண்டாம் என்றான். ஜுஹு கடற்கரையில் வண்ணம் அடித்த மொட்டை வண்டியில் குழந்தைகள் உட்கார வேகமாக இழுத்துக்கொண்டுபோகும் வண்டியில் பூட்டப்பட்ட குதிரை. வர்சோவா கடற்கரையில் குழந்தைகளைச் சவாரி ஏற்றிச்செல்லும் குதிரைகளுடன் பலர் இருந்தனர். ஒரு குழந்தைக்கு விபத்து நேர்ந்தபின் அது நிறுத்தப்பட்டது.

வேறு எங்கிருக்கும் என்று யோசித்தபோதுதான் குதிரைக்காரி நினைவுக்கு வந்தாள். அவளுக்குக் 'கோடேவாலி' (குதிரைக்காரி) என்றே பெயர் இருந்தது அந்தப் பகுதியில். அவள் வாழ்க்கையில் இருந்த திருப்பங்களும் நாடகத்தன்மையும் குபீர் குபீர் சதக் சதக் கதைகள் எழுதுபவர்கள் கதைகளில்கூட இருக்காது. ஒரு மாலை கடற்கரையில் தன் குதிரையுடன் வந்திருந்தவள் இவளுடன் பேச ஆரம்பித்தாள். உடனேயே தன் கதை முழுவதையும் கூறிவிட்டாள்.

அவள் அப்பா இந்திய சேனையில் வேலை செய்தார். அவர் ஊட்டியில் இருந்தார். அவளும் அங்குதான் படித்தாள். வட இந்தியப் பெண் என்றாலும் அதனால்தான் தமிழ் தெரியும். குதிரையேற்றம் எல்லாம் தெரியும். குதிரையேற்றப் பயிற்சி தரும் நபரைக் காதலித்தாள். தெய்விகக் காதல். அவருடன் ஓடிவந்துவிட்டாள். (அவள் சொன்னபோது போகபோக அந்த நபர் அவனாகிவிட்டான். பிறகு ஸாலா, பாஸ்டர்ட் போன்ற பெயரடைகளையே அவனுக்கு உபயோகித்தாள்.) மும்பாய் வந்தபின்தான் அவன் உண்மை உருவம் புலப்பட்டது. அவளை வைத்துப் பணம் பண்ண அவன் முயற்சி செய்தான். அவன் மண்டையில் பிரஷர் குக்கர் மூடியால் ஒரு போடு போட்டுவிட்டு அவன் மயங்கியதும் ஓடினாள். எங்கே ஓடுவது? அப்பாவிடம் போனால் கொன்றுவிடுவார். அம்மா கிடையாது. மும்பாய் லோகல் என்றழைக்கப்படும் மின்வண்டியில் ஏறினாள். வீரார்வரை போகும் வண்டியில் ஏறி வஸை சிற்றோடையில் குதித்துத் தற்கொலை செய்துகொள்ளப் போனவள் பிடிபட்டாள்.

மகளிர் பாதுகாப்பு இல்லத்தில் வைக்கப்பட்டாள். அங்கிருந்து தப்பியோடியபோது பிடிபட்டு ஓர் இன்ஸ்பெக்டர் உதவியால் மகளிர் பாதுகாப்பு இல்லத்திலிருந்து வெளியே வந்து பின்பு அவர் உதவியால் வேலை செய்யும் பெண்கள் விடுதியில் இருந்து ஒரு சுற்றுலா நிறுவனத்தில் வேலை பார்த்து, இன்ஸ்பெக்டர் காதலை ஏற்று, அவர் முஸ்லிம் என்பதால் மதம் மாறி மணந்து, அவர் முதல் இரு மனைவிகள் வந்து ஒரு நாள் அவளை அடித்து நொறுக்கினார்கள். அவள் வயிற்றில் பிள்ளை. மகன் பிறந்ததும் மூன்று முறை தலாக் சொல்லிவிட்டு மகனைத் தூக்கிக்கொண்டு போய்விட்டார். அப்போதுதான் அவள் வாழ்க்கையில் அந்தக் குதிரை வந்தது. தீராத ஜலதோஷம் இருந்த ரேஸ்குதிரை ஒன்றை விற்கப்போவதாகத் தகவல் வந்தது. இருநூறே ரூபாய்க்கு அதை வாங்கினாள். குதிரைக்கான கைமருந்து அவளுக்குத் தெரியும். குதிரையை தரைத் தளத்திலிருந்த தன் வீட்டுக்குக் கூட்டிவந்தாள். மும்பாயின் எல்லாக் கட்டடங்களையும்போல் கூட்டுறவு அமைப்பில் அவள் கட்டடம் இருந்ததால் அதன் காரியதரிசி சட்டப்படி நடவடிக்கை எடுப்பேன் என்றார். நாய், பூனை இருக்கலாம் என்றால் குதிரை இருக்கக்கூடாதா என்று கேட்க, சண்டை மூண்டது. பிறகு குதிரையை வெளியே நடைபாதையில் கட்டினாள். மும்பாய் நகராட்சி அதை எதிர்த்தது. இதற்குள் வீதியில் இருந்ததால் வேறு ஒரு குதிரைக்காரனின் குதிரை இத்துடன் சேர இவளுடைய குதிரை குட்டி போடப்போகிறது என்று தெரிந்தது. ஓர் இரவில் அருகில் இருந்த மிருக வைத்தியரைக் கூட்டிவந்து அவர் உதவியால் அது குட்டிபோட்டது. இப்போது அவளிடம் இரண்டு பெண் குதிரைகள். கடற்கரையில் குதிரைச் சவாரி தடைசெய்யப்பட்டப் பிறகுதான் அவளுக்கு அந்த எண்ணம் உதித்தது திருமணங்களில் 'பராத்' நிகழ்வுக்குக் குதிரையை வாடகைக்கு விடலாம் என்று. வட இந்தியத் திருமணங்களில் மாப்பிள்ளை பெண் வீட்டுக்குத் திருமண நிகழ்ச்சி யில் கலந்துகொள்ள குடும்பத்துடனும் உறவினர்களுடனும் குதிரையில் வருவார். உடனே ஒரு பதாகையை அச்சடித்துக் கம்பத்தில் மாட்டினாள். "இங்கு திருமண 'பராத்' நிகழ்வுக்குக் குதிரை குறைந்த விலையில் வாடகைக்கு விடப்படும். அணுகவும் ரேஷ்மா. கைபேசி எண் தந்திருந்தாள். பெண்களின் பெயரைப் போட்டு எண்ணையும் தந்தால் எப்படிப்பட்ட அழைப்புகள் வரும் என்று தெரியுமாதலால் எதிரே இருந்த பெட்டிக்கடையின் உரிமையாளரின் எண்ணைத் தந்திருந்தாள். அவர் வயதானவர். இவளுக்கு உதவ நினைப்பவர்.

இருபத்தைந்து வயதில் இவ்வளவு பெரிய கதையா என்ற போது இன்னும் சிலவற்றைச் சொல்லாமல் விட்டுவிட்டதாகச் சொன்னாள்.

ரேஷ்மாவின் எண் அவளிடம் இருந்தது. கூப்பிட்டாள்.

"ஹாய் மாமி" என்றாள்.

தமிழ்நாட்டிலிருந்து வரும் அனைத்துப் பெண்களும் அவளுக்கு மாமிதான். ஆன்ட்டிக்குப் பதிலாக மாமியாம்.

"ரேஷ்மா, நான் கடற்கரைப் பக்கம் வரலை அதிகமா. குதிரை இருக்கா இன்னும்?"

"இருக்கு மாமி. யாருக்குக் கல்யாணம்?"

"கல்யாணத்துக்கு இல்லை."

எப்படிச் சொல்வது என்று தெரியவில்லை. கொஞ்சம் தயங்கினாள்.

"ரேஷ்மா, கொஞ்சம் குதிரை மூத்திரம் வேணுமே?"

"என்னது?"

"குதிரை மூத்திரம்."

"கனெக்ஷன் சரியில்லை மாமி. குதிரை மூத்திரம்னு கேட்குது."

"குதிரை மூத்திரம்தான் சொன்னேன்."

"மாமி, எதுக்கு மாமி?"

விவரங்களைச் சொன்னதும் "மாமி, ராணியை (குதிரையின் பெயர். இப்போது பெரியவளாகிக்கொண்டுவரும் குட்டியின் பெயர் ராஜகுமாரி) இன்னிக்கு ஒரு 'பராத்' போகத் தயார் பண்ணிட்டிருக்கேன். உங்க தெரு வழியாத்தான் 'பராத்' போகும். பாருங்க. திரும்பி வந்ததும் மூத்திரம் போகும் கட்டாயம். ஒரு பால் தூக்கு நிறையப் போதுமா மாமி?"

"ரேஷ்மா, ஸாரி, காலையில போற முதல் மூத்திரம்தான்..."

"ஐயோ, அது கஷ்டம் மாமி. ஒண்ணு பண்றேன். குதிரையைப் பார்த்துக்கற அந்தப் பையன் அங்கயே பக்கத்துல பெட்டிக்கடையிலதான் தூங்குவான். அவன் கிட்ட சொல்றேன். 'பராத்' போகும்போது அவன் இருப்பான். அவன் கிட்ட தூக்கு குடுத்திடுங்க. அவன் கிட்ட சொல்லிவைக்கிறேன்."

அப்படியாக அவள் கட்டடத்தின் நுழைவாயிலில் 'பாண்ட்' சத்தம் கேட்டதும் கையில் தூக்குடன் வந்து நின்றாள். 'பாண்ட்' தவிர வழக்கமான வேறு வாண வேடிக்கை ஆரவாரங்களும் பட்டாசு வெடிக்கும் சத்தமும் இல்லை. காரணம் குதிரையைப்

பையனுடன் அனுப்பும்போதே ரேஷ்மா சொல்லிவிடுவாள். இந்தக் குதிரை பல ஆண்டுகள் ரேஸ் குதிரையாக இருந்த குதிரை. பட்டாசுச் சத்தம் கேட்டால் குதிரைப் பந்தயத்துக்கு முன் சுடும் துப்பாக்கிச் சத்தம் என்று நினைத்துவிடும்.

மணமகன் இளைஞன்தான். பூத்திரை முகத்தை மறைத்தாலும் தெரிந்தது. அவளுடைய நுழைவாயில் அருகே வந்தபோது அந்தப் பையனிடம் வரும்படி சைகை காட்டினாள். அவன் அவள் பக்கம் வரும் முன் உற்சாகமான இளைஞன் ஒருவன் பெரிய சரப்பட்டாசு ஒன்றை ஏற்றினான். படார் என்ற முதல் வெடியில் ராணி நாலுகால் பாய்ச்சலில் ஓட ஆரம்பித்தது. "பசாவ் பசாவ்" என்று அலறினான் மணமகன் அதன் கழுத்துக் கயிற்றைப் பிடித்துக்கொண்டு. மெல்ல நடந்துவந்துகொண்டிருந்த குதிரையின் முன் நடனமாடியபடி வந்துகொண்டிருந்த இளைஞர்கள் கூக்குரலிட்டு வழிவிட்டனர். ராணி மணமகனுடன் வர்ஸோவா கிராமத்தை நோக்கி ஓடிக்கொண்டிருந்தது. மணமகன் குடும்பத்தினரும் உறவினரும் பட்டாசு வெடித்த இளைஞனைத் திட்டிகொண்டிருந்தனர்.

யாரோ ரேஷ்மாவைக் கைபேசியில் கூப்பிட அவள் விரைந்து வந்தாள் இன்னொரு குதிரையில். வேகமாகப் போய் ராணியின் பெயரைச் சொல்லிக் கூவி கழுத்து வாரைப் பிடித்திழுத்து ராணியை நிறுத்துவது நுழைவாயிலிலிருந்து தெரிந்தது. மணமகன் குதிரையிலிருந்து குதித்து ஓடிவந்தான் கூட்டத்தை நோக்கி. சாதுவாக அடங்கிப்போன ராணியை ரேஷ்மா கூட்டிவந்தும் ஏற மறுத்துவிட்டான். அரண்டு போயிருந்தான். கால்கள் நடுங்கியபடி இருந்தன. குடிக்கத் தண்ணீர், சோடா எல்லாம் கொடுத்துச் சமாதானப்படுத்தி அழைத்துச் சென்றனர்.

ராணியுடன் ரேஷ்மா விரைந்தாள். மறு நாள் எல்லோரும் புகார் செய்து அவள் இடம் மாறவேண்டி வந்தது. குதிரைகளை விற்றுவிட்டாள் என்றார்கள்.

குதிரை மூத்திரம் போட்டு அலசி கருகருவென்று பளபளப்பாக வளராத முடியை ஒட்ட வெட்டவேண்டி வந்தது.

❍ ❍ ❍

சிங்கத்தின் வால்

வழக்கம்போல் மெட்ரோவில் ஏறி அமரும் போது, பல படிகள் ஏறி, நடைபாலத்தில் விரையும் கூட்டத்தில் தூங்கும் நாய்கள், பிச்சைக்காரர்கள் இவர்களைக் கடந்து மீண்டும் மின்படிகளில் ஏறி வரவேண்டியிருந்தாலும் அந்தேரியிலிருந்து டி.என். நகருக்கு வர வேண்டிய முக்கால் மணி நேரத்தை ஐந்து நிமிடங்களாக்கிய மெட்ரோவுக்கு நன்றி கூறினாள். கடல் மேல் போகும் வாடகை வாகனங்கள் வரப் போகிறது என்கிறார்கள். வாடகையில் போகச் சிறு விமானங்களும் வரலாம் கடற்கரையருகே. என்ன வந்தால் என்ன இன்னும் பெண்கள் வெண்புரவியில் வரும் அரசகுமாரனாகத்தான் வருங்காலக் கணவனைப் பற்றி நினைக்கிறார்கள். நீள் துயிலில் இருக்கும் ராஜகுமாரியை ஒரு முத்தத்தால் எழுப்பும் ராஜகுமாரன். அவளுக்கு அப்படியில்லை. அவளை இந்த நகரக் களைப்பிலிருந்து எழுப்புபவன் பெண்கள் கனவிலிருக்கும் வழக்கமான உயரமான, கம்பீரமான சற்றே கருமை நிறம் உள்ளவனாக இருக்கமாட்டான். அவன் தொடுகையும் முத்தங்களும் வித்தியாசமாக இருக்கும்.

உதடுகளை நாவால் ஈரப்படுத்திக் கொண்டாள்.

அவள் வசிக்கும் கட்டடத்தை எட்டி, மின்தூக்கியில் ஏறி, வீட்டை அடைந்து, பூட்டைத் திறந்து, விளக்கைப் போட்டு, கைப்பையைப் பூட்டுச் சாவியுடன் சோபாவில் வைத்துவிட்டு, கழிப்பறைக்கு ஓடி அடிவயிறு லேசாகிப்போனதும் 'ஹா'வென்று ஆசுவாச நெடுமூச்சுவிட்டு, சமையலறைப் பகுதியில் மின்சாரக் கெட்டிலைப் போட்டு தேநீர்ப் பைகள்

உள்ள பெட்டியைத் திறந்து வாசனைப் புல் தேநீர்ப் பையைத் தேர்ந்தெடுத்தாள். மின்சாரக் கெட்டிலின் சிவப்பு விளக்கு 'டப்'பென்ற ஓசையுடன் வெளிவந்ததும் ஸிக்கிமிலிருந்து வாங்கிவந்த, நீலமும் பச்சையும் கலந்த சீன ஓவியங்கள் வரைந்த கோப்பையில் வாசனைப் புல் தேநீர்ப்பையைப் போட்டு வெந்நீர் ஊற்றியதும் அதன் எலுமிச்சை மணம்போன்ற வாசம் மேலெழுந்து அன்றைய களைப்பைக் குறைத்தது.

தேநீர்க் கோப்பையுடன் கணினி முன் அமர்ந்தாள். எல்லா வசதிகளும் கொண்ட அந்த ஒற்றை அறை வீட்டில் கணினி அவள் உற்ற தோழன், தோழி, சில சமயம் அறிவியல் ஆராய்ச்சி பற்றிப் பேசிய அவள் அருமைத் தம்பி, சில சமயம் தலையைத் தடவும் அப்பா, தோளில் கைபோட்டு அணைக்கும் அம்மா, அழுத்தி அழுத்தி அவள் நீண்ட முடியைப் பின்னி முடிவில் பல்லில் கடித்தபடி வைத்திருந்த ரிப்பனால் பட்டாம்பூச்சி முடிச்சிடும் பாட்டி எல்லாமே.

கணினியை இயக்கிவிட்டு, தேநீர் பருக ஆரம்பித்தாள். திரையில் அவள் மேசை விரிந்தது. பின்னணியில் அவளுக்குப் பிடித்தப் பெருங்கடல். தொடுவானத்தில் கடலில் மூழ்க ஆரம்பித்திருக்கும் ஆரஞ்சுச் சிரிப்பாய்ச் சூரியன். அதன் குறுக்கே போகும் ஒரு படகு.

அப்போதுதான் அது நேர்ந்தது.

கணினித் திரையில் கடலிலிருந்து வருவதுபோல் ஓர் உருவம் எழுந்தது. ஆண் உருவம். உடல் தீர்க்கமான எல்லைகள் இல்லாமல் புகையால் வரைந்ததுபோல் தோன்றியது.

புன்னகையுடன், "நீதானா என்னை நினைத்தது?" என்று கேட்டான் அவன்.

"எ ... என்னது?" என்றாள்.

"அந்தப் பாட்டு தெரியாதா? "மாயா பஜார்" படத்தில் வருமே?" என்றான்.

"எந்தப் பாட்டு?"

"ஜாக்கிரதை. கப் உடையப் போவுது" என்றான்.

அவள் கையிலிருந்த அழகிய தேநீர்க் கோப்பை கிழே விழுந்தது. உடைந்தது.

❍ ❍ ❍

அவள் ஒரு சாதாரணப் பெண். அப்படிக் கூறித்தான் அவளை வளர்த்தார்கள். பரந்த மனம் உடைய, படித்த, வேலை பார்க்கும் பெற்றோர்கள். வெளி நாட்டில் படித்து அதன்பின் மும்பாயைத்

தங்கள் இருப்பிடமாக்கிக்கொண்டவர்கள். 1988இல் அவள் பிறந்தபோது கல்பனா சாவ்லா விண்கலத்தில் விண்வெளிக்குப் போக இன்னும் ஒன்பது வருடங்கள் இருந்தன. எல்லாப் பெண் குழந்தைகளைப்போல அவளையும் கரடி, பார்பி பொம்மைகள், வண்ணப் புத்தகங்கள், அமர்சித்ரகதாவின் சுவையான புராணப் படக் கதைகள், நேன்ஸி ட்ரூ நாவல்கள், ஆர்தர் கானன்டாயில், சார்ல்ஸ் டிக்கன்ஸின் இன்னும் கொஞ்சம் உணவு கேட்ட ஆலிவர் ட்விஸ்டிலிருந்து தொடங்கி அனைத்து நாவல்களும் அலெக்ஸாண்டர் ட்யூமாஸின் மான்ட்டிகிறிஸ்டோவின் கோமகன் மற்றும் மார்க் ட்வைனின் டாம் ஸாயரின் சாகஸங்கள் என்று பல சுவையான கதைகளைக் கூறும் ஆங்கிலச் செவ்விலக்கியப் புத்தகங்கள் இவற்றுடன்தான் வளர்த்தார்கள். தம்பிக்குத்தான் ஏரோப்ளேனும் ராக்கட் பொம்மையும் சைக்கிளும் கிடைத்தன. அவனுக்கு வாங்கிய பிறகுதான் அவள் ஜூல்ஸ் வர்னின் 80 நாட்களில் உலகைச் சுற்றிய கதையையும் எச்.ஜி. வெல்ஸின் கண்ணுக்குத் தெரியாத மனிதன் மற்றும் கால யந்திரக் கதையையும் படித்தாள். பொம்மை அலமாரியிலும் புத்தக அலமாரியிலும் அவர்கள் புத்தகங்களும் பொம்மைகளும் இரு வேறு பிரிவுகளாகக் கிடந்தன.

2000இல் அவள் வயதுக்கு வந்தபோது அப்பா முதுகில் தட்டிக்கொடுத்தார். அம்மா அது என்ன என்பதை விளக்கினாள். எந்தவிதக் குலைவுகளுமில்லாமல் அது அவள் வாழ்க்கையில் ஒன்றாகிவிட்டது. சென்னையில் பேராசிரியராக இருந்த பாட்டி வந்தபோதுதான் அவள் ஒரு விசேஷ மனுஷியாக மாறினாள். பாட்டி எந்தவிதச் சடங்குகளும் செய்யவில்லை. ஆனால், “இதை ரொம்பப் பெரிசு படுத்த வேண்டாமே” என்று அம்மா கூறியதையும் பொருட்படுத்தாமல் மும்பாயில் அவள் உடுத்தாத பட்டுப் பாவாடையும் தாவணியும் வாங்கிவந்தாள். மயில் வடிவத்தில் முத்தும் கெம்புக் கல்லும் கலந்த தோடும் ஜிமிக்கியும் வாங்கிவந்தாள். அவளை ஒரு நாள் வெளியே அழைத்துப் போனாள் அவளுக்கு மட்டுமான விருந்துக்கு.

“பாட்டி, இது அவ்வளவு முக்கியமானதா?”

“ஆமாம் மதுரா. உலகத்தையே உருவாக்கற சக்தி இது. இது உன் கிட்ட இருக்கும்போது நீ எதைத்தான் செய்யமுடியாது? எதையும் செய்யலாம்.”

“எதையுமா? ஸயன்ஸ் மேத்ஸ்ல கூட நல்ல மார்க் வாங்க முடியுமா?”

அவை அவள் குறைவாக மதிப்பெண் எடுக்கும் பாடங்கள். அதற்குமேல் அவளால் இயலாது என்று அப்பாவும் அம்மாவும்

சமாதானம் செய்துகொள்வார்கள். தம்பிக்கு அவ்வாறு இல்லை. அவனுக்கு அறிவியல் இயல்பாக வந்தது. கணிதமும் கோட்பாடுகளும் சமன்பாடுகளும் விளையாட்டுபோல் தோன்றியது அவனுக்கு. பிற்காலத்தில் அறிவியல் ஆராய்ச்சியும்.

பாட்டி அவளுக்கும் தம்பிக்கும் லீலாவதி பற்றிக் கூறினாள். கார்க்கி பற்றிக் கூறினாள். இருபதாம் நூற்றாண்டில் அறிவியல் படித்த பல பெண்களைப் பற்றிக் கூறினாள். கல்பனா சாவ்லா பற்றிக் கூறினாள். அவர்கள் இருவரின் அலமாரிகளின் சாமான் களைச் சேர்த்துவைத்தாள். தமிழிலும் இசையிலும் அவர்களைப் பயணிக்க வைத்ததும் பாட்டிதான். அவர்களின் அலமாரிகளின் சாமான்களை இணைத்ததுபோல் அவர்கள் பால்தன்மையின் கூறுகளையும் இரு எதிரெதிர் துருவங்களில் நிறுத்தாமல் கலக்கவைத்ததும் பாட்டிதான். புராணக்கதைகளிலிருந்து அறிவியல் கதைகள்வரை ஓர் உலகத்தை அவளால் அவர்கள் இருவர் முன்னும் விரிக்க முடிந்தது. அந்த உலகத்தின் கதவுகளை அவர்கள் தொடர்ந்து தட்டுவதற்கான பாதையைக் காட்ட முடிந்தது. அவள் இருத்தலை அவள் வேறு விதமாகப் பார்க்க முற்பட்டது பாட்டியின் அந்த வரவுக்குப் பின்தான் என்று தோன்றியது. அப்படியும் அவள் முடிவில் தேர்ந்தெடுத்தது கணினியை எந்தெந்தத் துறைகளில் பயன்படுத்தலாம் என்ற கணினிப் பயன்பாட்டுத் தொழில்நுணுக்கக் கல்வியைத்தான். ஏதோ ஒரு வகையில் அறிவியலும் ஆராய்ச்சியும் தம்பிக்குத்தான் என்றாகிவிட்டது. இருந்தாலும் தம்பியின் ஆராய்ச்சியும் அதன் வீச்சும் அவள் எட்டக்கூடிய தூரத்திலேயேதான் இருந்தன.

தம்பியுடன் விவாதங்கள் கருத்துப் பரிமாறல்கள் இவை அன்றாட நடைமுறை ஆயின அவன் ஆராய்ச்சியில் புகுந்ததும். அறிவியல் உலகத்தின் வியப்பையும் உற்சாகத்தையும் துடிப்பையும் அவள் அவனளவே உணர்ந்தாள். சில சமயம் சாப்பாடு தூக்கத்தை மறந்து அவர்கள் பேசிக்கொண்டிருப்பதை அம்மாவும் அப்பாவும் பார்த்து “நல்ல அக்கா, நல்ல தம்பி” என்பார்கள். “கேள்வி கேட்டுட்டே இருக்கணும் அக்கா. அப்பத்தான் பதிலுக்கான வழி தெரியும். தெரியாது என்பதிலிருந்துதான் மேலே போக முடியும்” என்றான் ஒருமுறை. அப்போது ஒரு விடுமுறையின்போது பாட்டியுடன் இருந்ததை அவள் நினைவுகூர்ந்து அவனிடம் சொன்னாள். அந்த விடுமுறையில் அவள் பாட்டிக்குத் தெரிந்த ஸமஸ்கிருத ஆசிரியரிடம் கேன உபநிஷத்தையும் பாட்டியின் கல்லூரியில் தமிழ் கற்பித்த பேராசிரியரிடம் திருவாசகத்தையும் கற்றிருந்தாள். கேன உபநிஷத்தில் “கேனேஷிதம் பததி ப்ரேஷிதம் மனஹ” என்று மாணவர்கள் கேட்கும் கேள்வியையும் ஒரு பதிலையும் தம்பிக்கு அன்று கூறினாள்:

கேள்வி:

யாரால் மனம் அதன் விருப்பப்படி செல்கிறது? யாரால் மூச்சு தன் இயக்கத்தை ஆரம்பிக்கிறது? மொழி எப்படி உதிக்கிறது? கண்ணும் செவியும் இயங்குவது யாரால்?

அதற்கான ஒரு பதில்:

கண் அங்கே போக முடியாது. மொழியும் அங்கு செல்லாது. மனமும் அதை அறியாது. அதைத் துல்லியமாகப் பயில்விப்பது கடினம். நாம் அறிந்தவைகளிலிருந்து அது முற்றிலும் வேறானது. அறியாதவைகளைவிட மேலானது என்று முன்னோர்களால் சொல்லப்படுகிறது. அதனை விளங்கக் காட்டுபவர் யாரும் இருந்ததில்லை.

அதன்பின் அவன் அதை அடிக்கடி கூறுவான்.

அம்மாவும் அப்பாவும் தம்பியும் திடீரென்று ஒரு விபத்தில் மறைந்தபின் அவளுக்குத் துணையானது இந்தப் பெரும் நகரில் இந்தக் கணினிதான்.

இப்போது என்னவென்றால் ஏதோ புகை மனிதன் மாதிரி ஒருவன் அவள் கணினியில் வந்து ஏதோ "மாயா பஜார்" பாட்டு என்கிறான். அவளுக்குப் பழைய தமிழ்ப்படங்கள் பிடிக்கும் பாட்டி அறிமுகப்படுத்தியதால். "மாயா பஜார்" சட்டென்று நினைவுக்கு வரவில்லை. பிறகுதான் அது மகாபாரதத்தின் கிளைக்கதையான சசிரேகா–அபிமன்யு கதை என்று ஞாபகம் வந்தது. அவள் யோசித்துக்கொண்டிருக்கும்போதே கணினித் திரையில் ஒரு காட்சி தோன்றியது.

நடிகை சாவித்திரி அழகான பேழை ஒன்றைத் திறக்கிறாள். உடனே ஜெமினி கணேசன் வந்து

நீதானா . . . நீதானா என்னை நினைத்தது?
நீதானா என்னை அழைத்தது?
நீதானா என் இதயத்திலே
நிலைதடுமாறிட உலவியது?

என்று பாடியபின் சாவித்திரியும் பதில் பாட்டுப் பாடினாள்.

சிரிப்பு வந்தது. அவள் சசிரேகாவா அப்படியானால்? அந்தப் புகை மனிதன்தான் அபிமன்யுவா? வாய்விட்டுச் சிரித்தாள். பிறகு அமைதியானாள்.

இது ஒரு பிரமை. தூக்கத்துக்கான அந்த மருந்தைச் சாப்பிடுவதை அவள் நிறுத்திவிடவேண்டும். மீண்டும் தியானம் செய்ய ஆரம்பிக்க வேண்டும். இல்லாவிட்டால் இப்படிப்

பிரமைகள் வரும். அறையைச் சுற்றிப் பார்த்தாள். எல்லாம் அதனதன் இடத்தில். கணினியில் கடலில் மறையும் சூரியன்.

திடீரென்று அவள் முன்பு கணினியில் கேட்ட அதே குரல் மேலேயிருந்து வந்தது. அவள் தலைமேல் ஓடிக்கொண்டிருந்த மின்விசிறியிலிருந்து வருவதுபோல் சுழன்று சுழன்று அவன் குரல் ஒலித்தது. மின்விசிறியின் ஒலியைப்போலவே கரகரத்து.

"மதுரா ..."

உண்மையாகவே ஓர் உரையாடல் நடைபெற்றுகொண்டிருக்கிறது என்பதை நம்ப முடியவில்லை. சுற்றும் முற்றும் பார்த்தாள். இது மும்பாயில் அவள் வீடுதானே?

மீண்டும் அவன் குரல் வந்தது.

"மதுரா ..."

ஒரு மின்விசிறியிடம் எப்படிப் பேசுவது? எச்சிலை விழுங்கினாள்

"நீ யார்? நான் உன்னை எப்போ நினைச்சேன்?" என்றாள் மின்விசிறியைப் பார்த்தபடி.

"மெட்ரோல வரும்போது ..."

"என்ன நினைச்சேன்?"

"வித்தியாசமான ஒருத்தனை ..."

"அது ... நான் என் மனசுல ..."

"அந்த எண்ணம் ஒரு அலைதான். உனக்குத் தெரியுமே? சில சமயம் அபூர்வமா அது இன்னொரு எண்ண அலையைக் குறுக்காக் கடக்கலாம்."

மௌனமாக இருந்தால் எல்லாம் முன்புபோல் மாறிவிடும் என்று நினைத்தாள்.

மீண்டும் அவன் குரல் வந்தது.

"மதுரா ..."

"நீ ... நீ ... வேற்றுக்கிரகவாசியா?"

சிரித்தான்.

"இல்லை. இன்னொரு பிரபஞ்சம் மட்டுமில்லை, பல பிரபஞ்சங்கள் இருக்கும்னு நம்பும் ஒருத்தன்."

மின்விசிறியின் சுழற்சியைப்போல் இருந்தாலும் அவன் குரல் இதமாக இருந்தது. அவனுடன் பேசுவது நடக்கமுடியாத

ஒரு சம்பவமாகத் தோன்றாமல் மெல்ல மெல்ல அவள் சாந்தமானாள். இது பிரமையானால் இது நீடிக்கட்டும் என்று நினத்தாள் ஒரு நிமிடம்.

"இது பிரமையில்லை" என்றான் அவன்.

"சரி, பிரமையில்லைன்னு வெச்சுக்கலாம். நானும் பல பிரபஞ்சங்கள் இருக்கும்னு நம்பும் ஒருத்திதான். தெளிவாச் சொல்லு. நீ யாரு?"

"இதே பிரபஞ்சத்துலதான் இருக்கேன். இன்னொரு பரிமாணத்துல."

"எந்தப் பரிமாணம்?"

"பதினோராவது."

"பதினோராவதா? நிஜமாவா?"

இந்த உரையாடல் நடைபெற்றுக்கொண்டிருக்கிறது என்றால் இதை அவள் வார்த்தை விடாமல் நினைவில் இருத்திக்கொள்ள வேண்டும் என்று நினைத்தாள்.

இதமான ஒரு காற்று அவளைச் சுற்றிலும் இருப்பதைப்போல் உணர்ந்தாள். அது அவள் படபடப்பைப் போக்கியது. அவனுடன் பேசுவது அன்றாடம் நிகழும் ஒன்றுபோல் தோன்றியது.

"உன்னால என்னை ஏன் முழுமையா பார்க்க முடியலங்கறது தெரியுமா?" அவன் கேட்டான்.

"நீ வேற பரிமாணத்துல இருப்பதனால்தான். இதோ பாரு. முப்பரிமாணத்துல இருக்கறவங்க முழு முட்டாள்கள் இல்லை. இப்போ ஒரு எறும்புக்கு வானத்துல பறக்கும் கழுகு பற்றித் தெரியாது; அது எறும்போடு கண்ணிலயும் படாது இல்லையா? அப்படி அதிசயமா பட்டாலும் தெளிவா தெரியாது இல்லையா? அது மாதிரிதான்."

"சரிதான்." பெருமூச்சு விடுவது கேட்டது. "ஹப்பா! இப்பத்தான் பேச ஆரம்பிச்சிருக்காய்."

"உன் உடம்பு எப்படியிருக்கும்?"

"இது பல இயந்திரங்களும் தகடுகளும் மிருகங்களும் எல்லாம் சேர்ந்த உடம்பு. நான் ஒரு சைபோர்க்."

"ஐயோ!"

"ஏன் இவ்வளவு அதிர்ச்சி? மிருகமும் மனிதனும் இணைஞ்ச கதைகள்தானே புராணக் கதைகளும் அதுல இருக்கும் கடவுள் களும்? இதுல இயந்திரமும் சேர்ந்தவன் நான். அவ்வளவுதான்."

"அதிர்ச்சி இல்லை. ஆச்சரியம்தான். பத்து தலை ராவணன், வானரர்கள், பாம்புடல் இருக்கிற பதஞ்சலி, புலி உடம்பும் கையும் காலும், வண்டும் பூச்சிகளும் தொடாத அதிகாலைப் பூக்களைப் பறிக்க கையிலயும் காலிலயும் கண் இருக்கிற வியாக்ரபாதர், யானைத்தலை கணபதி, பாதி உடம்பு பொண்ணாயும் பாதி ஆணாயும் தலைமுடியில கங்கையும் ஒரு பக்கம் பிறை நிலவும் கழுத்துல பாம்பும் இருக்கும் சிவன், வாயைத் திறந்து பதினாலு லோகத்தையும் காட்டற ஒரு குழந்தை இதெல்லாம் இயல்பா எங்க வாழ்க்கையில இருக்கறபோது ஸைபோர்க்னு சொன்னா எல்லாம் அதிர்ச்சி அடைவேனா என்ன? உன்னைக் கணினியில திடீர்னு பார்த்தது இப்போ இப்படி கூரையைப் பார்த்துப் பேசறதுல சின்ன வியப்பு. அவ்வளவுதான்."

"ஸைபோர்க் தமிழ்ல எப்படிச் சொல்வாய்?"

"ஒரு வார்த்தை கண்டுபிடிக்கணும். அது சரி உனக்குப் பெயர் கிடையாதா?"

அவள் புத்தக அலமாரியின் கண்ணாடிக் கதவு காற்றடிப்பது போல் திறந்துகொண்டது. அதனுள் அவள் வைத்திருந்த பாட்டரியால் இயங்கும் ஆமை வடிவ கண்ணாடி விளக்கு ஒளிர்ந்தது. கண்ணாடி ஆமை விளக்கிலிருந்து குரல் வந்தது சாவி கொடுத்துப் பேசும் பொம்மையின் இயந்திர ஒலியில்.

"உண்டு. அச்யுத். அச்சுதன்"

திடுக்கிட்டு ஆமையின்புறம் திரும்பினாள்.

"அச்யுத். அச்சுதன்" என்றது குரல் மீண்டும்.

"கேட்டுது எனக்கு. இப்படிக் கண் முன்னால இல்லாமல் வெறும் குரலோட பேச நான் பழக வேண்டமா? என்ன பேர் சொன்னாய்? அச்யுத். அச்சுதன். இங்க பிலானியில் இருக்கே தொழில் நுணுக்க அறிவியல் நிறுவனம் BITS, அதுல மாணவர்கள் உருவாக்கின ரோபோவோட பெயர் அச்யுத். அச்சுதன். அழிக்கமுடியாதவன். விழாதவன். வீழ்த்தமுடியாதவன். விஷ்ணுவுடைய பெயர்."

"அசையாதவன் அப்படிக்கூடச் சொல்லலாம். அசைக்க முடியாதவன். அசைந்தும் அசையாதவன்."

"அந்தப் பரிமாணத்துலேயும் ஆண் பெண் வேற்றுமை இருக்கா?"

"அது வெறும் உடல் வடிவத்தைப் பொறுத்துதான். வெவ்வேறு இயல்புகள் கிடையாது. நீரோட்டம் மாதிரி ஓடற ஒண்ணுதான்

எங்க பால்தன்மை. உறைஞ்சு இருக்கற ஒண்ணு இல்லை. இப்ப நான் உனக்கு முன்னால வந்த மாதிரி வேற எங்கேயாவது ஒரு பெண் ஸைபோர்க் யார் முன்னாலாவது வந்திருக்கலாம். அது ஆணாக இருக்க வேண்டிய அவசியமில்லை."

சிரித்தாள்.

"ஒருவேளை நீ கடவுளா?"

சிரித்தான்.

"யார்தான் கடவுள் இல்லை?"

"அதுவும் சரிதான். நாம எல்லாரும் சக்தியால உருவானவங்க. சக்தியை உருவாக்க முடியாது; அழிக்கவும் முடியாது இல்லையா?" அச்சுதா, என் பாட்டி சொல்வாள் அண்டத்தில் இருப்பது பிண்டத்தில் இருக்கும்னுட்டு. நாம எல்லாருமே அண்டத்தோட நீட்சிதான். அது சரி, இப்படிப் பேசிட்டே இருப்பது நல்லாத்தான் இருக்குது. ஆனால் என்னை நீ ஏன் தேர்ந்தெடுத்தே?"

"உன் எண்ண அலை என்னை ஈர்த்தது."

"அது சரி. எப்படித் தமிழ் பேச முடியுது?"

"மொழி எங்களுக்குக் கஷ்டமே இல்லை. உலகத்தோட எல்லா மொழிகளும் எனக்குத் தெரியும். என் மூளையில எல்லா மொழிகளையும் தொகுக்குற ஒரு நுண் சில்லு இருக்கு. எல்லா மொழிகளும் எனக்குத் தெரியும். மௌனமும் எனக்குப் புரியும்."

மௌனமாக இருந்தாள். கை கழுவும் பீங்கான் தொட்டி அறையின் வலப்புற மூலையில் இருந்தது. குழாய் திறந்து தண்ணீர் கொட்டியது. குழாய் மூடித்தானே இருந்தது? இல்லை மறந்து விட்டாளா? அதை மூட எழுந்தாள். தொட்டியின் மேல் இருந்த கண்ணாடியில் அவள் உருவம் பிரதிபலிக்காமல் அவன் புகை உருவம் தோன்றியது.

உடலின் எல்லைக்கோடு புகையால் வரையப்பட்டதுபோல் இருந்த அவனைப் பார்த்தாள். புகை நடுவே அவன் கண்கள் ஒளிர்ந்தன. மிகவும் கனிவுடன் அவன் அவளைப் பார்த்ததுபோல் தோன்றியது.

"உன் தேநீர் கொட்டிப்போயிட்டுது" என்றான்.

"ஆமாம். அது கொட்டும்னு எப்படிச் சொல்ல முடிந்தது? எதிர்காலம் உனக்குத் தெரியுமா? இறந்தகாலம், நிகழ்காலம், எதிர்காலம் எல்லாமே ஒரே காலக்கோடுதான் அறிவியல்படி. இருந்தாலும் . . ."

“நான் இருக்கும் காலத்துல இருந்து நீ இப்போ இருக்குற காலத்துல இருப்பதைச் சொல்ல முடியும். உன் காலத்திலும் என் காலத்திலும் என்னால இருக்கமுடியும்.”

சுவாரஸ்யமாகப் போய்க்கொண்டிருந்தது உரையாடல். கண்ணாடியில் இருந்த அவனை உற்றுப் பார்த்தாள். புன்னகைத்தான்.

அவள் இன்னொரு கோப்பைத் தேநீர் போட்டுக்கொண்டு வந்தபோது அவன் காணாமல் போயிருந்தான். கணினித் திரையில் கடலும் அதில் முங்கும் ஆரஞ்சுச் சூரியனும் மட்டுமே இருந்தன. மின்விசிறி வழக்கம்போல் ஓடிக்கொண்டிருந்தது க்ரீக் க்ரீக்கென்று ஓசையெழுப்பியபடி. புத்தக அலமாரி ஆமை விளக்கு அதன் இடத்தில் இருந்தது. கை கழுவும் தொட்டி மேல் இருந்த கண்ணாடியில் அவள் மட்டுமே தெரிந்தாள் அவள் அதில் பார்த்தபோது.

அன்று மாலை நிகழ்வு அவள் கற்பனையா நிஜமா இல்லை தனியாக அவள் இருப்பதால் இது நேர்கிறதா என்று தோன்றியது. எத்தனை முறை அவள் கணினியில் தோன்றும் உருவத்திடமும் மின்விசிறியிடமும் கண்ணாடியிடமும் புத்தக அலமாரியின் கண்ணாடி ஆமையுடனும் பேசியிருக்கிறாள் இன்று இவ்வளவு சர்வசகஜமாய்ப் பேச?

தலையைக் குலுக்கிக்கொண்டாள்.

❍ ❍ ❍

“நான் காற்றைப் போன்றவள். எளிதில் அடைய முடியாதவள்” என்று ஊர்வசி புரூரவஸிடம் கூறிய சொற்கள் நினைவுக்கு வந்தன கணினியிலிருந்து அச்சுதன் மறைந்ததும். மனிதர்கள் வாழ்க்கையில் வேறு உலகத்திலிருந்து வந்து நுழைந்து மறைந்து போகும் கந்தர்வர்களும் அப்சரஸ்களும் அசுரர்களும் நினைவுக்கு வந்தனர். தற்கால மீமனிதனும் வௌவால் மனிதனும் பூனைப்பெண்ணும் அவள் யதார்த்த உலகை வியாபித்திருந்தாலும் ஓர் உலகத்திலிருந்து இன்னோர் உலகத்துக்கு அசுரர்களும் தேவர்களும் மனிதர்களும் மிருகங்களும் வெகு இயல்பாகப் போக்குவரத்து வைத்துக்கொண்ட புராணக் கதைகளைப் பாட்டி மூலம் கேட்டு வளர்ந்தவள் அவள். மிகவும் சின்ன வயதில் தாத்தாவை இழந்து ஒரு சிற்றூரில் தன் தாயுடன் பலர் வீட்டில் வேலை செய்து பிழைத்துக்கொண்டிருந்தவளை கல்வியின் பக்கம் நடத்திக்கொண்டு வந்தது அவர்கள் ஊரில் இருந்த ஒரு தமிழ் வித்வான்தான். பாட்டி சொல்வாள் அவரை பற்றி. அவரிடம் பயின்ற இன்னொரு மாணவனைத்தான் பாட்டி இரண்டாம்

முறை மணந்துகொண்டாள். அதைப் பற்றிக் கூறும்போது "காதல் ஒரு வித்தியாசமான உணர்வு. சில சமயம் அது நோய். சில சமயம் அது மருந்து. சில சமயம் அது பட்டு மெத்தை. சில சமயம் அது புதைகுழி" என்பாள்.

"உனக்கு அது என்ன பாட்டி?" என்று கேட்டால்,

"எனக்கு அது என் கையைப் பிடிச்சுட்டு நடந்த சிறு பிள்ளை. முரண்டு பிடிக்கும். என் மேல மூத்திரம் போகும். மலம் கழிக்கும். அடி வாங்கும். கட்டிப் பிடிக்கும். கையை மட்டும் விடாது" என்பாள்.

இரண்டாம் முறை மணந்தவரும் ஒரு சாதாரண அறுவை சிகிச்சையின் மயக்கத்திலிருந்து மீளாமல் மறைந்து விட்டாலும் பாட்டி காதல் பற்றிப் பேசும்போது அவரைக் குறித்துத்தான் சொல்கிறாள் என்று புரியும். பேசும்போது முகத்தில் ரம்யமான ஒரு புன்னகை தோன்றும்.

திடீரென்று ஈசல்கள்போல் எழுந்த காதல் குறித்த எண்ணங்களை அழித்தாள் கரும்பலகையில் எழுதியதை அழிப்பவள்போல.

அச்சுதன். அச்யுத். ஸைபோர்க். மிருகமும் இயந்திரமும் கலந்தவன். அதீத செயற்கை அறிவுடைய இயந்திர மனிதன் இல்லை அவன்.

அவனை என்னவென்று சொல்வது? அவளுக்குத் தெரிந்து கவிஞர் மகேசன்தான் தூய தமிழ்ச் சொற்களை உருவாக்குபவர். அவருடன் முகநூல் உள்பெட்டியில் தொடர்பு கொண்டாள்:

– மகேசன், பேச நேரம் இருக்குமா?

– சொல்லுங்க மதுரா.

– *Cyborg (Cybernetic Organism)* என்பதைத் தமிழ்ல எப்படிச் சொல்வீர்கள்?

– ஏன் வேண்டும்னு சொல்லுங்க.

– சொன்னால் நம்ப மாட்டீங்க.

– சரி. இந்தச் சொல்லுக்குச் சரியான அர்த்தம் என்னன்னு சொல்லுங்க. செயற்கை மனிதன் என்று கூகுள் சொல்லுது. கணினியால் இயக்கப்படும் மனித ரோபோவா?

– இது சில இயந்திரப் பகுதிகளை உடலில் கொண்ட அல்லது விலங்கும் மனிதனுமாய் உள்ள ஒன்று. *Batman, Superman* போல. இது ரோபோ இல்லை. உணர்வும் உருவமும் கொண்ட ஒன்று.

—ஒட்டுடலோன்?

—ஏய்! பெண்களையும் அது குறிக்கவேண்டும்!

—செய்கூறு மனிதன்? ஒட்டுடலாள்?

—செய்கூறு என்பது ரோபோதான். ஒட்டுடலோன் நன்றாக இருக்கிறது. அதை எப்படிப் பொதுமைப்படுத்துவது என்று யோசிக்கிறேன்.

—பொருத்துறுப்பர்... ஒட்டுடலர்

—பொருத்துறுப்பர் எனலாமா?

—ஒட்டுறுப்பர்... பொருத்துறுப்பர்

—நரசிம்மத்தை எப்படிக் குறிப்போம்?

—மனிதச் சிங்கம்.

—இல்லை, நேரடிச் சொல்லாக இல்லை. அந்த நிலையைக் குறிப்பிடும் சொல். மிருக சரீரம் என்கிறார்கள்.

—புருஷா மிருகம் என்றொரு தொடர் இருந்தது. சரி. விலங்கு வடிவில் பிறக்கும் மானுடம் 'மா'.

—வெறும் 'மா'தானா? ஏனென்றால் ஸைபோர்க் இது எல்லாம் கலந்தது. மிருகம், மனிதன், இயந்திரம் பொருத்தப்பட்ட அங்கங்கள் என.

—மனித்தமா.

—ஒட்டுமாஉடலர்? ஆகம் என்றாலும் உடல்தான். ஒட்டாகம் என்பது சரியாக இருக்குமா?

—ஒட்டாகம் நன்று. இதில் மா சேர்க்கவேண்டி வருகிறதா?

—எப்படிச் சேர்ப்பதாம்? உங்களுக்குத் தெரியுமா? விலங்கும் பறவையும் சேர்ந்தது சரபம்.

—ஒட்டுமாவாகம்?

—ஒட்டாகம்தான் சரியாக இருக்கிறது மகேசன்.

—சரி. என்ன திடீர்னு மனிதன், மிருகம், இயந்திரம்னு கிளம்பிட்டீங்க?

—சொன்னேனே ஆரம்பத்திலேயே? சொன்னால் நம்பமாட்டீர்கள்.

—அட, சொல்லித்தான் பாருங்களேன்.

– பிறகு எப்போதாவது சொல்கிறேன்.

○ ○ ○

மறுநாள் மாலை அலுவலகத்திலிருந்து வீடு திரும்பியதும் ஆச்சரியம் காத்திருந்தது. கணினியின் பக்கத்தில் தொப்பி போட்டு மூடிய தேநீர்க் கெண்டி இருந்தது. அருகில் ஒரு கோப்பையும் சிறு தட்டில் பிஸ்கோத்துப் போட்டலமும் இருந்தது. அருகே சிறு குறிப்பு ஆங்கிலத்தில் அச்சிட்ட எழுத்துகளில்: தேநீர் உன் சுவைக்கு ஏற்றதாக இருக்கும் என்று நினைக்கிறேன். அன்புடன் அச்யுத்

அவன் அவள் பிரமை இல்லை. அவன் நிஜம்தான். இப்போது மனம் மீண்டும் அவனுடன் உரையாட விரும்பியது.

முகம் கழுவிவிட்டு வந்து கணினியைத் திறந்தாள். தேநீரைக் கோப்பையில் ஊற்றி, பிஸ்கோத்தை அதில் நனைத்துக் கடித்தபடி, குடிக்க ஆரம்பித்தாள். கணினியின் கடலும் அந்திச் சூரியனும் அசைவின்றி இருந்தன. வீட்டின் மற்றப் பொருட்கள் வழக்கம்போல் இருந்தன.

ஒரு முறை பாட்டி பொங்கல் லீவுக்கு வந்தபோது "மணாளனே மங்கையின் பாக்கியம்" படத்தின் குறுவட்டு கொண்டுவந்திருந்தாள் அவளுக்கும் தம்பிக்கும் காட்ட. அதில் வரும் ஸ்வர்ணசுந்தரி கதாநாயகனுக்குத் தந்ததுபோல வாசிப்பதற்குக் குழல் எல்லாம் வேண்டாம். அவளுக்கு வாசிக்கவும் தெரியாது. தற்காலத்திற்கு ஏற்றதுபோல் பிரபஞ்சமெல்லாம் எட்டும் ஒரு தொடர்புக் கருவி தந்திருக்கக் கூடாதா? பதினோராவது பரிமாணத்துக்கும் மூன்று பரிமாண உலகுக்கும் ஒரு தொடர்பு முறையை உருவாக்கியிருக்கக் கூடாதா?

குளித்து உடை மாற்றி, சமையல் பகுதிக்குப் போனபோது நுண்ணலை அடுப்பில் ஏதோ இருப்பதுபோல் இருந்தது. திறந்ததும் உணவின் வாசம் மூக்கைத் துளைத்தது. பாலடைக்கட்டி மென் சிவப்பாக மேலே போர்த்தியிருக்க, இஞ்சியும் பூண்டும் கொத்தமல்லி சீரகப் பொடியும் உப்பும் மிளகும் பாலும் மாவும் கலந்த காய்கறிகள் அதன் கீழே பதமாக வெந்திருப்பது தெரிந்தது.

ஒரு வேளை இந்த அச்யுத் அவளுக்குத் தேவையெல்லாம் நல்ல சாப்பாடு என்று நினைத்துவிட்டானா? அதற்குப் பதினோராம் பரிமாணத்திலிருந்து எதற்கு வரவேண்டும்? அவளிருக்கும் பரிமாணத்தில் இதைச் செய்பவர்கள் இல்லையா என்ன?

சிவப்புக் கழுத்துடன் ஒரு பச்சைப் பறவை

"உன் பரிமாணத்திலும் இதைச் செய்யறவங்க இருப்பாங்க ஆனால் இவ்வளவு அன்போடச் செய்வாங்களான்னு தெரியாது" என்று ஒரு குரல் ஒலித்தது அசரீரிபோல். செவியருகில் வெப்பக் காற்று. தூக்கிவாரிப்போட்டது.

மெல்லப்போய் டி.வி.யைப் போட்டுவிட்டு, குட்டி மேசை யின் அருகே அமர்ந்து சாப்பிட ஆரம்பித்தாள். டி.வி.யில் அமிதாப் பச்சன் 'கோன் பனேகா கரோர்பதி' நிகழ்சியை நடத்திக் கொண்டிருந்தார். அன்று ஒரு விசேஷ நிகழ்ச்சி. அறிவியலில் இயற்பியலாளர்களுக்கான விசேஷ விருது பெற்ற பெண்மணி ஒருவர் தன் வாழ்க்கையைப் பற்றிக் கூறிக்கொண்டிருந்தார். 'கடவுள் துகள்' ஆராய்ச்சியில் உலகில் இருந்த பல இயற்பியல் ஆராய்ச்சிக் கூடங்களின் பங்கு பற்றிக் கூறிக்கொண்டிருந்தார்.

"இந்த ஆராய்ச்சி மூலம் கடவுளை எட்ட முடியுமா?" என்று கேட்டார் அமிதாப் பச்சன் பலத்த கரகோஷங்களுக்கிடையே.

அந்த இயற்பியலாளர் ஏதோ பதில் கூறிகொண்டிருந்தார்.

உணவு திடீரென்று மென்னியைப் பிடிப்பதுபோல் தோன்றியது. மூச்சுத் திணறியது. தான் அழுதுகொண்டிருப்பது தெரிந்தது. கண்ணீரும் மூச்சடைப்பும் திணறலும் தடுமாற்றமும் சிறிது நேரம். மெல்ல மூச்சு வந்தது.

வீடு › மின்தூக்கி › நடை › மின்படிகள் › ஊடுகதிர் பரிசோதனை › இலக்கமுறை அட்டையால் நுழைகதவைத் திறத்தல் › மெட்ரோ › மின்படிகள் › நடை › படிகளில் இறங்குதல் › 7வது நடைமேடை › சர்ச்கேட் செல்லும் மின்ரயில் பயணம் › படிகளில் ஏறல் › நடை › மின்தூக்கி › அலுவலகம் › மின்தூக்கி › நடை › ரயில்நிலையம் › படிகளில் இறங்குதல் › விரைவுவண்டி வரும் ஒரு நடைமேடை › மின்ரயில் பயணம் › அந்தேரியில் ஒரு நடைமேடை › படிகளில் ஏறல் › நடை › ஊடுகதிர் பரிசோதனை › இலக்கமுறை அட்டையால் நுழைகதவைத் திறத்தல் › மின்படிகள் › மெட்ரோ › மின்படிகள் › இலக்கமுறை அட்டையால் நுழைகதவைத் திறத்தல் › நடை › மின்தூக்கி › வீடு.

நிதமும் இந்தச் சுழற்சி நியதிதான் அவள் வாழ்க்கை என்றாகிவிட்டது இப்போது சில ஆண்டுகளாக.

எப்போது அவள் முடியவில்லையே என்று அலறப் போகிறாள்? எது அவளை இந்தச் சுழற்சியில் தள்ளியது? கணிக்க முடியவில்லை. ஆனால் அது நேர்ந்தது. அதன்பின் இருப்பது அவள் விடாது எட்டிப்பார்த்துக்கொண்டிருக்கும்

அடியில் நீர் முற்றிலும் கருமையாகத் தெரியும் ஆழ் கிணறு என்று தோன்றியது. எங்கிருந்து அந்தக் கருங்கிணறு தோன்றியது என்று தெரியவில்லை.

பல சாவுகளிலிருந்து விடுபட்டிருக்கும் இழை அவள். அந்த இழை அந்தச் சாவுகளை இழுத்தபடியே நாட்களைக் கடத்தியது. கேள்விகள் கேட்டது. ஏன் சாவு? ஏன் பிறப்பு? எட்டிப்பார்த்துக் கொண்டிருக்கும் கருங்கிணற்றிலிருந்து பதில்கள் வரவேண்டும்.

எல்லாவற்றுக்குமான பதில்கள் இந்த உலகிலேயேதானா? இல்லை பார்வையும் மொழியும் அறிவும் மனமும் எட்டாத வேறு உலகத்திலா? குளத்துக்குள் இருக்கும் மீன் பற்றி ஒரு பேட்டியில் இயற்பியலாளர் மிசியோ காகு கூறியது நினைவுக்கு வந்தது. "குளத்துக்குள் நீந்திக்கொண்டிருக்கும் கரி மீன் எல்லாப் பதில்களும் குளத்துக்குள்ளேயேதான் இருக்கும் என்று நினைக்கும். ஆனால் அந்தக் குளத்துக்குள் வேறு மாதிரி ஒரு மீன் இருந்தால் – அது இயற்பியலாளர் மீன் என்று வைத்துக்கொள்ளலாம் – அது மேலே இருக்கும் நீர்க்குமிழிகளைப் பார்க்கும். அவை வேறு பரிமாணங்களோ என்று யோசிக்கும்."

அவள் கேள்விக்கு எதிர்காலத்தில் பதில் இருக்கலாம். இதையெல்லாம் கேட்கும் முதல் நபரும் அவள் இல்லை. புத்தரும் கேட்டிருக்கிறார். இன்னும் எத்தனையோ பேரும். பல ஆயிரம் வருஷங்களாக. மிசியோ காகுவை அச்யுத்துக்குத் தெரியுமா? கேட்க வேண்டும்.

அச்யுத்தின் மென் குரல் கேட்டது அறையின் கூரையின் ஒரு மூலையிலிருந்து.

"தெரியும். நான் இருக்கும் பதினோராம் பரிமாணம் பற்றியும் அவர் யூகிக்கிறார். இங்கே நாங்கள் அதைக் கேட்டு ரசிக்கிறோம்."

வந்ததுபோலவே மறைந்தது அவன் குரல்.

மீண்டும் கேள்விகளில் உழன்றது மனம்.

அவளுக்கு நன்றாக நினைவில் இருந்தது. தினம் அவள் அறையின் அலமாரியில் இரவு மட்டும் வந்தமரும் ஒரு பட்டாம்பூச்சி. கறுப்பும் மஞ்சளுமாய் நாகப்பழ மரத்தில் அமர்ந்து கீச்சிடும் ஒரு குருவி. ஒரு நாள் பட்டாம்பூச்சி தரையில் கிடந்தது அசையாமல். குருவி அவள் கண் முன்னாலேயே ஒரு நாள் சொத்தென்று விழுந்தது. பிறகு ஒரு முறை காரில் போகும்போது ஆட்டுக்குட்டி ஒன்றின் மேல் மோதி ஆட்டுக்குட்டி சத்தமே போடாமல் சாய்ந்தது. நான்கு வயது அப்போது. பாட்டியிடம் கேட்டாள்: பாட்டி, ஏன் எல்லாம் சாகிறது? பாட்டி

அணைத்துக்கொண்டாள். செத்த பின்னே அதெல்லாம் எங்கே போகிறது? பாட்டி இன்னும் இறுக அணைத்துக்கொண்டாள்.

பிறகு புரிந்துகொண்டாள். யதார்த்த வாழ்வில் நேரும் சாவுகள், போர்கள், பேரிடர்கள், இன ஒழிப்பு, கொலைகள், வன்முறைச் சாவுகள் இவற்றுக்கு நாம் உழலும் உலகத்துக்குள்ளேயே பதில் இருக்கும் நோய், முதுமை, யதேச்சாதிகாரம், அதிகாரம், மதவெறி, இன வெறி, பால் அதிகாரம் என்று. ஆனால் அடிப்படைக் கேள்வி அங்கேயே எஞ்சி இருந்தது பல கேள்வி முடிச்சுகளுடன். ஏன் பிறப்பு, ஏன் சாவு? எது பிறப்பு, எது சாவு? பிறப்பு எங்கு எப்படி முடிந்து சாவு? சாவு எங்கு எப்படி முடிந்து பிறப்பு?

தட்டில் இருந்த உணவு தீர்ந்துபோயிருந்தது. டி.வி.யில் வேறு ஏதோ ஓடிக்கொண்டிருந்தது. தொலை இயக்கியால் டி.வி.யை அணைத்தாள். எழுந்து தட்டைக் கழுவி வைத்து, வாய் கொப்பளித்து, இரவு உறங்குவதற்கான ஆடை அணிந்து கணினியின் முன் அமர்ந்தாள். அம்பலவாணர் நினைவு வந்தது. தம்பியின் பேராசிரியர். அறிவியல் கட்டுரைகள் எழுதுபவர். இரவு வெகு நேரம் கழித்துத்தான் உறங்கச் செல்வார். அவருக்குப் பேச நேரம் இருக்குமா என்றறிய வாட்ஸப்பில் சிறு சேதியை அனுப்பினாள்: சார், நேரம் இருக்குமா பேச? உடனே பதில் அனுப்பினார்: நிச்சயமாக மதுரா. என்ன விஷயம்?

–பல பரிமாணங்கள் பற்றி எழுதியபோது 11ம் பரிமாணம் பற்றிச் சொன்னீர்களே? அங்கே இருப்பவர்களின் ஆற்றலும் அறிவும் அதிகமாக இருக்குமா? இது பற்றி படிச்சிருக்கேன். சும்மா உங்ககிட்ட கேட்கவேண்டும் என்று தோன்றியது.

–ஆமாம். உங்களுக்குத் தெரியுமே? ஒவ்வொரு பரிமாணத்தில் வசிப்பவர்களுக்கும் படி படியாக சக்திகளும் ஆற்றல்களும் அதிகரித்துக்கொண்டு போகும். அத்துடன் இதை இப்படியே நீங்கள் பார்க்கலாம். இரண்டு பரிமாணங்களில் இயங்குமென்று எடுக்கக்கூடிய எறும்புக்கு உள்ள சக்தியுடன் ஒப்பிடும்போது, மூன்று பரிமாணப் பறவைக்கான சக்தியும் ஆற்றல்களும் வேறு வேறானவை; அதிகமானவை. நான்காம் பரிமாணத்தில் வாழும் ஓர் உயிரினம் மனிதனை விஞ்சிய ஒன்றாகத்தான் இருக்கும். அது மனிதன்போன்ற வடிவில் இருப்பதற்கும் சாத்தியம் உண்டு. ஆனால் மனிதனைவிட அதிக மாறுபட்ட ஆற்றல்கள் அதற்கு இருக்கும். இப்படிப் படி படியாக 11ம் பரிமாணத்தில் அதியுயர் ஆற்றலுள்ள உயிரினம் வாழலாம். அது நினைத்த இடத்திலிருந்து மறைந்து இன்னுமொரு இடத்தில் தோன்றலாம். ஒருவருடன் எண்ண அலைகளால் தொடர்பு கொள்ளும்

ஒன்றாக இருக்கலாம். குவாண்டம் நிலையில் பார்ட்டிகள்களுக்கு என்ன தன்மை உள்ளனவோ அந்த உயிரினத்துக்கு இருக்கலாம். இதன்படி பார்த்தால் பிறப்பு இறப்பு என்பதும் அங்கு வேறாக இருக்கும். வாழ்க்கையும் வாழும் காலங்களும் வேறானவை. கடவுளுக்கு இறப்பில்லை என்பதுபோல் அவர்களுக்கும் இருக்கலாம். இதைப் பற்றி எல்லாம் ரொம்ப சுவாரசியமாக எல்லோருக்கும் புரியும்படியாக நிறைய எழுதிப் பேசியிருக்காரே உங்களுக்குப் பிடித்த மிசியோ காகு?

–ஆமாம். மிசியோ காகுவை இப்பத்தான் நினைச்சேன்.

–என்ன ஆயிற்று? இரவில் திடீரென்று 11ம் பரிமாணம் பற்றிக் கேட்கறீங்களே மதுரா?

–சொன்னால் நம்ப மாட்டீர்கள்.

–நான் ஓர் இயற்பியலாளன். எல்லாவித ஆச்சரியங்களுக்கும் தயாராக இருப்பவன். ஹஹ்ஹா!

–பிறகு எப்போதாவது சொல்கிறேன். குட் நைட்.

–குட் நைட்.

அவள் தோளின் மேல் தண்மையான மென் காற்று வீசுவது போல் தோன்றியது. கழுத்தை வலதுபுறம் சாய்த்து அந்தத் தண்மையில் கன்னத்தைப் பதித்தாள்.

❍ ❍ ❍

அந்த நினைவுகள் நீங்க மறுத்தன. அப்பாவும் அம்மாவும் தம்பியும் சென்ற கார் விபத்தில் தடம் புரண்டுத் தலைகீழாய் உருண்டு நின்றது. அம்மா காரின் கண்ணாடியைத் தட்டியபடி கை கூப்பி காப்பாற்றுங்கள் என்று ஒலியில்லாமல் வாயசைக்கிறாள். ஒருவர் அதைக் கைபேசியில் பதிவு செய்திருந்தார். அம்மா கண்ணாடி யைத் தட்டுவதும் கைகூப்புவதும் பிறகு மெல்லச் சாய்வதும். எப்படி அவரால் முடிந்தது? அவர் சொல்லியிருந்தார் எங்கோ. ஏதோ பத்திரிகையில். “அந்த நிலைமையில் எதுவும் செய்திருக்க முடியாது அதைப் பதிவு செய்வதைத் தவிர” என்று. டி.வி.யில் அதை மீண்டும் மீண்டும் காட்டினார்கள்.

சாவு நேர்வதை அவள் பார்த்தாள். அது ஒலியில்லாமல் வரும் கத்தியாய் வந்து சாய்ப்பது. அம்மாவை அறியாதவர்களுக்கு அது ஓர் ஒலியில்லாக் காட்சிக் கவிதை.

பாட்டிக்கு நேர்ந்தபோது அவள் இன்னும் குழந்தைத்தனம் முற்றிலும் அகலாத பதின்பருவத்தினள். அவளைத் தனக்கு வெகு அருகே இருத்திக்கொண்டாள் பாட்டி. “பாட்டீ… பாட்டீ… நீ

போயிடுவியா?" என்று அழுதாள். மிகவும் பலகீனமான குரலில், "எங்கே போகறது?" என்று கேட்டு அப்போதும் சிரித்தாள் பாட்டி. மெல்ல மெல்ல உணர்விழக்கும்போது "வெள்ளையா மெத்து மெத்துன்னு ஒரு போர்வை..." என்று முணுமுணுத்தாள்.

தம்பியுடன் பேசியபோது பலமுறை சாவு குறித்துப் பேசியிருக்கிறார்கள். சொல்வான். இறப்பவர்கள் இறப்பதில்லை; ஒரு சமாந்திர, கண்ணாடிப் பிரதிபலிப்பான பிரபஞ்சத்தில் வேறு வகையில் வாழ்கிறார்கள் என்று. அதை எப்படி எட்டுவது? வாழ்வது என்பது என்ன அப்படியானால்? இறந்தபின் எப்படி வாழ்வது?

தம்பி ஒருமுறை கூறியது நினைவுக்கு வந்தது. தன் தந்தையை இழந்த ஒரு பெண், மருத்துவரான தன் நாஸ்திக நண்பனுக்கு எழுதிய கடிதமும் அவர் பதிலும். அவள் கடவுளில் ஆழமான நம்பிக்கை வைத்திருப்பவள். அருமைத் தந்தையை இழந்தபின் தன் நண்பனுக்கு எழுதுகிறாள். அதற்குப் பதிலும் வருகிறது. உடனடியாக ஆறுதல் கூறி பதில் கடிதத்தை எழுதிவிட்டாலும் அலி ரிஸ்வி என்ற அந்த மருத்துவர் அதைப் பலமுறை திருத்திப் பின் பதிவிட்டார். அது நினைவுக்கு வந்ததும் கணினியைத் திறந்து சேமித்து வைத்திருந்த அந்தக் கோப்பைத் திறந்தாள் மீண்டும் அந்தக் கடிதத்தையும் அவர் நீண்ட பதிலையும் படிக்க.

அவர் இறந்து புதைத்தாகிவிட்டது. அவர் ஒரு நல்ல இடத்தில் இருக்கிறார் என்பது மனத்துக்கு ஆறுதலாக இருக்கிறது. நாம் வெறும் எருவாகிவிடுகிறோமா? அத்துடன் கதை முடிந்ததா? உன் நம்பிக்கைகளை, அவை ஏன் எங்கிருந்து வந்தன என்பதை நான் கேள்விக்குட்படுத்தவில்லை. அடுத்த கட்டம் என்ன என்று நீ நினைக்கிறாய் என்று கேட்கிறேன். அது வெறும் எருவாக மாறுவது என்றால் சுவாரசியமாக இருக்கப் பொய்யாவது சொல்...

அலி ரிஸ்வியின் பதில்:

நாம் பூமியில் வாழ்ந்துகொண்டே இருக்கிறோம் என்று எனக்குத் தெரியும். இது எருவாக மாறும் உன் கருத்தை வேறு மாதிரி சொல்ல முனைவதுதான்...

சக்தி பாதுகாப்பு விதிப்படி சக்தி உருவாவதுமில்லை அழிவதும் இல்லை; ஆனால் ஒன்றிலிருந்து இன்னொன்றாக உருமாற்றம் அடைகிறது அல்லது ஒரு பொருளிலிருந்து இன்னொரு பொருளுக்கு மாற்றப்படுகிறது. உன்னையும் என்னையும் எல்லாப்

பருப்பொருளையும் உருவாக்கும் உப அணுத்துகள்கள் காலத்தின் வெளியேயும் இருக்கும்; பல பரிமாணங்களில் பயணிக்கும் சக்தி பாதுகாப்பு விதியைத் தற்காலிகமாக எப்போதாவது மீறித் திடீரென்று வந்து திடீரென்று போகவும் செய்யலாம். நாம் பல பிரபஞ்சங்களின் ஓர் அங்கம் என்பதும் பல பிரபஞ்சங்களில் ஒரே சமயத்தில் இருக்க முடியும் என்பதும் எனக்குத் தெரியும். ஒன்றுமே இல்லாத வெறுமை கூட ஏதோவொன்று என்றும் எனக்குத் தெரியும் . . .

தங்கள் மரணத்தை எதிர்கொள்ளத்தான் மனிதர்கள் மதத்தை உருவாக்கினார்கள் என்பார்கள். தீர்க்கவே முடியாத இந்த வாழ்வு–சாவு மோதலிலிருந்து எழுந்த இந்தத் தற்காப்பு முறை மனிதர்களுக்கே உரித்த ஒன்று. தங்களைப் பாதுகாத்துக்கொள்ள இயல்பாக எழும் உணர்வினால் யாராவது மிதிக்கும் முன் ஓடும் பூச்சிகளின் உணர்வைப்போல்தான் இதுவும். ஆனால் அதே சமயம் மனிதர்களுக்கு உள்ள அதிக ஆற்றல் உள்ள மத்திய நரம்பு மண்டலத்தால் நாம் எல்லோரும் ஒரு நாள் சாவோம் என்பதையும் கிரகிக்க முடிகிறது. இது அவ்வளவு எளிதாகக் கையாளக்கூடிய புதிர் இல்லை; கடவுள் நம்பிக்கை என்பதைப் புரிந்துகொள்ள முடியாவிட்டாலும் என்னால் கடவுள் நம்பிக்கையாளர்கள் ஏன் இருக்கிறார்கள் என்பதைப் புரிந்துகொள்ள முடிகிறது,

கடவுளையோ கடவுள்களையோ நம்பினாலும் அவரை நெருங்க ஒரு மேசியாவையோ பல்லாயிரம் ஆண்டுகளுக்கு முன் எழுதிய ஒரு புத்தகத்தையோ ஏன் அணுகவேண்டும்? உன்னைச் சுற்றியுள்ள படைப்பை ஏன் படிக்க முயலக்கூடாது? இந்தப் படைப்பின் "இயற்கை", இதைப் படிப்பதுதான் அறிவியல். அறிவியலின் மொழி ஹீப்ரு மொழியோ, அராமிய மொழியோ அராபிய மொழியோ இல்லை. அது கணிதத்தின் மொழி. அது நீ இஸ்ரேலில் இருந்தாலும் அதன் கிழக்குப் பகுதியில் உள்ள மேற்குக் கரையில் இருந்தாலும் நிலவில் இருந்தாலும் மாறாமல் இருக்கும் மொழி. ஆதாரங்களே இல்லாத கடவுள் நம்பிக்கையைச் சார்ந்து ஏன் இருக்கவேண்டும் ஆதாரங்கள் அதை விட மலைப்புத் தருபவையாக இருக்கும்போது? என்னைப் பொறுத்தவரை உண்மையான கேள்விகளில்தான் அழகு இருக்கிறது; தவறான பதில்களில் அல்ல.

அடுத்த கட்டம் என்னவென்று கேட்டாய்.

அந்தப் பக்கத்திலிருந்து யாரும் இதுவரை அறிக்கை அனுப்பியதில்லை; வாழும் நாமும் அந்தப் பக்கம் போனதில்லை. நம் சாவுக்குப் பின் வாழ்வு (வாழ்வு என்று நாம் கருதுவது) இருக்கிறது என்பதற்குத் தகுந்த ஆதாரமும் இல்லை. என்னைப் பொறுத்தவரை நான் உண்மையாக இருக்க வேண்டும் என்று நினைக்கும் ஒன்றில் நம்புவது ஆறுதலை அளிக்கலாம் ஆனால் அது அதை உண்மையாக்குவதில்லை. எதை நான் உண்மையென்று அறிகிறேனோ அதில் நம்புவது எனக்கு ஆறுதலை அளிக்கிறது. எனக்குத் தெரியாத வற்றை இயற்கையை மீறிய யூகங்களிலும் கரிமச் சுழற்சியையோ உன் தந்தை உயிருடன் மூச்சை விட்டுக்கொண்டிருக்கும் தன் பெண்ணான உனக்குத் தந்த இனக்கீற்று அமிலத்தின் மூலக் கூறையோ மனிதர்கள் அறியாத காலத்தில் எழுதிய கற்பனைப் பதில்களிலும் காணாமல் எனக்குத் தெரியாது என்று சொல்வதையே நான் விரும்புகிறேன்.

என்னிடம் பதில்கள் இல்லையென்றால் சுவாரசியத்தைக் கூட்டுவதற்குப் பொய் சொல்ல வேண்டும் என்றாய். ஆனால் பொய் சொல்லாமல் இருப்பதைத்தான் நான் மிகவும் சுவாரசியமான ஒன்றாக நினைக்கிறேன். அதனால்தான் நான் நாஸ்திகனாய் இருக்கிறேன்.

தெரியாது என்பதை ஒப்புக்கொள்வது விநயத்தை யூட்டுவது. இந்த மாபெரும் பிரபஞ்சத்தில் விரையும் வாசிகளாக இருக்கும் நாம் இதை விடப் பெரிய ஒன்றின் அங்கம் என்பதை நமக்கு நினைவூட்டுவது. மனிதர்களாக எதையும் அறிய முயற்சிக்கும் தன்மைக்கு, இருத்தலைப் பற்றி யோசிப்பதற்கு, நமக்கு அறிவூட்டிக் கொள்வதற்கு, மனிதர்களாயும் உயிரிகளாயும் வளர்ந்து முதிர்ச்சியடைவதற்கு இதுதான் அஸ்திவாரமாகிறது.

இதை இழப்பது பௌதிக ரீதியில் இறப்பதை விட மோசமான இறப்பு . . . .

தெரியாது.

கண் அங்கே போக முடியாது. மொழியும் அங்கு செல்லாது. மனமும் அதை அறியாது. அதைத் துல்லியமாகப் பயில்விப்பது கடினம். நாம் அறிந்தவைகளிலிருந்து அது முற்றிலும் வேறானது. அறியாதவைகளைவிட மேலானது என்று முன்னோர்களால்

140 அம்பை

சொல்லப்படுகிறது. அதனை விளங்கக் காட்டுபவர் யாரும் இருந்ததில்லை.

தலை தெறித்துவிடும்போல் இருந்தது.

அச்யுத்தின் குரல் செவியில் ஒலித்தது.

"மதுரா ..."

தென்றலாய் வருடல் முதுகில் மீண்டும்.

"உன் பரிமாணத்தில் சாவு உண்டா அச்யுத்?" வெறும் ஒலியாய் இருப்பவனிடம் பேசிக்கொண்டிருந்தாள்.

"நாங்கள் வேறு வேறு வடிவங்கள்ல மாறிட்டே இருக்கோம்."

"இயற்பியலாளர்களும் அதைத்தான் சொல்றாங்க. சில சமயம் அது உடல் சாகிறது; ஆத்மா சாவதில்லை என்கிற பகவத் கீதை தத்துவமோன்னு தோணுது. பிரக்ஞை உடல்ல எங்கே இருக்கு, மூளையிலா வேறு இடத்திலா என்கிற கேள்வி வந்துட்டே இருக்கு, இல்லையா? அது பத்தின அறிவியல் ஆராய்ச்சி எனக்கு ரொம்ப சுவாரசியமா இருக்கு."

"மதுரா, இப்படியே இந்த அறையில இப்படி யோசிச்சுட்டுத் தான் இருக்கப் போறியா? அது சரி. எனக்கு ஒரு தமிழ்ப் பெயர் கண்டுபிடிக்கறதா சொன்னாயே?"

உற்சாகமானாள்.

"கண்டுபிடிச்சிட்டோம். நானும் என் கவிஞர் நண்பர் ஒருவருமா."

"என்ன பெயர்?"

"ஒட்டாகம்."

"ஐயோ!" அவன் சிரிப்பது கேட்டது.

"ஏன்? அது சைபோர்குக்கு இன்னொரு பெயர்தான். வேற்று கிரகவாசிகளுக்கு ஈ. டி. மாதிரி."

"சரிதான். ஒட்டாகம் ... ஒட்டாகம் ..."

"அச்யுத், ஒண்ணு கேட்கலாமா?"

"கேளேன்."

"நீ ஏன் என்னோட தொடர்பு வெச்சுக்கிட்டே?"

"ஏதோ வகையில நீயும் நானும் ஒரே அலைவரிசையில ஒரே கோட்டுல இணைஞ்சிருக்கோம். இதை எத்தனை தடவை சொல்வது?"

நீண்ட மௌனம் கவிந்தது.

ஏதோ அறிவியல் பாடம் எடுப்பதுபோல் பேசிவிட்டு அச்யுத் போய்விட்டான் போலும்.

ஆனால் அவளுக்குத் தெரியும். எல்லாவித ஆரம்பங்களும் மிகவும் சுலபமாக, எதிர்பாராமல் நேர்வதுதான். கோட்பாடுகள் சமன்பாடுகள் எல்லாமே நாம் எதிர்பார்க்காத ஒரு தருணத்தில் தான் நேர்கின்றன. ஆப்பிள் விழுவதுபோல். கனவில் பாம்பு மோதிர வளையமாய் தன் வாலையே விழுங்குவதைப் பார்த்து அதிலிருந்து பென்ஸீன் கரிமம் சேர்மத்தின் மூலக்கூறு ஆகஸ்ட் கெகுலேக்கு புரிந்ததுபோல். அணு அமைப்பைச் சூரியன் மேல் உட்கார்ந்து இழைகளால் கட்டப்பட்ட கிரகங்கள் அதைச் சுத்துவதுபோல் நீல்ஸ் போர் கனவு கண்டு அதிலிருந்து அணு அமைப்பைப் புரிந்துகொண்டதுபோல்.

அச்யுத்துடன் உறவும் அப்படிப்பட்ட ஆரம்பமாக இருக்கலாம். அது அவளை இதுவரை எட்டாத எல்லைகளுக்கு இட்டுப்போகலாம். எல்லையைத் தாண்டியும் போகலாம். சில கேள்வியின் முடிச்சுகள் கழலலாம். ஒரு வேளை ஏதோ ஓர் அண்ட வெளியில் தம்பி அவளிடம் பேசலாம். பாட்டியின் கை அவள் தலையை வருடலாம்.

அச்யுத்தை மிகவும் நெருக்கமாக உணர்ந்தாள். பல்லாண்டுகள் அவனுடன் தொடர்பு இருந்ததுபோல் தோன்றியது. அவனைத் தொடவேண்டும்போல் இருந்தது. மீமனிதன் தன் தோழியை விண்வெளியில் அணைத்துக்கொண்டு பறப்பதுபோல் அச்யுத் செய்யக்கூடாதா என்று சிறுபெண்போல் நினைத்தாள். நினைத்ததும் சிரித்தாள். இவ்வளவுதானா அவள் எதிர்பார்ப்பு? இல்லை, அவள் எதிர்பார்ப்பது வழக்கமான காதல் இல்லை. அவன் வேறு பரிமாணத்தவன் என்பது அவள் அறிவியல் ஆர்வத்தைத் தூண்டினாலும் அது மட்டுமே அல்ல ஒரு வகையில் என்று தோன்றியது. அது காதலா என்பதுகூடத் தெரியவில்லை. யார் கையிலும் முழுவதும் சிக்காத, யாராலும் பிணைத்துவைக்க முடியாமல் அவள் இருக்கும் ஓர் உறவு. தன் தட முலைகள் உன்னித்து எழுவது மானிடர்களுக்கு இல்லை “ஊனிடை ஆழி சங்கு உத்தமர்க்கு” என்று சொல்லும் ஆண்டாள் காதல் வேறு. அவளைப்போல் ஆட்கொள்ளப்படுவதை அவள் விரும்பவில்லை. ஆனால் அவன் தன் வாழ்வில் வெறும் ஒலியாய், சில சமயம் ஒளிரும் கண்களாய், கண்ணாடியில் படியும் புகையாய், கணினித் திரையின் கடலலையிலிருந்து அலைபோல் எழுபவனாய், ஆமை மூலம் பேசுபவனாய் இருப்பது பிடித்தது. அந்த உறவு ஓர் அறிவியல் அதிசயமாகலாம். பல பரிமாணங்களைத் துளைத்துச்

செல்லும் ஓர் அம்பாகலாம். பெண்-ஆண் உறவில் இருக்கும் அதிகாரப் படிநிலையை மாற்றும் ஒன்றாகவும் இருக்கலாம்.

ஒட்டாக மனிதன் எப்படி இருப்பான். எப்படிக் காதல் புரிவான்? புணர்ச்சி எப்படி அமையும்? அதில் அவள் புணரப்படுபவளாகத்தான் இருப்பாளா? அப்படியானால் அதை எப்படி அவள் மாற்றி இந்த இரு வேறு பரிமாண உறவு நிலையைத் தடம் திருப்ப முடியும்?

O O O

அவள் எதிர்பாராத ஒரு தருணத்தில் அவள் இச்சை நிறைவேறியது. சற்றும் எதிர்பாராத முடிவுடன்.

ஒரு மாலை அச்யுத் அவள் மேசை விளக்கின் ஒளியில் வந்தான். அவள் விளக்கைப் போட்டதும் அது அதீதமாகப் பிரகாசமாகியது. பல்பை மாற்றுவதா என்று யோசித்தபோது, "மதுரா" என்றது அவன் குரல். புல்லாங்குழலில் ஊதும் மூச்சுக் காற்றாய் வந்த குரல். அவனோடு பேசிக்கொண்டிருந்தபோது வீட்டு வேலை செய்ய வரும் மினி வேலை செய்தபடி அவளைச் சற்று வியப்புடன் பார்த்தாள். அன்று அவன் அதிக நேரம் இருந்தபோது கேட்டாள்: அச்யுத், ஒட்டாகமான ஒருவனோ ஒருத்தியோ காதலிக்க முடியுமா?

"காதல் இல்லாத ஜீவன்கள் உண்டா என்ன?"

அவள் மௌனமாக இருந்தாள்.

"மதுரா, ஒரு ஒட்டாகத்தை உன்னால் காதலிக்க முடியுமா?"

உடலைச் சுற்றி புகைபோல் கோடு ஓட அவன் எதிரில் இருந்தான். கணினித் திரையில் அல்ல. குரலாகவும் அல்ல. உருவமாய். மெல்லத் தொட்டாள். பஞ்சினுள் கைவைப்பதுபோல் இருந்தது. இன்னும் அழுத்தியபோது இறுகியும் தளர்ந்தும் இருந்தது. காற்றில் அலையும் இலை போலவும் இறுகிய கல்லாகவும் கூர் முனையுடைய அம்பாகவும் அவன் குறியை உணரமுடிந்தது. அவன் தொடுகை மென் தென்றலாகவும் சீறும் காற்றாகவும் இருந்தது. அந்தக் கலவியில் படுத்தபடி இருக்கிறாளா பயணப்படுகிறாளா என்று தெரியவில்லை. பல வெளிகளை அவள் கடப்பதுபோல் தோன்றியது. மலைகளையும் பள்ளத்தாக்குகளையும் நதிகளையும் வனங்களையும் பாலைவனங்களையும் கடந்து அலைகள் வீசும் கடலை எட்டுவதை உணர முடிந்தது. அவள் கவிழ்ந்து அவன் என்று அவள் உணர்வதின் மேல் கவிந்தபோது சில சமயம் அவனை ஒரு சிங்கமாக உணர்ந்தாள். சில சமயம் உறுத்தும் தகடுகளாய். சில சமயம் வழுக்கும் பாம்பாக. ஒரு கணம் வெறும்

புயல் காற்றாய். நீர்வீழ்ச்சியில் நனையும் புல்லரிப்பாய் ஒரு கணம். அந்தக் கலவி முடிவில்லாமல் நீள்வதுபோல் பட்டது.

எப்போது அவள் உறங்கினாள் என்று நினைவில்லை. ஏதோ ஒன்று அவளை எழுப்பியது. கண்ணைத் திறக்க முடிந்ததே ஒழிய எழ முடியவில்லை. காலை அசைத்தபோது ஏதோ தட்டுப்பட்டது. அவள் யோனியிலிருந்து நீண்ட தொப்புள்கொடியைப் பிடித்துக் கொண்டு ஆலிலைக் கண்ணன்போல் ஒரு மகவு கிடந்தது. அவள் கண் விழித்ததுமே தொப்புள்கொடி அறுந்து மற்றக் கழிவுகள் வெளியேறி மறைந்தும் போயிற்று. மகவைப் பார்த்தாள். கரிய கண்களால் அவளைப் பார்த்தது.

“மதுரா ...”

அச்யுத்தின் குரல் கேட்டது அறையில் எதிரொலியாய்.

அவள் பதில் பேசவில்லை. கோபத்தில் இருந்தாள்.

எந்தப் பரிமாணத்தில் இருந்தாலும் ஆண்கள் ஆண்கள்தாம் போலும். ஸைபோர்குகள் கூட விதிவிலக்கில்லை. ஒரு பெண் முழுமையடைவது தாயானால்தான். அதுவும் ஆண் குழந்தைக்குத் தாயானால்தான். எல்லாத் தெய்விகப் பெண்களும் பிரசவிப்பது ஆண் குழந்தைகளைத்தான்.

அவள் தனியாக இருக்கிறாள். குடும்பமே மறைந்துபோய்விட்ட பாதிப்பில் இருக்கிறாள். ஆண் மகவு ஒன்றுதான் எல்லா இழப்பையும் ஈடுகட்டும், சாவையும் வாழ்வையும் பிரபஞ்சத்தின் ரகசியங்களையும் அறிய முயலும் கேள்விகளுக்குப் பதிலாகும் என்று நினைத்தானா இந்தப் பதினோராம் பரிமாணத்துக் காதலன்?

அச்சுதன் குரல் எதிரொலியாய் மீண்டும் வந்தது.

“மதுரா ...”

மதுரா சினந்தாள்.

“பிரபஞ்சம் என்கிற சிங்கம் தன் வாலைத்தான் நமக்குக் காட்டுது. அந்த வாலோட சிங்கம் ஒட்டிட்டு இருக்குன்னு தெரியும். முழு உடலையும் நாம் இன்னும் பார்க்கலைன்னுட்டு ஐன்ஸ்டைன் சொன்னதாக ஒரு கட்டுரையில படிச்சிருக்கேன். அந்தச் சிங்கத்தைத்தான் உன் காதலியா உன்னோட சேர்ந்து தேடலாம்னுட்டு நினைச்சேன். ஆனால் நீ பூமியிலேயே என்னை அழுத்திட்ட. தனியா வாழற ஒரு பொண்ணு ஒரு குழந்தையை எப்படி வளர்க்க முடியும்? என்ன விளக்கம் தர முடியும்

எல்லாருக்கும்னு நீ நினைக்கவேயில்லை. ஒரு மூங்கில் பெட்டியில போட்டு எந்த நதியில விடமுடியும் போலீஸ் கண்ணுல படாம? காலம் காலமா இதையே பண்ணிட்டிருக்கீங்க எல்லாரும்…”

“இல்லை மதுரா” அவன் எதிரொலிக்குரல் சற்று அடங்கி வந்தது. “அப்படி இல்லை. எங்கள் பரிமாணத்துல குழந்தை உருவாக ரெண்டுபேர் இணைய வேண்டிய அவசியம் இல்லை. அது பெண்ணே உருவாக்க வேண்டிய அவசியமும் இல்லை. அது ஒரு கைப்பிடி மணல், ஒரு கைவீச்சு எதிலிருந்தும் தோணலாம். இணைய விரும்பறவங்க இணையலாம். ஆண் தற்காலிகமா தன் உடல்ல ஒரு கருப்பையை உருவாக்கித் தாயாகும் அனுபவம் பெறலாம். எல்லாம் இங்கே சாத்தியம்தான். ஆனால் உன் காலக்கோட்டுல இருந்ததால ஒரு வேளை ஏதோ ஒரு ஆசையோட எச்சம் என் கிட்ட இருந்திருக்கலாம். நான் இப்போ நினைச்சால் இந்தக் குழந்தையை இல்லாமல் செய்துடலாம். ஆனால் உனக்குத் தெரியுமா, ஒரு மூணாம் பரிமாணத்துப் பெண்ணை நான் காதலிச்சு, அவளோட இணைஞ்ச பிறகு வர ஒரு குழந்தை என் பாக்கியம். எனக்குக் குழந்தைகள் பிடிக்கும். ரொம்பப் பிடிக்கும். இவன் என் குழந்தையும் இல்லையா?”

குழந்தையின் உடலைச் சுற்றி மெல்ல ஒரு புகை வட்டம் படர்ந்தது. அது எழும்பிப் பின் மறைந்தது மெல்ல ஒலித்த அழுகையோடு.

“மதுரா, இவன் என் பரிமாணத்துல என்னோட இருக்கட்டும்.”

“அப்படீன்னா இதுதான் முடிவா?”

“இல்லை, இது புது மாதிரி ஆரம்பம். இதை யார் கிட்டேயும் பேச வேண்டிய அவசியமில்லை. இது நம்ம ரகசியம்.”

❍ ❍ ❍

அந்த எதிர்பாராத அனுபவத்திலிருந்து மீள நேரம் ஆகியது. அன்று அலுவலகத்துக்குப் போகவில்லை. மீண்டும் படுத்துத் தூங்கினாள். ஒரு நீண்ட தூக்கம். விழித்ததும் கோப்பையில் தேநீருடன் அமர்ந்தபோது தோன்றியது எத்தகைய அபூர்வமான அனுபவம் அவளுடையது என்று. இதை அவள் இயற்பியலாளர்களிடம் பகிர்ந்தால் பிரபஞ்சப் புதிர்களில் ஒன்று விடுபடலாம். அறிவியலில் இது ஒரு திருப்புமுனையை ஏற்படுத்தலாம்.

கணினி முன் அமர்ந்து அதை இயக்கினாள். மிசியோ காகுவின் தொடர்பைத் தேடிக் கண்டுபிடித்தாள். அவருக்கு ஒரு நீண்ட கடிதம் எழுதினாள்:

அன்புள்ள பேராசிரியர் மிசியோ காகு,

இந்தியாவிலிருந்து ஒரு கடிதத்தை எதிர்பார்த்திருக்க மாட்டீர்கள். என் பெயர் மதுரா. கணினி பயன்பாட்டுத் துறையில் வேலை செய்கிறேன். அதிர்விழைக் கோட்பாடு பற்றியும் எம் கோட்பாடு பற்றியும் நீங்கள் செய்யும் ஆராய்ச்சி பற்றியும் எனக்குத் தெரியும். மிகவும் முக்கியமான இயற்பியலாளராக ஆகியிருக்கவேண்டிய மாதவன் என்றொரு தம்பி இருந்தான் எனக்கு. அவன் இப்போது இல்லை. ஒரு விபத்தில் இறந்துவிட்டான் சில ஆண்டுகளுக்கு முன்.

எனக்கு ஓர் அபூர்வமான அறிவியல் அனுபவம் ஏற்பட்டிருக்கிறது. நான் பதினோராம் பரிமாணத்தி லிருந்து வரும் ஒருவரைச் சந்தித்தேன் ....

இப்படித் தொடங்கி தொப்புள்கொடியில் தொங்கிய ஆண் மகவு வரை விரிவாக எழுதினாள். அச்யுத்திடம் கேட்க வேண்டிய கேள்விகளை அனுப்பினால் அவன் தரும் பதில்களால் இதுவரை இயற்பியலாளர்களுக்கு இருந்த ஆராய்ச்சி இடர்கள் அகலாம் என்று கூறி அவர் பதிலை எதிர்பார்ப்பதாக எழுதி முடித்து அனுப்பும் ஆணையை இட்டாள்.

பிறகு அனுபவ விவரங்கள் உள்ள பகுதியை மட்டும் எடுத்து அதை அம்பலவாணருக்கும் அனுப்பினாள். அம்பலவாணர் உடன் தொடர்புகொள்வார் என்று எதிர்பார்த்தாள்.

கணினிப் பயன்பாட்டுத் துறையில் உள்ள அவள் இயற்பியலில் ஒரு புரட்சி ஏற்படுவதற்குக் காரணமாக இருக்கப்போகிறாள்.

இரவு நிம்மதியாக உறங்கினாள். தூக்கத்தில் கண்கள் கிறங்கும் முன் அந்த ஆலிலைக் கண்ணன்போலிருந்த குண்டுக் குழந்தையை ஒரு முத்தமிட்டிருக்கலாமோ என்று தோன்றியது.

❍ ❍ ❍

அப்போதுதான் யாரோ அவருக்கு அனுப்பியிருந்த, எம் கோட்பாட்டை இடையிடையே புன்னகையுடன் ஆங்கிலத்தில் விளக்கும் இந்தியச் சாமியார் ஒருவரின் காணொளியைப் பார்த்து முடித்திருந்த மிசியோ காகு, மதுராவின் கடிதத்தைப் படித்துவிட்டு “இந்தியாவிலிருந்து இன்னொரு பைத்தியம்” என்று முணுமுணுத்தபடி கணினியின் குப்பைத் தொட்டியில் போட்டது மதுராவுக்குத் தெரியாது.

காலையில் அதிக நேரம் உறங்கிவிட்டாள். வாயில்மணி அடித்ததும்தான் விழிப்பு வந்தது. மினி வந்துவிட்டாள் போலும். முகத்தை அலம்பிக்கொண்டு கதவைத் திறந்ததும் ஆச்சரியப் பட்டுப்போனாள்.

அம்பலவாணர் வெள்ளைக் கோட்டு போட்டுக்கொண்டிருந்த சிலருடனும் வஸ்தாது போலிருந்த இருவருடனும் நின்றுகொண் டிருந்தார்.

"என்ன சார், காலை வேளைல?" என்றதும், சற்றுத் தள்ளி நின்றுகொண்டு, "ஒண்ணுமில்ல மதுரா. கொஞ்சம் ஓய்வு வேணும் உங்களுக்கு. கீழே ஆம்புலன்ஸ் வந்திருக்கு. நான் இருக்கேன். பயப்படாதீங்க" என்றார்.

மினியும் வந்து சேர்ந்துகொண்டாள்.

"தனக்குத்தானே பேசிப்பாங்க" என்று கூறினாள் குசுகுசுவென்று பேசும் குரலில்.

"ஓய்வா? எதுக்கு? என்ன சொல்றீங்க?"

வெள்ளைக் கோட்டு அணிந்து சற்று மூத்தவர் போலிருந்த ஒருவர் ஓர் இஞ்செக்ஷன் ஊசியை எடுத்தார் மெள்ள.

அச்யுத்தின் குரல் செவியில் ஒலித்தது.

"மதுரா, எல்லாத்தையும் செய்ய ஒரு காலம் உண்டு. காலத்துக்கு முன்னால் எதையும் செய்ய முடியாது. ஏன் அவசரப் பட்டாய்?"

"இயற்பியல் ஆராய்ச்சிக்கு உதவலாம்னு..."

"பாருங்க பேசறாங்க..." என்றாள் மினி.

இஞ்செக்ஷனை எடுத்துக்கொண்டு அந்த வெள்ளைக்கோட்டு நபர் சற்று முன்னால் வந்தபோது, அம்பலவாணர் இயற்பியலின் முதல் மந்திர கணத்தை எதிர்கொண்டார்.

மதுரா ஒரு புகை மூட்டத்தில் மறைந்துபோனாள்.

○ ○ ○

இரண்டு வெற்று நாற்காலிகள்

லூயிஸாவிடமிருந்து இரண்டு வரிக் கடிதம் மின்னஞ்சலில் வந்திருந்தது ஜெர்மனியிலிருந்து–நான் மும்பாய் வருகிறேன். உங்களை வந்து பார்ப்பேன். ஆங்கிலத்தில் எழுதியிருந்தாலும் 'யூ' என்ற சொல்லின் *'Y'* எழுத்தை முகப்பெழுத்தில் எழுதியிருந்தாள். மரியாதை தெரியாத மொழி ஆங்கிலம் என்பாள். ஜெர்மன் மொழி அப்படியில்லை. வயதில் பெரியவர்களை நாங்கள் 'ஸீ' *(Sie)* என்று பன்மையில் தான் அழைப்போம். இவளுக்கு ஜெர்மன் மொழி தெரியாது, ஆங்கிலத்தில்தான் இவளுக்கு எழுத வேண்டும் அதனால் இந்தப் புதுமுறையை லூயிஸா கண்டுபிடித்திருந்தாள். இவள் லூயிஸாவின் அம்மா எமிலியாவின் தோழி என்பதால் மட்டுமல்ல அவள் அப்பா நிகில் பட்டாசார்யாவின் வெகு நாள் சிநேகிதி என்பதாலும்.

முன்கதைச் சுருக்கம்:

அவள் சிநேகிதியா விரோதியா என்பதில் நிகிலுக்கு எப்போதும் சந்தேகம் உண்டு. இரண்டும் அவள் என்பான். அவனை மிகக் கடுமையாக விமர்சித்தவளும் அவள்தான். அவனைப் போதையிலிருந்தும் மதுவின் பிடியிலிருந்தும் வெளியே கொண்டுவர முயற்சித்ததும் அவள்தான். எழுபதுகளின் ஆரம்பத்தில் மும்பாயின் பரவத் தொடங்கிய ஹிப்பி கலாசாரத்தில் தன்னை முற்றிலும் ஈடுபடுத்திக்கொண்டவன் நிகில். எல்லாப் புனிதங்களையும் அதிகாரங்களையும் கேள்விக்குட்படுத்துவது அதன் நோக்கம் என்றான்.

அவளுடன் எல்ஃபின்ஸ்டன் கல்லூரியில் படித்தவன். அவள் இளங்கலைப் படிப்பின் கடைசி ஆண்டில் இருந்தபோது அவன் கல்லூரியில் சேர்ந்தான். பீட்டில்ஸ் பாடல்களையும் கறுப்பர்களின் 'ப்ளூஸ்' பாடல்களையும் கிடாருடன் அற்புதமாகப் பாடுவான். அப்போது பிரபலமாக இருந்த ஜான் லெனன் எழுதிய "நோவேர் மேன்" (எங்கும் செல்லாத மனிதன்) பாடல்தான் அவர்கள் தலைமுறையின் வகைமைப் பாடல் என்பான்.

அவன் அசலான எங்கும் செல்லாத மனிதன்
எங்கும் இல்லாத உலகில் அமர்ந்துகொண்டு
எங்கும் செல்லாத யாருக்காகவும் இல்லாத திட்டங்கள்
போடுபவன்

அவனுக்கு ஒரு நோக்கு கிடையாது
எங்கு செல்கிறோம் என்று தெரியாது
என்னைப் போலவும் உங்களைப்போலவும் இருக்கிறான்,
இல்லையா?

எங்கும் செல்லாத மனிதா, கொஞ்சம் கேள்
நீ எதை இழக்கிறாய் என்று உனக்குத் தெரியவில்லை
எங்கும் செல்லாதவனே, உலகம் உன் கட்டளைக்காகக்
காத்திருக்கிறது

அவனைவிடக் குருடன் கிடையாது
அவனுக்கு வேண்டியதை மட்டும் பார்ப்பவன்
எங்கும் செல்லாதவனே, என்னைப் பார்க்கவாவது முடிகிறதா
உனக்கு?

எங்கும் செல்லாதவனே, கவலைப்படாதே
பொறுமையாக இரு, அவசரப்படாதே
எல்லாவற்றையும் ஒதுக்கிவிடு
யாராவது வந்து கரம் நீட்டி உதவும் வரை

அந்தப் பாடலின் வரிகளை அவன் பாடும்போது கஞ்சா புகைத்தபடி கூடவே பாடி அழுத நாட்களுண்டு.

நிகில் சுருட்டையாய்த் தொங்கும் முடியைச் சணல் கயிற்றால் கட்டியிருப்பான். மாணவர்கள் எல்லோரும் கூடும் கொண்டாட்டங்களின்போது அவன் அணியும் பான்ட்டின் குறியை மூடும் பகுதியின் மேல் "என்னைச் சப்பு" என்று ஆங்கிலத்தில் எழுதியிருக்கும். "இது எதற்கு?" என்றால், "எதற்கா? உன்னை மாதிரி ஒழுக்கவாதிகளை அதிர்ச்சிக்குள்ளாகத்தான்" என்பான். "வாயைப் பிளக்கிறாய் பார். பத்திரம், பத்திரம். தாடை அப்படியே விழுந்துவிடப்போகிறது" என்று கிண்டல் செய்வான்.

கஞ்சா அடிக்கும் குழுவில் அவளும் இருந்தாள். சமூகத்தில் இருக்கும் அநியாயத்தை எதிர்க்கும் சின்னமாக கஞ்சா இருந்தது

சிவப்புக் கழுத்துடன் ஒரு பச்சைப் பறவை

அப்போது. அதிலிருந்து ஒரு வகையில் அவளை வெளியே கொண்டுவந்தது அம்மாதான் என்று தோன்றியது. அவள் பையிலிருந்த கஞ்சா பொட்டலத்தை பார்த்துவிட்டாள் ஒரு நாள். அவளிடம் கேட்டதும், "இதெல்லாம் உனக்குப் புரியாதும்மா" என்றாள். "ஏன் புரியாது? இது கஞ்சா. எத்தனையோ சாமியார்கள், ஏன் பாரதியார் கூட, கஞ்சா அடிச்சிருக்காங்க. இதுல என்ன புதுசு?" என்றாள் அம்மா.

"பின்ன எதிர்ப்பை எப்படிச் சொல்வதாம்?"

"எதை எதிர்க்கதுங்கறதை முதல்ல தீர்மானம் பண்ணு. அப்புறமா எப்படி எதிர்க்கறதுன்னுட்டு யோசி. சும்மா கஞ்சா குடிச்சா மயக்கம்தான் வரும். எதுவும் மாறாது. நீ வேணா தப்பிக்கலாம்."

சொல்லிவிட்டு அம்மா போய்விட்டாள். அப்பாவிடம் சொல்லவில்லை. வீட்டில் ஒரு சாமி படம் கிடையாது. அம்மாவோ அப்பாவோ பெரிதாகப் பூஜை செய்தும் அவள் பார்த்ததில்லை. ஆனால் மாலைகளில் ஓரடி வெங்கலக் குத்துவிளக்கொன்றை ஏற்றுவாள். பாடுவாள். அன்றும் பாடினாள். சிலப்பதிகாரத்தின் ஆய்ச்சியர் குரவையிலிருந்து "வடவரையை மத்தாக்கி" பகுதியைப் பாடினாள். ஹம்ஸாநந்தி ராகத்தில் ஆரம்பிக்கும் ராகமாலிகை. அதைப் பாடி முடித்ததும் புன்னகை செய்வதுபோல் ஒரு சிறு ஆலாபனை கமலாமனோகரி ராகத்தில் செய்துவிட்டு தீட்சிதரின் "கஞ்ச தளாயதாட்சி காமாட்சி கமலாமனோகரி திரிபுர சுந்தரி" என்று ஆரம்பித்தாள். அநுபல்லவிக்குப் பிறகு "ஸா ஸநிதபம கமபநிதபமக ஸா" என்ற சிட்டஸ்வரத்தை அவள் பாடுவதற்கு அவள் எப்போதும் காத்திருப்பாள். அப்படியே மனத்தைச் சுழற்றும் அது. அதில் சுழன்றுகொண்டிருக்கும்போதே சரணத்தைப் பாடிவிட்டு பெரியாழ்வாரின் "முடியொன்றி மூவுலகங்களும்" என்று ஆரம்பித்தாள் அன்று. கடைசி வரியில் "பாடிப் பற" என்று வரும்போது பறக்கும் உணர்வு தோன்றும். கஞ்சா அடிக்கும்போது சில சமயம் ஏதாவது இசையைக் கேட்டால் அது பல வண்ணப் புகையாய் வடிவெடுக்கும். சில காட்சிகளைப் பார்க்கும்போது அவற்றினின்றும் ஒலிகள் எழுவதுபோல் தோன்றும். ஒருமுறை "ஸ்லிங்"கென்று வீணையின் தாளத் தந்திகளை ஒருசேர மீட்டுவதுபோல் ஒலி அவளுக்குக் கேட்டது. அம்மா பாடும்போதும் அவள் கேட்கும் சில பாடகர்களைக் கேட்கும்போதும் அதே உணர்வு ஏற்பட்டது.

அன்று அம்மாவிடம் கேட்டாள்: "அம்மா, இசைதான் உனக்குப் போதையா?"

அவள் சிரித்தாள். "அது என்ன வஸ்துவா உபயோகிக்க? அது ஒரு பயணம் பொண்ணே" என்றாள்.

அவள் கஞ்சா பழக்கம் பற்றிப் பேசவில்லை அதன்பின். ஒரு கட்டத்தில் அவளுக்கே அலுத்துவிட்டது புகைத்துக்கொண்டு ஏதோ புல்லரிப்பைத் தேடுவது. அதில் போதை கட்டாயம் இருந்தது. சோகமும். ஆனால் இசையில் இருக்கும் உருக்கம் இருக்கவில்லை. கனிவும் இருக்கவில்லை. இசையிலிருந்து பிறக்கும் திண்மையும் திடமும் எதையும் எதிர்கொண்டு போராடும் வலிமையும் இருக்கவில்லை. அது திறப்பதுபோல் பல பாதைகளை இது திறக்கவில்லை. அது விலங்கிட்டது, விடுவிக்கவில்லை என்று தோன்றியது. அவள் கூறியது எதையும் நிகில் ஏற்கவில்லை. "நான்ஸென்ஸ்" என்பான் எதைக் கூறினாலும்.

பள்ளிப்பருவத்தை வெளியுறவுத் துறையிலிருந்த தந்தையின் வேலையால் வெளிநாட்டில் கழித்ததாலோ என்னவோ மூட நம்பிக்கைகளில் உழலும் பண்பற்ற நாடு இது என்ற ஓர் எண்ணம் அவனுக்கிருந்தது. பெங்காலிகளின் காளியையும் உணவைப் பொறுத்தவரை கடுகு எண்ணெயில் பொரித்த மீன்களையும் தவிர இந்தியக் கலாசாரத்தில் என்ன இருக்கிறது என்பான். ஒரு நாத்ர டாம் தேவாலயம் கட்டமுடியுமா? ஒரு ஷேக்ஸ்பியர் மாதிரி எழுதமுடியுமா என்பான். யாராவது, "ஏன், ரபீந்திரநாத் தாகூர் நோபல் பரிசு வாங்கினாரே, இந்தியர்தானே?" என்றால், "ஹே, நான் பெங்காலிகள் பற்றிப் பேசவில்லை. நாங்கள் இந்த நாட்டின் கலாசாரத் தூண்கள்" என்பான். திடீரென்று இருத்தலியம் பேசுவான். மார்க்சியம் பேசுவான். புரட்சி என்பான். "லட்கே லேங்கே பாகிஸ்தான்" (போரிட்டுப் பெறுவோம் பாகிஸ்தானை) என்று கத்துவான். பல விதமாய்ச் சிதறுண்டுப் போயிருந்தான். அதன்பின்தான் அவன் ஜெர்மனிக்கு மேற்படிப்புக்குப் போய் பல ஆண்டுகள் அங்கேயே இருந்து எமிலியாவைச் சந்தித்து அவனை விடக் கிட்டத்தட்ட இருபது வயது இளையவளான அவளை மணந்துகொண்டான். எமிலியாவின் முதல் திருமணம் விவாகரத்தில் முடிந்திருந்தது. லூயிஸா அப்போது பிறந்தவள்தான். அவளைப் பொறுத்தவரை நிகில்தான் அவள் அப்பா.

கிளைக் கதை:

ஹர் ஹர்மன் ஷ்னைடர் எம்மாவைத் திருமணம் புரிந்து கொண்டபோது இரண்டாம் உலகப்போர் முடிந்திருந்தது. ஜெர்மனி கிழக்கு மேற்கு என்று பிரிந்திருந்தது. எம்மா ஒரு தையல்காரி. அவன் இசைக் கலைஞன். வயலின் வாசிப்பவன். கிழக்கு ஜெர்மனியிலிருந்து மேற்கு ஜெர்மனிக்கு ஓட்டம்

துவங்கியிருந்தது. உயிரைப் பணயம் வைத்த ஓட்டம். சுரங்க வெடிகளில் இறந்தவர்கள், எல்லை வேலியில் சிக்கியவர்கள், சுடப்பட்டு இறந்தவர்கள், பால்டிக் கடலை நீந்திக் கடக்க முயன்றவர்கள், எல்பெ நதியைச் சுலபமாகக் கடக்கலாம் என்று நினைத்தவர்கள், பலூனில் போய் சாகசம் செய்தவர்கள், குழந்தை அழுது ஓசை எழுப்பக்கூடாது என்று அதிகத் தூக்க மருந்து கொடுத்து அதைச் சாகக்கொடுத்தவர்கள் என்று ஒரு நீள் கதை,

சிறு நிகழ்ச்சிகளில் வயலின் வாசிப்பதும் உடைகள் தைப்பதுமாய் எட்டு வருடங்கள் ஓடின. உருளைக்கிழங்கு சூப்பும் கல்போன்ற ரொட்டியும் எப்போதாவது வேறு வகை உணவும். 1961இல் பெர்லின் சுவர் எழுந்தபோது திருமணமாகி பத்து ஆண்டுகள் கழிந்திருந்தன.

1964இல் நண்பர் உதவியுடன் குளிரூட்டப்பட்ட இறைச்சி வண்டியில் பயணம். பதப்படுத்தப்பட்ட பன்றி இறைச்சியில் மறைக்கப்பட்டு, மூச்சுவிடப் பயந்து எல்லையைக் கடந்தபோதும் பயம். தானே பதப்படுத்தப்பட்ட இறைச்சி ஆகிவிட்ட உணர்வு. அருகில் இருபது எம்மாவா சில்லிடும் பன்றி மூக்கா என்று புரியாமல் தவிப்பு.

பின் வீதி வீதியாகப் போய் வயலின் வாசித்தும் உடைகள் தைத்தும் வாழ்க்கை. மெல்ல மெல்ல மாற்றங்கள். சாப்பாட்டு மேசையில் வெண்ணையும் பழக்கூழும் தடவிய மென்மையான ரொட்டி. இறைச்சி. சிறு கொண்டாட்ட தினங்களில் சூளை அடுப்பில் சுட்ட கேக். பிறகு 1973இல் எதிர்பாராமல் ஓர் அழகிய குழந்தை. எமிலியா.

எமிலியாவுக்குப் புல்லாங்குழல் பிடித்தது. ஆசையாக அதைக் கற்றுக்கொண்டாள். அப்பாவுக்கும் அவளுக்கும் உள்ள நீண்ட தலைமுறை இடைவெளியை இசை கடத்தியது. அவர் ஓர் அறையிலும் எமிலியா ஓர் அறையிலும் அவரவர் வாத்தியங்களை வாசித்தாலும், ஒரே பாட்டை ஒரே நேரத்தில் ஆரம்பிப்பது அவர்கள் உறவின் அதிசயம். அந்த அதிசயம் எப்போதும் உயிர்ப்புடன் இருந்தது.

குறுங்கதை:

மும்பாயை விட்டுச் சற்றுத் தள்ளி இருந்த புறநகர்ப் பகுதியில் நிகிலின் குடும்பத்துக்கு ஒரு மாந்தோப்பும் அதில் ஒரு பண்ணை வீடும் இருந்தது. அங்குதான் எமிலியாவையும் லூஸியாவையும் அவன் 1998இல் கூட்டிவந்தான். பண்ணையை மேற்பார்வை செய்யும் பொறுப்பை அவனுக்களித்தது குடும்பம். அவன் ஜெர்மனியில் என்ன படித்தான் என்று அவர்களுக்குத்

தெரியவில்லை. அவனுக்கும் நினைவில்லை. ஆனால் ஜெர்மன் அரசாங்கத்திலிருந்து உதவித் தொகை வந்தது. தினம் மாலை முன்னறையில் விஸ்கியும் சோடாவும் தனியாகவோ குடும்பத்துடனோ குடிக்கும் சடங்கு நடந்தது. கிடார் வாசிப்பான். பாடுவான். எமிலியா அங்கே ஜெர்மனியில் ஒரு பள்ளியில் இசை பயிற்றுவிக்கும் ஆசிரியராக இருந்தாள். இங்கே மாக்ஸ் முல்லர் பவனுடன் இணைந்து கலை நிகழ்ச்சிகளை நடத்தும் வேலையை ஏற்றுக்கொண்டாள்.

நிகிலுடன் அவளுக்கு அவன் ஜெர்மனி போனபின்னும் அவ்வப்போது தொடர்பு இருந்தது. அவள் அம்மாவின் இசை நிகழ்ச்சி ஒன்றை ஏற்பாடு செய்ய ஆசைப்பட்டு பிறகு அது எமிலியா மேற்கத்திய இசையைப் புல்லாங்குழலிலும் அம்மா கர்நாடக இசையையும் பாடும் இணைவு நிகழ்ச்சி ஒன்றில் முடிந்தது. அதன்பின் நெருங்கிய நட்பு ஏற்பட்டது.

மாமரங்களின் கீழே அமர்ந்து அவள் புல்லாங்குழல் இசைப்பதைக் கேட்பது ஒரு கனவின் நீட்சிபோல் அமைந்தது அடிக்கடி. மங்கிய மாலையில் பச்சை இலைகளும் மாம்பூக்களும் பூத்த மாந்தோப்பில் அதன் நறுமணம் பரவியபடி இருக்க எமிலியா தன் புல்லாங்குழலை அதன் உறையிலிருந்து எடுப்பாள். நிகில் பக்கம் பார்ப்பாள். அவன் முகம் மலரப் புன்னகைப் பான். குழலை வாயில் வைத்துச் சிறு ஓசை ஒன்றை முதலில் எழுப்பியதும் ஒரு குயில் கூவும் பதிலுக்கு. "அது என் அப்பாவின் பிரதிநிதி" என்பாள் எமிலியா.

மாந்தோப்பில் நிறைய மாம்பழங்கள் காய்த்தன. நிகில் அவற்றைக் கட்டிலடியிலும் பீரோக்கள் மேலும் கூடைகளில் அலட்சியமாகப் போட்டு வைத்தான் மாம்பழம் விற்றுப் பணம் வரும் என்று நம்பிக்கொண்டு. மாலை மதுச் சடங்குகள் நிற்கவில்லை.

அவ்வளவு மாம்பழங்களும் அழுகிப்போயின. எலிகள் மாம்பழம் சாப்பிட்டுக் கொட்டம் போட்டன. சில திமிர் பிடித்த பெருச்சாளிகள் மாலையில் அவன் குடிக்கும்போது ஸோபாவில் ஏறிக் குதித்தன.

எமிலியா ஜெர்மனி திரும்பிச் செல்வதென்று முடிவெடுத் தாள். அவர்கள் திருமணம் முறிந்துபோகப்போவது குறித்து எதுவும் கூறவில்லை நிகில். "அவள் ஜெர்மனி போகப்போகிறாள். அவ்வளவுதான்" என்றான். "நிகில், அவள் போனால் திரும்பி வர மாட்டாள். அவளைப் போகவிடாதே" என்றதும், "என்னால் அவளைத் தடுக்க முடியாது" என்று கரகரத்த குரலில் சொல்லி

விட்டு அவளை அவன் நிமிர்ந்து பார்த்தபோது கன்னங்களில் கண்ணீர் வழிந்தபடி இருந்தது.

மாந்தோப்பில் ஒரு முறை அவளுக்காகவும் அம்மாவுக் காகவும் வாசித்தாள் எமிலியா. சற்றுத் தூரத்தில் உட்கார்ந்து கொண்டிருந்தான் நிகில். அந்த மாலையும் குயில் கூவியது வழக்கம்போல்.

கடந்த மாதம் நிகில் உறக்கத்தில் இறந்துபோனான். லூயிஸா வருவது அவன் குடும்பத்தைச் சந்திக்கத்தான். மாந்தோப்பு ஒரு கட்டட நிறுவனத்துக்கு விற்கப்பட்டு அங்கு இருபது ஒற்றை மாடி பங்களாக்கள் கட்டப்பட்டிருந்தன. அதில் தனக்கு ஒரு பங்களா ஒப்பந்தப்படி வாங்கி அதிலேயே வசித்துவந்தான். அதை லூயிஸாவின் பெயரில் எழுதிவைத்திருந்தான். இப்போது லூயிஸா வருகிறாள்.

முடிவுரை:

லூயிஸா வந்தாள். அந்த வீட்டை விற்க மனதில்லை என்றாள். "உங்களுக்குத் தெரியுமா? நிகில் மம்மியைக் கல்யாணம் செய்துகொண்டபோது எனக்கு ஐந்து வயது. அவர் தன் குடும்பப் பெயரை எனக்குத் தந்தார். எவ்வளவு பெரிய மனசு அவருக்கு! அவர் குடிகாரர்தான். ஆனால் அற்புதமான மனிதர்."

"ஆமாம் லூயிஸா. அது சரிதான். எங்கு பயணம் போகணும் என்று தெரியாத எதற்காக என்று முடிவு எடுக்க முடியாத பயணி அவன்."

"மம்மிக்கு வரமுடியவில்லை. உங்களுக்கு தன் அன்பைச் சொல்லச்சொன்னாள்."

"உன் டாக்டர் படிப்பு முடிந்துவிட்டதா?"

"இல்லை. இன்னும் இரண்டு வருஷம் இருக்கு."

"கலோனில்தானே இருக்கிறாய்? உன் தாத்தா ஹர் ஷ்னைடர் கூடவா இருக்கிறாய்? இல்லை ஹாஸ்டலிலா?"

"இல்லை, இல்லை, நான் என் தோழனுடன் ஒரு சின்ன வீட்டில் இருக்கிறேன். அவனும் டாக்டருக்குத்தான் படிக்கிறான். ஆறு மாதம் முன்னால் தாத்தா இறந்துபோய்விட்டார். வயதான பிறகு படுத்துக்கொண்டே வயலின் வாசிப்பார். அப்படி வாசித்துக் கொண்டிருந்தார். திடீரென்று வயலினுடைய வில் கீழே விழுந்தது. தாத்தா போய்விட்டார். பாட்டி இப்போது அவர் படுக்கையில் அந்த வயலினை வைத்திருக்கிறாள். அவர் இருந்தபோதும் நான் அவருடன் இருக்கவில்லை. எப்படி அவருடன் இருக்க முடியும்?

தாத்தா அந்தத் தலைமுறையைச் சேர்ந்தவர். அவருடன் இருக்க முடியாது. 'யார் உன் தோழன்? அவன் என்ன செய்கிறான்?' என்று துளைத்து எடுத்துவிடுவார். அந்தக் காலத்து மனிதர். கொஞ்சம் பழமைவாதி."

"லூயிஸா ஹர் ஷ்னைடர் பற்றி ஏதாவது எமிலியா உன்னிடம் சொல்லியிருக்கிறாளா?"

"ஹூம். அவர் கஷ்டப்பட்டு முன்னுக்கு வந்தவர்..."

"இல்லை. இன்னொண்ணும் உண்டு."

"என்னது?"

"இப்போது உனக்கு இருபது வயதாகிவிட்டது. ஹர் ஷ்னைடரும் இப்போது இல்லை. எமிலியா இதை நான் உன்னிடம் சொல்வதற்குச் சந்தோஷப்படுவாள். அவளே சொல்ல நினைத்திருக்கலாம். சந்தர்ப்பம் அமைந்திருக்காது" என்று ஆரம்பித்து எமிலியா அவளிடம் மிகவும் மனம் நெகிழ்ந்திருந்த ஒரு தருணத்தில் கூறியதை லூயிஸாவுக்காக நினைவுகூர்ந்தாள்.

எமிலியா அவர்கள் திருமணம் நடந்த பல ஆண்டுகள் கழித்துத்தான் பிறந்தாள். அவர்களுக்கு அவள் ஒரு பொக்கிஷம். அவர்கள் நிதிநிலைமை மோசமாக இருக்கவில்லை. ஆனால் அவர்கள் பெரிய பணக்காரர்கள் இல்லை. எமிலியா இசையில் மேற்படிப்புப் படிக்க பல்கலைக் கழகத்தில் சேர்ந்தது அவர்களுக்கு மிகப் பெருமை. லூயிஸாவின் தாத்தா அதற்காகக் கடன் வாங்கியிருந்தார்.

எமிலியாவுக்கு துருக்கிய மாணவன் ஒருவனுடன் நட்பு இருந்தது. அவள் படிப்பு முடிய இன்னும் ஒரு வருடம் இருக்கும்போதுதான் அவள் தாயாகப்போவது அவளுக்குத் தெரிந்தது. அந்த மாணவனும் படிக்க வந்தவன். திருமணம் செய்துகொள்ள முடியாது என்றுவிட்டான். எமிலியா பெர்லினிலிருந்து கலோன் வந்தாள். வந்த அன்று மாலை மெல்லக் கூறினாள் அவள் இக்கட்டில் இருப்பதை. லூயிஸாவின் பாட்டி எம்மா இப்படி ஆகிவிட்டதே என்று அழுதாள். மகளின் படிப்புக்கு இடையூறு என்பதைத் தவிர ஜெர்மனியில் அப்போது கூட அபார்ஷன் சுலபமான விஷயம் இல்லை. சிக்கலான அரசு வழிமுறைகளும் நிபந்தனைகளும் இருந்தன. எம்மா கலங்கிப்போனாள். லூயிஸாவின் தாத்தா எழுந்துபோய்விட்டார். அப்பா எழுந்துபோனது எமிலியாவைக் குத்தியது. அவர் அவளுக்கு அப்பா மட்டுமல்ல, சக இசைக் கலைஞர். தோழர்.

லூயிஸாவின் தாத்தா திரும்பி வந்தார் கையில் ஷாம்பேய்ன் பாட்டிலுடன்.

“எம்மா, நமக்குப் பேரக்குழந்தை பிறக்கப்போகிறது. முதலில் அதைக் கொண்டாடலாம். என் எமிலியா அம்மாவாகப் போகிறாள்” என்று ஷாம்பேய்ன் பாட்டிலைத் திறந்தார்.

ஓடிப்போய், பீச்சிய ஷாம்பேய்னில் நின்றுகொண்டு அப்பாவைக் கட்டிக்கொண்டாள் எமிலியா.

பிறகு மற்ற விஷயங்களைப் பேசினார்கள். எமிலியா விரும்பினால் அவள் படிப்பிலிருந்து ஒரு வருடம் விலகி குழந்தை யைப் பெற்றுக்கொள்ளலாம். எமிலியா படிப்பை முடித்து வேலையில் அமரும்வரை, வேண்டுமென்றால் அப்புறம் கூட, குழந்தை அவர்களிடம் வளரலாம். இல்லை மிகவும் ரகசியமாக அபார்ஷனுக்கு ஏற்பாடு செய்யலாம் ஒரு நண்பர் மூலம்.

எமிலியா முதலில் அபார்ஷனைத்தான் தேர்ந்தெடுத்தாள். பிறகு அவள் மனம் கேட்கவில்லை. 1993இல் லூயிஸா பிறப்பதற்கு முன்பே அவளுடைய துருக்கிய அப்பா லூயிஸாவின் தாத்தா கேட்டுக்கொண்டதால் எமிலியாவை மணந்துகொண்டார். பிறகு அவர் துருக்கி போகும் முன் விவாகரத்தும் ஆகிவிட்டது. லூயிஸா தாத்தா பாட்டியிடம்தான் வளர்ந்தாள். அது அவளுக்கு நினைவிருக்கிறது இல்லையா?

நிகில் அவளுக்குத் தன் குடும்பப் பெயரைத் தந்ததில் மிகவும் மகிழ்ந்தது அவர்தான். இன்னொரு விஷயமும் உண்டு. நிகிலுக்கு வரும் அரசாங்கத் தொகை எப்போதோ நின்றுவிட்டது. அதைத் தன் வங்கி மூலம் அனுப்பிக்கொண்டிருந்தது ஹார் ஷ்னைடர்தான்.

அவள் கூறி முடித்ததும் லூயிஸாவின் கண்கள் நிரம்பி யிருந்தன.

அன்று லூயிஸா போன பிறகு அவளுக்கு ஒரு மின்னஞ்சல் கடிதம் அனுப்பினாள்.

அன்புள்ள லூயிஸா,

நீ சென்றபின் இது தோன்றியது மனத்தில். இது என் ஆலோசனைதான். நீ இங்குள்ள வீட்டை விற்றுவிட்டு அந்தத் தொகையை வைத்து ஆண்டுதோறும் நீயும் எமிலியாவும் இசை விழாவொன்றை ஹார் ஷ்னைடர் பேரிலும் நிகில் பட்டாசார்யா பேரிலும் நடத்த வேண்டும்.

சின்ன வயதில் நான் என் அம்மாவுடன் –உனக்குத் தெரியுமே அவளை –ராமாயணம் கேட்கப் போவேன். மேடையில் ஒரு வெற்றுப் பலகை இருக்கும் தினமும். அம்மாவிடம் கேட்டபோது எங்கே எல்லாம் ராமாயணக் கதை சொல்கிறார்களோ அங்கு ஒரு பலகை போடுவார்கள் என்றாள். ஹனுமார் வந்து கேட்க. அவர் வந்து கண்ணீர் மல்கக் கேட்பாராம். இது ஓர் ஐதீகம்தான்; ஒரு நம்பிக்கை. நீ ஏற்பாடு செய்யப்போகும் இசை நிகழ்ச்சி என் மனத்தில் காட்சியாக விரிகிறது. முன் வரிசையில் இரண்டு வெற்று நாற்காலிகள் இருக்கின்றன. அவர்கள் வருவார்களா என்று தெரியாது. ஆனால் கட்டாயம் எங்காவது ஒரு குயிலுக்கு அந்தப் பாட்டு கேட்கும் என்று எனக்குத் தோன்றுகிறது. அதுவும் ஒரு நம்பிக்கைதான்.

லூயிஸாவிடமிருந்து பதில் வந்தது.

"செய்வேன். நாற்காலிகள் இருக்கும்."

பயணம் 22

ஆரஞ்சு இலைகளுடன் இலையுதிர்கால மரம் ஒன்று அவள் சன்னலின் வெளியே இருந்தது. பனி பெய்யும் பின்னணியில் கடுங்குளிரில் அந்த ஆரஞ்சு இலைகளும் பனியையும் இலைகளையும் தாங்கி நின்ற மரமும் உற்ற துணைபோல் இதமளித்தன. துர்குவுக்கு வருவது திட்டமிட்டப் பயணமாய் அமையாமல் தற்செயலாகத்தான் நேர்ந்தது.

மரியாதான் அது குறித்துக் கூறினாள். அருகேயே இருக்கும் ஃபின்லாந்தில் ஒரு புத்தகச் சந்தை நடைபெறப்போவதாகவும் அவள் நிறுவனத்தின் புத்தகங்களை அங்கு விற்பதற்கு வைக்கலாம் என்றும். தன் நிறுவனத்தின் புத்தகங்களுடன் மரியா அங்கு போவதாக இருந்தாள். இவளுக்கான அழைப்பையும் அங்கு தங்குவதற்கான ஏற்பாடுகளையும் அங்கிருந்து ஃபின்லாந்து புத்தகச் சந்தையைப் பிரபலப்படுத்த வந்திருந்த ஒருவர் மூலம் செய்துவிட்டாள். ஸ்வீடனி லிருந்து கப்பலில் செல்வதாக ஏற்பாடு. ஸ்வீடனில் நடைபெற்ற புத்தகச் சந்தையில் தன் நிறுவனத்தின் சார்பாக இவள் வந்திருந்தாள்.

மரியாவின் நட்பு கிடைத்தது தவிர வேறு எதுவும் முக்கியமாக நேரவில்லை. இந்தியப் பெண்கள் குடும்பத்தில் வன்முறை மற்றும் ஒடுக்கப் படுவது குறித்து முக்கியமாகப் பேசுவதோடு பாதுகாப்பில்லாத நகரங்கள், பெண் சிசுக்கொலை, வரதட்சிணைக் கொடுமை, சாதிக் கொடுமை இவற்றைப் பற்றியே பேச வேண்டும் என்ற எதிர்பார்ப்பு இருந்தது. அவை பேசவேண்டிய

விஷயங்கள்தாம். ஆனால் கலோனிய காலங்களில் இந்தியா பாம்புப் பிடாரர்களும் தெருவில் வித்தை செய்பவர்களும் புலிகளும் யானைகளும் உள்ள நாடு என்ற பிம்பம் இருந்தது போய் இப்போது அது பெண்களை அடிமைப்படுத்தி ஒடுக்கி வன்புணர்ச்சி செய்யும் நாடு என்ற பிம்பம் வந்துவிட்டதோ என்று தோன்றியது. சாதாரணமாகப் பேசும்போதுகூட "உங்கள் திருமணம் பெற்றோர்கள் ஏற்பாடு செய்ததா?" என்று கனிவாகக் கேட்டார்கள். கணவன் மனைவியை அடிப்பதை எதிர்த்துப் போராட்டம் செய்து வெற்றி கண்ட, நட்சத்திர அந்தஸ்து உடைய போராளியும் வந்திருந்தார். அவர்கள் எல்லோரும் ஒன்றாகத்தான் தங்கியிருந்தார்கள் ஒரு வீட்டில். காலையில் எழுந்ததும் சாப்பாட்டு மேசை அருகே அமர்ந்து தேநீர் யாராவது கொண்டுவந்து தர வேண்டும் என்று அவர் எதிர்பார்த்தார். அவள்தான் முதல் நாள் தேநீர் தயாரித்துத் தந்துவிட்டுப் பிறகு தேநீர் தயாரிக்க எல்லா வசதிகளும் இருப்பதைக் காட்டினாள் அவருக்கு. "சரிதான். வீட்டில் என் மருமகள் செய்வாள்" என்று கூறினார். அவரைப் பேட்டி காண வந்தவர்கள் "உங்கள் கணவர் உங்களை அடிப்பாரா?" என்றுதான் முதலில் கேட்டார்கள். அவரிடம் ஒரு சோகக் கதை இருப்பதுபோலவும் அதை வெளியே கொண்டுவருவதுதான் அவர்கள் ஊடக தர்மம் என்பதுபோல். தலையில் அடித்துக்கொண்டார் அவர் இவளிடம் பேசும்போது. "அந்த மனுஷன் பாவம் ஒரு தடவைகூடக் கையை ஓங்கியது கிடையாது. எலியைக் கூட அடிக்கத் தெரியாத மனுஷன் என்னையா அடிக்க முடியும்? இவங்க என்னன்னா அவரை நான் ஒரு வில்லனா காட்டணும்னு எதிர்பார்க்கிறாங்க" என்றார். இந்தியக் கணவர்கள் அடிக்கும் முறைகள், ஒரு நாளில் எவ்வளவு முறை அடி விழும் என்ற எண்ணிக்கை என்று இப்படியே போயின பேட்டிகள் அந்தப் போராளியிடம். எல்லாவற்றையும் எண்ணிக்கையாக்கும் இந்த முறை அவரைச் சலிப்படைய வைத்தது. தவிர, இந்தியப் பெண்களின் வாழ்வு உய்வு பெற அவருடைய தொண்டு நிறுவனத்துக்கு ஒரு நிதி நல்கும் நிறுவனம் இருபது தையல் இயந்திரங்களை அனுப்பிய கடுப்பில் இருந்தார் அவர். ஒரு பெண்ணும் தையல் வேலை கற்க முன்வரவில்லையாம். கணினிகள் கேட்டார்களாம்.

இது ஒரு பக்கம் என்றால் இன்னொரு பக்கம் "நான் என் மனைவிக்குப் பயப்படுபவன்" என்று நகைச்சுவையாகப் பேசுவதாக எண்ணிக்கொண்டு பேசும் வெளிநாட்டு இந்திய நண்பர்கள். இத்தனையிலும் மரியாவுடன் ஏற்பட்ட நட்பு பெருத்த ஆறுதலாக இருந்தது. பெண்கள் காலம் காலமாக நடத்தப்படும் விதம் குறித்துத் தொடர்ந்து கேள்வி கேட்டுக்கொண்டிருந்த ஒருவரிடம் மரியா கேட்டாள்:

“நீங்கள் கொஞ்சம் ஐரோப்பா பக்கமும் பார்வையைச் செலுத்தலாமே? உங்களுக்குத் தெரியுமா, பிரெஞ்சு ராணிகள் தங்கள் குழந்தைகளைப் பொது வெளியில்தான் பிரசவித்தார்கள் அது முறையான வகையில் பிறந்த குழந்தை என்பதை நிரூபிக்க. பிரெஞ்சு ராஜாக்களும் எல்லோர் கண் முன்னாலும்தான் சாக வேண்டும் உடல்நிலை சரியிலாமல் போனால். மக்கள் சுற்றி நின்று பிரார்த்தனை செய்வார்கள். பதினைந்தாம் லூயி அம்மை போட்டி இறந்ததால் அறையில்தான் இறந்தார். அவருக்குப் பத்து குழந்தைகள். எட்டு பெண்கள். இரண்டு பிள்ளைகள். எஞ்சியிருந்த அவர் நாலு பெண்களும் அரசுக்கு நிதிரீதியாக பெரிய சுமையாகப் போவார்கள் என்று நினைத்த அரசவை உறுப்பினர்கள் அவருடைய நாலு பெண்களையும் பதினைந்தாம் லூயியின் வெகு அருகே போகச்சொன்னார்கள். அவர்களுக்கும் அம்மை வந்து சாகலாமே, அரசுக்கும் பணம் லாபமாகுமே என்ற நல்லெண்ணம்தான்! ஆனால் அந்தப் பெண்களுக்கு அம்மை போட்டவில்லை என்பது வேறு விஷயம். இந்தியாவில் ராணிகள் ஆண்டிருக்கிறார்கள். ரீஜெண்ட் ராணிகளாக இருந்திருக்கிறார்கள். போருக்குப் போயிருக்கிறார்கள்.”

கேள்வி கேட்டவர் மெல்ல நகர்ந்துபோனார்.

மரியா தன் வாழ்க்கைக் கதை பற்றியும் சுவையாகப் பேசுவாள். உழைக்கும் வர்க்கத்திலிருந்து வந்தவள் அவள். மரியாவின் அப்பா ஒரு விறகுவெட்டி. பிறகு கட்டடத் தொழிலாளியாக இருந்தார். அதன்பின் பெரிய தொழிற்சாலையில் இருந்த பெரிய அடுப்புகளில் நிலக்கரி அள்ளிப்போடுபவராக இருந்தார். மரியாவின் அம்மா கூலிக்குத் தைத்த தையல்காரி. நன்றாகப் பாடுவாராம். மக்கள் பாடல்களைப் பாடிக்கொண்டு தைப்பாராம். சோகமான பாடல்கள். மனநிலை பாதிக்கப்பட்ட சிறுமி ஒருத்தி பைத்தியக்கார ஆஸ்பத்திரியில் இறந்துபோவதைப் பற்றி ஒரு பாடலாம். மரியாவின் அம்மா அதைப் பாட பாட மரியாவும் அவள் அக்காவும் அழுவார்களாம்.

ஐயேனா என்ற கிராமத்தில்தான் ஜனவரி மாதம் பிறந்தாள் மரியா. கிராமத்தில் குழாயில் வரும் தண்ணீர் கிடையாது. கழிப்பறையிலும் தண்ணீர் இருக்காது. மரியா பிறந்தபோது பனி கொட்டிக்கொண்டிருந்தது. பிரசவம் பார்க்க வந்த மருத்துவச்சி பனிச்சறுக்குக் கட்டைகளில் சறுக்கிக்கொண்டு வந்தாளாம். அவள் வருவதற்குள் மரியா பிறந்துவிட்டாள். வருடம் 1945.

ஸ்டாக்ஹோமிலிருந்து அமோரெல்லா என்ற கப்பலில்தான் ஃபின்லாந்து செல்ல ஏற்பாடாகியிருந்தது. பத்து தளங்கள் இருந்த கப்பல். அவள் கடைசி நிமிடத்தில் சேர்க்கப்பட்டதால்

நங்கூர தளம் என்று கூறப்பட்ட கப்பலின் கீழ்த்தளத்தில்தான் அவளுக்கான அறை இருந்தது. அந்தச் சிறு கூடு போன்ற அறையில் நின்றாலும் படுத்தாலும் காலின் கீழே அலைகள் பாய்வதுபோல் இருந்தது. இங்கும் அங்கும் தள்ளியது. எழுந்துபோய் பத்தாவது தளத்தை அடைந்து தளத்தின் மூடிய கதவின் வெளியே இருந்த கூரையில்லாத திறந்த வெளிக்குப் போனாள். கரிய கம்பளமாய்க் கிடந்தது கடல். நிலவு தெரியவில்லை. தாரகைகளும். எட்டிப் பார்த்தபோது கீழே கரிய திமிங்கலங்களாய் எழும் அலைகள்

அந்தக் கருங்கடல் காட்சிக்குப்பின் இந்த ஆரஞ்சு நிற சுகம்.

அவர்களைத் தங்க வைத்திருந்த இடம் கிறித்துவ கன்யாஸ்திரீகள் நிர்வகிக்கும் கன்னிமடம். முதியவர்களுக்கான ரிட்ரீட் தியான ஏற்பாடுகளைச் செய்யும் மடத்தில் அறைகளும் இருந்தன. ரிட்ரீட் இல்லாத நாட்களில் வாடகைக்கு விடப்பட்டன.

அவளுக்கு ஏற்பட்ட முதல் ஆனந்த அதிர்ச்சி வரவேற்பறையில் இருந்த இந்தியக் கன்யாஸ்திரீ அவர்களை ஃபின்னிஷ் மொழியில் வரவேற்றது. மற்றவர்கள் அவரவர் அறைச் சாவிகளைக் கொண்டுபோனபின் சற்றுத் தயங்கி நின்றாள்.

"நீங்கள் இந்தியரா?" என்று மெல்லக் கேட்டாள்.

"ஆமாம். மங்களூர்" என்றார் சுருக்கமாக.

அறைக்குப் போனதும் படுக்கையைத் தட்டிப்போடவும் எல்லாச் சாதனங்களும் இருக்கும் இடங்களைக் காட்டவும் வந்த கன்யாஸ்திரீயும் இந்தியாவிலிருந்துதான் வந்தவர். சின்னப் பெண்ணாக இருந்தார். அறையைக் கூட்டிவிட்டதாகவும் மறுநாள் சுத்தப்படுத்தவேண்டுமென்றால் கூப்பிடும்படியும் ஆங்கிலத்தில் கூறினார். அவரும் மங்களூரிலிருந்து வந்தவர்தான். அந்தக் கன்னிமடத்தில் இருந்த எல்லோருமே இந்தியக் கன்யாஸ்திரீகள்தாம் என்றார்.

அவளுக்குக் கன்னடம் தெரியும் என்றதும் முகத்தில் ஒரு பெரிய புன்னகை தோன்றியது.

ஐரோப்பாவில் பல பகுதிகளில் அதிகம் பெண்கள் இப்போது கன்னிமடங்களில் சேர முன்வருவதில்லை. இந்த மாதிரி இடங்களை நடத்த ஆட்கள் தேவைப்படுகின்றனர். கேரளம், மங்களூர் போன்ற இடங்களிலிருந்து நிறையப் பெண்கள் கன்யாஸ்திரீகளாக வாழ வருகின்றனர்.

இந்த வேலை செய்யத்தான் வருவோம் என்று அவருக்கு முன்கூட்டியே தெரியுமா?

இது வேலை இல்லை. ஏசுவுக்குச் செய்யும் சேவை. இங்கு எல்லோருமே மங்களூர்க்காரர்கள்தாம். ஏழைக் குடும்பங்களி லிருந்து வந்தவர்கள். தங்கள் பெண்களை ஏசுவின் சேவைக்குத் தர எல்லாப் பெற்றோர்களுக்கும் சம்மதம்தான். ஆனால் அவர் என்னவோ வெளிநாட்டில் படிக்கலாம், கல்வித் துறையில் இருக்கலாம் என்று நினைத்துத்தான் வந்தார். இங்கு ஏசுவுக்காக இருக்கிறார். குளிர்காலத்தில் எலும்புவரை பாயும் கடுங்குளிர். பிறகு ஃபின்னிஷ் மொழி. அப்புறம் இந்த நாட்டைச் சேர்ந்தவர்கள்.

அவர்களுக்கென்ன?

அவளுக்குத் தெரியாதா அதைப் பற்றி? இவர்களுக்குச் சிரிக்கத் தெரியாது. கஷ்டப்பட்டுத்தான் சிரிப்பார்கள். நகைச்சுவையாகச் சொல்வார்கள், ஃபின்களிடம் சனிக்கிழமை எந்த நகைச்சுவைத் துணுக்கையும் சொல்லக்கூடாது; அவர்கள் அதற்கு ஞாயிற்றுக்கிழமை தேவாலயப் பிரார்த்தனையின்போது சிரித்துத் தொலைப்பார்கள் என்று!

கன்னடத்தில் சொல்லிவிட்டுச் சிரித்தார் அந்த இளம் கன்யாஸ்திரீ. வெகுநாட்கள் கழித்துச் சிரித்தார் போலும். நினைத்து நினைத்துச் சிரித்தார்.

மறுநாள் சாமான் எல்லாம் கட்டிவிட்டுக் கிளம்பும்போது மெல்ல வந்து, “இவ்வளவு சீக்கிரம் போகணுமா?” என்றார் கன்னடத்தில்.

“மத்தே யாவாகா பருத்தீரா?” என்று திரும்ப எப்போது வருவாள் என்று கேட்டதும், “மூலையில் இருக்கும் இங்கே வர எனக்கு எப்படி முடியும்? அந்த வாய்ப்பே கிடையாது. உங்களை மாதிரி ஏசு சேவை செய்ய வந்தால்தான் உண்டு” என்றாள்.

கையிலிருந்த நீளமான பிடி வைத்த துடைப்பத்தை சுவரில் சாத்திவைத்துவிட்டுத் தன் அங்கியின் பையிலிருந்து ஒரு தபால் உறையை எடுத்தார். “இதை நீங்கள் இந்தியா போனதும் தபாலில் போட முடியுமா?” என்றார். “ஸ்டாம்புக்கான பணம்” என்று சில்லறையை நீட்டியதும் அவள் தடுத்தாள்.

“பேடா, ஸிஸ்டர். நான் போஸ்ட் பண்ணிடுவேன் என்றாள்.

நான்கு ஆண்டுகளுக்கு ஒரு முறைதான் ஊர் போக முடியும். தன்னுடைய ஊரை “நன்ன ரக்தா” (என் ரத்தம்) என்றார். சில ஆண்டுகளுக்கு முன் போயிருந்தபோது அவர் வந்த வண்டியின் மேல் கல்லை விட்டெறிந்தார்களாம் யாரோ சிலர். எதற்கு என்று புரியவில்லை என்றார். யாரோ பஜ்ரங் தல் என்ற அமைப்பைச் சேர்ந்தவர்களாம். இங்கே இந்தக் குளிரில் வேலை

செய்து களைத்துப்போய் வந்தால் அங்கே கல்லெறிகிறார்கள். யாத்தக்கே, ஏன், என்று கேட்டார்.

கையில் இருந்த தபால் உறையுடன் அந்தச் சின்னப் பெண்ணை அணைத்துக்கொண்டாள். "இதைக் கட்டாயம் மறக்காமல் போஸ்ட் செய்வேன் ஸிஸ்டர்" என்றபடி.

சன்னல் வெளியே ஜொலிக்கும் ஆரஞ்சு இலைகளுடன் பனி போர்த்திய மரம் தெரிந்தது.

பயணம் 23

டோக்யோவின் அஸாஹி பியர் ஹால் கட்டடத்தின் மேலிருந்த அந்தச் சிற்பம் இப்போது தெரிவதில்லை என்று செய்தி வந்திருந்தது தினசரி யில். அந்தச் செய்தியைப் படித்ததும் அங்கு 1991இல் சென்றதும் அப்போது அங்கிருந்த அவள் தோழி நிரூ என்னும் நிருபமாவுடன் எழுபதுகளின் ஆரம்பத்திலிருந்த அவர்கள் இருவரின் வாழ்க்கை யின் விவாதங்கள், சிரிப்பு, சண்டை, அதீத உற்சாகம் இவற்றின் நீட்சியாய் அந்தப் பயணம் அமைந் திருந்ததும் நினைவுக்கு வந்தது.

டில்லியில் இருந்த அந்தக் காலத்தின் ஒரு கட்டத்தில் அவர்கள் வாழ்க்கையை தீவிரமாக ஆக்கிரமித்துக்கொண்டிருந்தது ஃப்ராயிடும் சினிமாவும் என்று தோன்றுகிறது இப்போது நினவுகூரும்போது. எதை எடுத்தாலும் அதன் பொருள் அடுக்குகளின் கீழே எல்லாவற்றையும் அர்த்தப்படுத்தும் அடிப்படை உணர்வான பாலியல் தான் இருந்தது. லிங்கம் என்பதற்குப் படைக்கும் சக்தி என்ற பொருளோடு இன்னும் பல அர்த்தங்கள் உண்டு என்று அவர்கள் குழுவில் பண்டைய வரலாற்றில் ஆராய்ச்சி செய்துகொண்டிருந்த கேதார் கூறியதை அவர்கள் காதில் வாங்கவில்லை. "ஒரு சொல்லுக்குப் பல பொருள் இருக்கலாம். என் பெயரையே எடுத்துக்கொள்ளுங்கள். அது சிவனின் பெயர். அதை புல் வெளி என்றும் அர்த்தம் கொள்ளலாம். அது ஒரு ராகம். அராபிய மொழியில் வலிமை என்றும் பொருள் உண்டு. கொஞ்சம் மாற்றி எழுதினால் இஷ்மாயிலின் இரண்டாம் மகனின் பெயரும் கேதார்தான். கிழக்கு

ஜெருசலத்தின் இஸ்ரேலிய குடியேற்றப் பகுதி ஒன்று கூட கேதார்தான்" என்று அவன் தொண்டை வறளக் கத்தியும் இவர்கள் ஏற்றால்தானே? அது ஆண் குறியின் குறியீடுதான் என்று சாதித்தார்கள். பிள்ளையாரின் தும்பிக்கையிலிருந்து எல்லாமே பாலியல் குறியீடுகளாகவே தோன்றின.

ஒரு நாள் பாரதியின் கவிதை ஒன்றை எடுத்து வந்தாள்.

அக்கினிக் குஞ்சொன்று கண்டேன் – அதை
அங்கொரு காட்டிலோர் பொந்திடை வைத்தேன்
வெந்து தணிந்தது காடு – தழல்
வீரத்திற் குஞ்சென்று மூப்பென்று முண்டோ ?
தத்தரிகிட தத்தரிகிட தித்தோம்

"புரிகிறதா?" என்றாள் எல்லோரிடமும். "என்னது?" என்றதும் "இது கூடப் புரியவில்லையா? 'அக்னிக் குஞ்சு' ஆண் குறி. 'காட்டிலோர் பொந்து' பெண்ணுடைய யோனி. 'வெந்து தணிந்தது காடு' கலவி உச்சத்தைக் குறிக்கிறது. 'தத்தரிகிட தத்தரிகிட தித்தோம்' கலவி இயக்கத்துடைய தாள கதி" என்றாள்.

"அபாரம்" என்று மெச்சினர் சிலர். "சிறுமிகள் கூழாங்கல் விளையாடுவார்களே அதுகூட..." என்று நிருபமா ஆரம்பித்தபோது,

"எனக்கு எந்தக் குறியீடுமில்லாத ஒரே ஒரு கப் சாய் குடிக்க வேண்டும்" என்றுவிட்டுக் கேதார் எழுந்துபோனது இப்போதும் பசுமையாக நினைவிலிருக்கிறது.

வேறொரு நாட்டில் கருத்தரங்கு ஒன்றில் பங்கெடுத்துவிட்டு வரும் வழியில் டோக்யோ வரலாமே என்று ஆலோசனை கூறியது நிருபமாதான். அவள் அப்போதுதான் டோக்யோ போயிருந்தாள் அவள் ஆராய்ச்சி சம்பந்தமாக. அங்கு அவளும் இன்னொரு அமெரிக்க மாணவியுமாக ஒரு வீடு வாடகைக்கு எடுத்துக்கொண்டு இருந்தனர்.

டோக்யோ விமானதளத்திலிருந்து எந்தப் பேருந்தைப் பிடித்து எங்கே இறங்க வேண்டும் என்று நிருபமா விவரமாகச் சொல்லியிருந்தாள். அவள் இறங்கிய இடத்தில் காத்திருந்தாள். பிறகு எங்கு எப்படிப் போகிறோம் என்று புரியாத மின்சார ரயில் மற்றும் டாக்ஸிப் பயணம், விளக்குகள் ஒளிரும் கண்ணாடிச் சுவர் அலுவலகங்கள், உட்கார்ந்தபடி குளிக்க ஏதுவாய் கீழே பதித்திருந்த குழாய்கள் இருந்த குளியலறையில் குளியல், கழிவறையில் எந்தப் பித்தானை அழுத்தினால் எங்கு தண்ணீர் வரும் என்ற விளக்கம், ஜப்பானிய நடிகர் தொஷிரோ மிஃபுனேயிடம் அவர்கள் கொண்டிருந்த காதல் பற்றிச் சிரித்தபடி பேச்சு இவ்வாறு டோக்யோவில் முதல் இரவு கழிந்தது.

அவள் இரண்டே நாட்கள் இருப்பதால் ஸுமிதா ஆற்றில் படகுப் பயணம் போனால் டோக்யோவின் எல்லாப் பிரம்மாண்டமானக் கட்டடங்களையும் பதினோரு பாலங்களை யும் பார்க்கலாம் என்று திட்டம்போட்டனர். அஸாக்ஸா வழி ரயிலில் சென்று அஸுமா பாலம் அருகில் படகில் ஏறுவது என்று தீர்மானமாகியது.

படகுப் பயணத்தில் கடக்கப் போகும் பாலங்களின் பெயர்கள், கட்டடங்கள், டோக்யோவின் முக்கியமான இடங்கள் இவற்றை விளக்கும் அழகான இரண்டு பக்கச் சிற்றேடு ஒன்றை எல்லோருக்கும் தந்திருந்தார்கள். அதைப் பார்த்தபடியே எல்லாக் கட்டடங்களையும் அடையாளப்படுத்தியபடி வந்துகொண் டிருந்தபோதுதான் அஸாஹி பியர் ஹால் கட்டடம் நதியின் கிழக்குப்புறம் கம்பீரமாக எழுந்தது. "ஹா" என்று கூவினர் படகில் இருந்தவர்கள். தொழிற்கூடங்களையும் நகர்ப்புறக் கட்டடங்களை யும் வடிவமைப்பதில் நிபுணராகக் கருதப்பட்ட, பிரான்ஸ் நாட்டைச் சேர்ந்த ஃபிலிப் ஸ்டார்க்கால் பியர் குடிக்கும் பெரிய கண்ணாடி கிளாஸ்போல் முழுவதும் கருங்கண்ணாடியில் பின்நவீனத்துவப் பாணியில் வடிவமைக்கப்பட்ட அந்தக் கட்டடம் 1989இல் கட்டிமுடிக்கப்பட்டிருந்தது என்று விளக்கினார் படகின் வழிகாட்டி.

கருங்கண்ணாடிக் கட்டடத்தின் மேற்கூரையில் தகதக என்று ஜொலித்தபடி இருந்தது ஒரு தங்க நிறச் சிற்பம். கட்டடத்தை விட்டுக் கண்ணை அகற்ற முடியாதபடி அதன் மேல் தளத்தை முற்றிலும் அடைத்தபடி சிறு நெளிவுகளுடன் நீண்டு கிடந்தது அந்த நவீனச் சிற்பம்.

"என்னது அது?" என்றாள் நிருபமா கையில் இருந்த சிற்றேட்டைப் பார்த்தபடி.

"இது கூடத் தெரியலையா? செய்திருப்பவர் பிரெஞ்சு நாட்டைச் சேர்ந்தவர். பின்நவீனத்துவவாதி. கட்டாயம் இது அதுதான்" என்றாள் இவள்.

"எது?" என்று கேட்டாள் நிருபமா.

"இடியட். பீனிஸ். ஆண் குறி" என்று சிடுடுத்தாள் இவள்.

மீண்டும் அதைப் பார்த்த நிருபமா, "ஆமாம். நீ சொல்றது சரிதான். என்ன பிரம்மாண்டமான ஆண் குறி! ஆண்களின் அகந்தையைப் பாரேன்! உலகத்தையே எங்கள் குறிதான் ஆள்கிறது என்கிறதைக் காட்டறாங்க பாரு" என்றாள்.

"என்ன மமதை, என்ன அகங்காரம்! அதோடு கலரைப் பாரு. தங்கக் கலர். அம்மா! ஆண் கலைஞனாலதான் இப்படிக்

கற்பனை பண்ணி அந்த ஆண் குறியை பிரம்மாண்டமான கட்டடத்து மேல வைக்க முடியும்” என்று இவளும் பொங்கினாள்.

ஆண் குறி ஒன்று ஒரு நகரத்தின் சின்னம்போல் எழுவதை அவர்கள் இருவராலும் ஏற்றுகொள்ள முடியவில்லை. பேசிக் கொண்டிருந்தபோதே சிற்றேட்டைப் புரட்டினாள் நிருபமா.

“ஏய்” என்றாள்.

“என்ன ?”

“இந்தச் சிற்பத்தின் பெயர் “நெருப்பு”ன்னு போட்டிருக்குது இங்க.”

“என்னது? சரியாப் பாரு நிரூ.”

“சரியாத்தான் பார்க்கிறேன். அது அந்தக் கம்பெனியின் இதயத்தோடு உத்வேக நெருப்பின் குறியீடாம்.”

“அபத்தம்! நெருப்புன்னா அது மேல்நோக்கித்தானே இருக்கும்? இது படுத்து இல்ல இருக்குது?”

“அது உலோகத்துல முந்நூறு டன் எடையோ என்னவோவாம். நிக்க வெக்கறது கஷ்டமாம். அதனாலதான் படுக்கப்போட்டு...”

தமிழில் அவர்கள் பேசிக்கொண்டிருந்ததில் இரண்டொரு ஆங்கிலச் சொற்களைக் கேட்ட ஆங்கிலம் தெரிந்த ஒரு ஜப்பானியர், “நீங்கள் எதைப் பற்றி விவாதித்துக்கொண்டிருக்கிறீர்கள்?” என்று கேட்டார்.

“அந்தத் தங்கச் சிற்பம்...”

“ஓ, அதுவா? அது ஃபிலிப் ஸ்டார்க் டிஸைன் செய்த நெருப்பு. ஆனால் இங்கே டோக்யோவில் அதற்கு வேறு பெயர்” என்றார்.

“என்ன பெயர்?”

“நாங்கள் அதைத் “தங்கப் பீ” என்றுதான் சொல்கிறோம். அந்தத் கட்டடத்தையும் “தங்கப் பீ கட்டடம்” என்றுதான் சொல்கிறோம்” என்றார் சிரித்தபடி.

நிருபமாவும் அவளும் உரக்கச் சிரித்தனர் கல்லூரிக் குமரிகளைப்போல்.

தினசரியைப் பார்த்துக்கொண்டே வாய்விட்டுச் சிரித்தாள்.

அவளுக்கான தேநீரை அவள் முன் இருந்த முக்காலியில் வைத்த அவள் பெண், “வயசாயிட்டுது” என்று முணுமுணுத்தபடி சென்றாள்.

❍ ❍ ❍